இடையில் ஓடும் நதி...

கென்ய நாவல்

கூகி வா தியாங்கோ

தமிழில்: இரா.நடராசன்

பாரதி
புத்தகாலயம்

IDAYIL ODUM NATHI

Ngugi wa Thiong'o
Era. Natarasan
First Published : December, 2010 | Second Print : June, 2022

Published by
BHARATHI PUTHAKALAYAM
7, Elango Salai, Teynampet, Chennai - 600 018
Email: bharathiputhakalayam@gmail.com | www.thamizhbooks.com

இடையில் ஓடும் நதி
கூகி வா தியாங்கோ
தமிழில்: இரா. நடராசன்
முதற் பதிப்பு: டிசம்பர், 2010 | இரண்டாம் அச்சு: ஜூன், 2022
வெளியீடு
பாரதி புத்தகாலயம்

7, இளங்கோ சாலை, தேனாம்பேட்டை, சென்னை - 600 018.
தொலைபேசி : 044 24332424, 24330024 விற்பனை: 24332924

விற்பனை நிலையங்கள்
அருப்புக்கோட்டை: கதவுஎண் 49 A/4 மெயின் ரோடு, தெற்கு தெரு - 9994173551
ஈரோடு: 39: 39 ஸ்டேட் பாங்க் சாலை - 9245448353
கரூர்: நாரத கானசபா அருகில் (TNGEA OFFICE)- 9442706676
காரைக்குடி : 12, 2 வது தெரு, கம்பன் மணிமண்டபம் பின்புறம் - 9443406150
கும்பகோணம்: 352, ரயில் நிலையம் எதிரில் - 9443995061
கோவை: 77, மசக்காளிபாளையம் ரோடு, பீளமேடு - 8903707294
சிதம்பரம்: 22A / 18B தேரடி கடைத் தெரு, கீழவீதி அருகில் - 9994399347
செங்கல்பட்டு: 1 D ஜி.எஸ்.டி சாலை - 044 27426964
சேலம்: 15, வித்யாலயா சாலை சாலை | பாலம் 35, அத்வைத ஆஸ்ரமம் சாலை 0427 2335952
தஞ்சாவூர்: காந்திஜி வணிக வளாகம் காந்திஜி சாலை - 9655542400
திண்டுக்கல்: பேருந்து நிலையம் - 9942331105, 9976053719
திருச்சி: வெண்மணி இல்லம், கரூர் புறவழிச்சாலை - 9994289492
திருநெல்வேலி: 25A, ராஜேந்திரநகர் - 9442149981
திருப்பூர்: 447, அவினாசி சாலை - 9486105018
திருவண்ணாமலை: முத்தம்மாள் நகர்
திருவல்லிக்கேணி: 48, தேரடி தெரு - 9444428358
திருவாரூர்: 35, நேதாஜி சாலை - 9442540543
நாகர்கோவில்: 699 கே.பி.ரோடு R.V.புரம் - 9443450111
நெய்வேலி: பேருந்து நிலையம் அருகில், - 9443659147
பழனி: பேருந்து நிலையம் அருகில் - 9442883696
பாண்டிச்சேரி : கிழக்கு கடற்கரைச்சாலை, இலாசுப்பேட்டை, 9486102777
பெரம்பூர்: 52, கூக்ஸ் ரோடு - 9444373716
மதுரை: 37A, பெரியார் பேருந்து நிலையம் - 045 22324674 & சர்வோதயா மெயின்ரோடு
வடபழனி: பேருந்து நிலையம் எதிரில் அடையார் ஆனந்தபவன் மாடியில் - 9444476967
விருதுநகர்: 131, கச்சேரி சாலை - 0456 2245300
வேலூர்: பேஸ் III, சத்துவாச்சாரி - 9442553893

நினைத்த நூல்கள்... நினைத்த நேரத்தில்...

thamizhbooks.com

BharathiTV | www.bookday.in

8778073949

அருணா எண்டர்பிரைசஸ், சென்னை - 600018

நதி ஓடிக்கொண்டேதான் இருக்கும்...

கூகி தமிழுக்குப் புதியவரல்ல என்றாலும் அவரது முழுநீள நாவல் ஒன்றை முழுமையாகவே தமிழில் கொண்டுவரும் முயற்சியை ஏழாண்டுகளுக்கு முன் செய்து அதை அப்போது முடிக்க முடியாமல் திணறினேன். அந்த நாவல் (Petals of Blood) 1977-ல் கூகி எழுதிய அவரது பிரசித்தி பெற்ற நாவல்.

கூகியின் எழுத்துகள் மற்ற ஆப்பிரிக்க எழுத்தாளர்களான சினுவா அக்கபே, ஸ்டீவ் பிக்கோ, அமெச்சி அக்வான்யா போன்றவர்களின் எழுத்துகளிடமிருந்து ஒரு குறிப்பிட்ட விதத்தில் வேறுபட்டு நிற்கின்றன. இந்தியா உட்பட காலனித்துவமாக்கப்பட்ட எல்லா நாடுகளிலும் நடந்ததைப் போலவே கென்யாவிலும்... ஆங்கிலேயர்கள் தங்களது அரசியலோடு தங்களது மொழி மற்றும் தங்களது மதத்தையும் திணித்து நிலையூன்றினார்கள். கூகியின் எழுத்துகள் வாசகனைக் காலனித்துவத்திற்கு எதிராகப் பதற வைக்கும் யதார்த்தங்களோடு களமிறங்க வைத்து விடும் தன்மை கொண்டது. அழிவுக்குப் பெயர் வளர்ச்சி; சொந்த மண்ணின் அடையாளச் சிதைவுக்குப் பெயர் நாகரிகம். வெள்ளைக்கார அரசியலின் இந்த ரகசியத்தை 'இடையில் ஓடும் நதி' நாவல் போட்டு உடைக்கிறது. நாவலின் முடிவில் நமக்கு ஏற்படும் பதற்றம் நம் மீதே வெறுப்பாகத் திரும்புகிறது.

கூகி வா தியாங்கோ 1938-இல் கென்யாவின் லிமுறு மாகாணத்தில் பிறந்தார். கிக்குயுவில் அலயன்ஸ் உயர்நிலைப் பள்ளியில் பள்ளிப் படிப்பை முடித்து உகாண்டாவின் மக்காரே பல்கலைக்கழகத்திலும் பிறகு லீட்ஸ் பல்கலைக்கழகத்திலும் கல்லூரி வாழ்க்கை. (Weep Not Child) 1964-இல் வெளிவந்த அவரது முதல் நாவல். அப்போதே அது ஆப்பிரிக்க நாவல்களில் மிகவும் சிறந்ததாக வரிசைப்படுத்தப்பட்டது. பிறகு 'இடையில் ஓடும் நதி' (The River between) 1965-இல் வெளிவந்தது. காலனித்துவ எதிர்ப்பு எனும் நிரந்தர முத்திரையை கூகிக்குப் பெற்றுத் தந்த நாவல் அது.

Ngaahika Ndeema எனும் அவரது இக்குயு மொழி நாடகத்தை வீதிநாடகமாக மக்கள், அரசுக்கு எதிராகப் பிரசாரத்திற்கு பயன்படுத்தியபோது கூகி சிறையில் அடைக்கப்பட்டார். அவர் மீது கடைசி வரையில் குற்றப்பத்திரிகை தாக்கல் செய்யப்படவில்லை. இந்த நாடகம் பிறகு பல மொழிகளில் மொழிபெயர்க்கவும் பட்டது.

1980-இல் விடுதலையான கூகி அதன்பிறகு வரிசையாக நான்கு நாவல்கள் எழுதியிருக்கிறார்.

ஆப்பிரிக்க மொழியின் பிரசாரகராக இப்போதும் தீவிரமாய்ச் செயல்படும் அவர் சிறுகதைகள், நாடகங்கள் மற்றும் ஏராளமான கட்டுரைகளும் எழுதியவர். ஏற்கனவே சில தமிழில் வந்துள்ளன.

ஏழாண்டுகளுக்கு முன் Petals of blood-ஐ மொழிபெயர்க்கப் போதுமான அவகாசமும் ஆதரவும் கிடைக்காததால் கைவிட நேர்ந்தபோது ஏற்பட்ட வருத்தம் சொல்லி மாளாதது. இப்போதும் கூட அவரது எழுத்துகளில் என்னை மிகவும் கவர்ந்தது Petals of blood தான் என்றாலும் 'இடையில் ஓடும் நதி'யை நான் மொழிபெயர்ப்பது என் அரசியல் ஆகும்.

கிக்குயு மொழி சார்ந்த மலையக கென்ய மண்ணின் சந்ததியினரை வெள்ளை ஏகாதிபத்தியம் தனது பிடிக்குக் கொண்டுவரும் ஆரம்ப நாட்களைத் தத்ரூபமாக விவரிக்கும் இந்த நாவல் காலனித்துவ எதிர்ப்பாளர்களுக்கும் கலாசாரப் போராளிகளுக்கும் ஒரு பாடப் புத்தகமாகவே பயன்பட வல்லது. ஈவு இரக்கமின்றி மக்கள் தங்களைத் தாங்களே ரத்தக்கள்ளரிக்குள் தள்ளிக் கொள்ளும் பிரித்தாளும் சூழ்ச்சியின் திட்டமிட்ட அரசியல் பின்னணியைக் கதை விவரிக்கிறது. அடிப்படை கலாசார அடையாளங்களைக் காட்டுமிராண்டித்தனம் என்று பரிகசித்த அதேசமயம் கல்வி என்றாலே மேற்கத்தியக் கல்விதான் எனும் மறுபுறச்சூழல் அம்மக்களைப் பலவிதமான குழப்பங்களுக்குள் தள்ளி ஒரு பெரும் சமூகக் (தற்)கொலைகளை நோக்கித் தூண்டுகிறது.

நெஞ்சைச் சில்லிட வைக்கும் நாவலின் இறுதிப்பகுதியை மொழிபெயர்த்தபோது மனப்பிறழ்வும் ஆத்திர உணர்வும் பல நாட்களுக்கு வேலையை ஒத்திப் போட வைத்தன. அதே உணர்வு உங்களுக்கும் இந்த நாவலை வாசிக்கும்போது கட்டாயம் ஏற்படும்.

அனைவருக்கும் நன்றி.

இரா. நடராசன்

8, திருப்பூர் குமரன் தெரு,

ஜோதி நகர், கடலூர் - 607 002.

1

இரண்டு மலைக்குன்றுகளும் ஒன்றுக்கொன்று அருகருகே அமைந்துள்ளன. ஒன்று காமனோ மற்றது மக்குயு. அவற்றிற்கு நடுவே ஒரு பரந்த பள்ளத்தாக்கும் இருந்தது. அது வாழ்க்கைப் பள்ளத்தாக்கு என்று அழைக்கப்பட்டது. கண்ணுக்கெட்டிய தூரம் வரை ஏராளமான குன்றுகளும் பள்ளத்தாக்குகளும் இருந்தன. கவனிக்கத்தக்க திட்டமிடல் ஏதுமின்றி அவை வியாபித்திருந்தன. ஒருபோதும் எழாத உறங்கும் சிங்கங்கள் போல அவை காணப்பட்டன. உலகைப் படைத்தவரின் எல்லையற்ற உறக்கத்தை உறங்கித் தீர்க்கும் வகையில் அவை அங்கே அக்கடாவெனக் கிடந்தன.

வாழ்க்கைப் பள்ளத்தாக்கின் வழியே ஒரு நதி ஓடியது. அடர்ந்த புதர்களும் பெரிய மரங்களும் இல்லையெனில் இங்கிருந்து அந்த மலைச்சரிவு வழியே நீங்களும் காமனோவோ அல்லது மக்குயுவோ எந்தக் குன்றிலிருந்தும் நதியைப் பார்க்க முடியும். இப்போதோ கீழே இறங்கி வர வேண்டியுள்ளது. இப்போதும் கூட ஒரு ஸர்ப்பம் போல் கொஞ்சமும் அலட்டிக் கொள்ளாமல் பெருமையோடு வளைந்து நுழைந்து ஓடிய அந்த நதியின் ஒரு பகுதியைத்தான் காண்கிறீர்கள். அந்த நதி ஹோனியா என்றழைக்கப்பட்டது. ஹோனியா என்றால் நோய்க்கு மருந்து என்று பொருள். அல்லது உயிரை மீட்டல் என்றும் கூட வைத்துக் கொள்ளலாம். ஹோனியா நதி வற்றியதே இல்லை; கடுமையான வறட்சி மற்றும் தட்பவெப்ப மாறுதல்களுக்கு இடையிலும், வாழ்ந்தே தீருவது எனும் வைராக்கியத்தோடு அது ஓடுவது போலிருந்தது. வேகப்படாமலும், எவ்விதத்திலும் தயக்கம் இன்றியும் அது அங்கே ஓடிக்கொண்டே இருந்தது. மக்கள் இதைக்கண்டு மகிழ்ச்சியடைந்திருந்தார்கள்.

காமனோ மற்றும் மக்குயுவின் உயிர் ஹோனியா நதிதான். அதுதான் அவற்றை இணைத்தது. அதுமட்டுமல்ல மனிதர்கள், கால்நடைகள், காட்டு விலங்குகள் மற்றும் மரங்கள் என்று அனைத்துமே இந்த வாழ்க்கை நதியால் இணைந்திருந்தன.

பள்ளத்தாக்கில் நின்று நீங்கள் பார்க்கிறபோது குன்றுகள் இரண்டும் உறங்கும் சிங்கங்கள் போல் தெரிவது இல்லை, மாறாக அவை ஒன்றையொன்று பார்த்தபடி இருக்கும் அமைப்பே போதும்; வேறு எதை வைத்தும் சொல்ல வேண்டியதில்லை. ஒன்றையொன்று அவை எதிர்க்கும் தன்மையன. இந்த வனாந்திரத்தில் ஒருவர் முன் ஒருவர் தலைமைப் பொறுப்பு யாருடையது என்கிற முடிவற்ற கொடிய

யுத்தத்திற்குத் தயாராவது போல அவை இரண்டும் காணப்படுகின்றன. எப்போது வேண்டுமானாலும் மல்யுத்தம் தொடங்கலாம்.

வெகுநாட்களுக்கு முன் இது தொடங்கியது. மக்குயுவிலிருந்து ஒரு மனிதன் உயர்ந்தான். முகுருவேயிலிருந்து கத்தங்கா போகும் வழியில் கிக்குயுவும் மும்பியும் முருங்குவுடன் அங்கே மக்குயுவில் தங்கினார்கள். இந்த நிகழ்வின் காரணமாகத் தலைமைப் பொறுப்பு மக்குயுவிற்குச் சென்றது என்றும் அவன் கூறினான். எல்லோரும் அவனை நம்பி விடவில்லை. கிக்குவும் மும்பியும் காமனோவிலேயே தங்கிவிட்டார்கள் என்ற கிசுகிசுப்பும் நிரந்தரமாக இருந்து விடவில்லையா? காமனோவிற்குத் தெற்கே அவர்கள் நின்ற இடத்தில் மற்றொரு சிறிய குன்றும் வந்து விடவில்லையா? மேலும் மக்கள் பலமும் வாய்ந்த சிறிய தெய்வமான முருங்கு அவர்களுக்கு காமனோ மக்களுக்கு கூறிச் சென்றுள்ளார்:

"ஓ... ஆண்மக்களே... பெண்டுகளே... இந்த நிலம் முழுவதையும் நான் உங்களுக்கு வழங்குகிறேன்... உங்களது வாழ்க்கை.. உங்களது வளர்ச்சி... நீங்கள் ஆண்டு அனுபவிக்க... இதோ இந்த நிலம்"

அந்த நிலம் செழிப்பானதாக இருந்தது. ஒருபுறம் மேகத்தினாலும் மறுபுறம் எங்கோ தொலைவில் வானத்தில் எல்லையில் போய் சொர்க்கத்திலும் முடிந்த அந்த நிலம் முழுமையான கிக்குயு நாட்டுப்புறத்தை உள்ளடக்குவதாக இருந்தது தெய்வீக மேலாண்மையும் தலைமையும் அவ்விடத்தே விடப்பட்டன.

காமனோவிடம் இந்தக் கதைக்கு நிறைய ஆதாரங்கள் இருந்தன. கிக்குயுவும் மும்பியும் சந்தித்ததாகக் கூறப்பட்ட இடத்தில் மிகுந்த புனிதத்தன்மை மிக்க தோப்பு பெரிதாக வளர்ந்திருந்தது. மக்கள் அதனை இப்போதும் பூஜித்தார்கள். மற்றெல்லா குன்றுகளையும் விட காமனோ அதிக எண்ணிக்கையில் கதாநாயகர்களையும் தலைவர் களையும் உருவாக்கியதிலிருந்து கூட அதனை அறியலாம் என்றனர் சிலர். கிக்குயுவின் குறிப்பிடத் தகுந்த மதகுருவாகிய முகொவா கிபிரோவும் அங்கிருந்தே தோன்றினார். அங்கு பிறந்த அவர் தனது அருட்கடாட்சத்தை நாடி வந்தவர்களுக்கு உபதேசங்கள் பல கூறியபடியே வளர்ந்தார். ஆனால் தங்களது அக்கம்பக்கத்து வீட்டார் களை முட்டாள்களாகப் பாவித்த சிலர் அவரிடம் செல்லவில்லை. அவர்கள் அவரைப் போலியாக நாடகமாடுபவரென்றார்கள். பிறகு ஒரு இரவில் திடீரென்று அவர் மறைந்தார். அனைவருமே உறங்கிப் போன அந்த நேரத்தில் அவர் மலையிலிருந்து மறைந்தார். ஆனால் அவரது குரலை எங்கும் யாவரும் கேட்டனர். மலைகளுக்கும் பின்னே இருந்து வந்தது அவரது குரல். நயேரியில், கியாம்புவில் இன்னும் இன்னும் முருங்காவில் கூட இன்னும் கியுகு நாடு முழுவதும் அவரது உரத்தக் குரலில் அவர் தனது செய்தியை விடுத்தார்.

"பட்டாம் பூச்சிகளைப் போல உடை உடுத்திய மக்கள் இங்கே வருவார்கள்."

அவர்கள்தான் வெள்ளையர்கள்.

அல்லது இங்கே காமிரி என்றொரு சூனியக்காரன் இருந்தான். அவனது மந்திரசக்தி என்றால் முருங்காவின் வெள்ளையர்களே கூட அஞ்சி நடுங்குவார்கள். தங்களது தந்திரப் புன்னகைகளாலும் ஏராளமான பரிசுப் பொருட்களாலும் வெள்ளையர்கள் அவரிடம் தப்பி வந்தவரையில் அந்தப் பகுதியின் அசைக்க முடியாத மந்திரவாதி அவர். மிகவும் பிரபலமாக அறியப்பட்டிருந்த காமிரியும் கூட காமனோவில் தான் பிறந்தாரென்று கூறப்படுகிறது.

மற்றொருவர் வாச்சியோரி. ஒப்பீடுகளற்ற போர்வீரர் மசாயின் யுகாபியை எதிர்த்து முழு மலைவாழ் மக்களையும் போர் புரிய தலைமை ஏற்றவர். இளைஞராக அவர், ஒருத்தராக ஒரு பெரிய சிங்கத்தை வெறுங்கையால் மோதிக் கொன்றார். ஒரு உதிரி வெள்ளைக் காரனால் மோசமாகக் கொலை செய்யப்பட்டபோதும் அங்கே அந்தப் பகுதி முழுதும் ஒரு காவல் தெய்வமாகவே அந்த இளம் வீரன் வணங்கி ஏற்கப்பட்டான்.

மலைக்குன்றுகள் மக்களிடமிருந்து விலகின. அவற்றின் மறுபகுதி உலகில் என்ன நடக்கிறதென்றே அறியாமலும் அது குறித்துக் கவலைப்படாமலும் அம்மக்கள் தங்கள் போக்கில் வாழ்ந்தார்கள். ஆண்களுக்கும் பெண்களுக்கும் பயப்பட என்று ஏதுமிருக்கவில்லை. யுகாபி திரும்பி வரப் போவதே இல்லை. அந்த யுகாபிகள் மலைகளிலும் குன்றுகளிலுமாகத் தொலைந்து போனார்கள். கிக்குயு நாட்டின் நையரி அல்லது கியம்பு பகுதி ஆட்களால் கூட மலைகளைக் கடந்து வர முடியவில்லை. எனவே குன்றுகள் பல கொண்ட அந்த தேசம் தனித்தே விடப்பட்டது. வெளியில் இருந்து எந்த சக்திவாய்ந்த மாற்றமும் அவர்களைப் பாதிக்கவில்லை. புராதன மலைகள், மலைக்குன்றுகள் மண்ணின் இதயமாகவும் மூச்சாகவும் விளங்கின. மலைவாழ் மக்களின் மந்திரங்கள் மற்றும் சடங்குகளை அவை கறைபடாமல் வைத்திருந்தன. ஒருவருக்கு ஒருவர் சிரிப்பின் உஷ்ணமான ரத்தபந்தத்தைப் பகிர்ந்தளித்தபடி ஒன்று சேர்ந்து களித்த அந்த மக்கள் அங்கே நிம்மதியாக வாழ்ந்தார்கள். சில சமயங்களில் அவர்கள் சண்டையிடவும் செய்தார்கள். ஆனால் அது அவர்களின் சொந்த விஷயம். வெளியாட்கள் யாருக்கும் அங்கு எந்த சம்பந்தமும் இல்லை. தாங்கள் பாதுகாக்கும் எந்த ரகசியத்தையும் கூறாமல் வெளியாட்கள் முன் அவர்கள் முரட்டுத்தனமாக தனது அமைதியைக் கடைபிடித்தார்கள். "வீட்டின் தோல் எண்ணெய் வெளியாட்களின் தோலில் தடவுவதற்கு இல்லை" என்று ஒரு பழமொழியே உண்டு.

மண்ணின் தலைவர்கள் அங்கிருந்துதான் உதித்தார்கள். மலை வாழிடங்கள் தனிமைப்பட்டுவிட்டாலும் ஒரு சிலர் வெளியேயும்

சென்றார்கள். தங்களது வாழ்வை வெளித்தொடர்பிற்குப் பிறகும் தக்கவைத்து மக்களை மிகவும் தேவையான ஒரு தருணத்தில் காப்பாற்றக் கூடிய அந்த ஒரு சிலரை முருங்கு தேர்ந்தெடுத்து அனுப்பியது. மதுக்குரு முகோ, மாவீரன் வாச்சியோரி மந்திரவாதி காமிரி.

அவர்களே பின் அந்த மலையின் மக்களுக்குத் தொடர்பற்றுப் போனார்கள். வீட்டின் தோல் எண்ணை அவர்களுக்குக் கிடையாது உள்ளே வசித்தவர்களுக்கு மட்டுமே அது. எலும்பும் இரத்தமும் எல்லாமும் மலையின் மொழியே பேசிட வாழ்ந்தவர்கள் அவர்கள். காற்றோடு அசைந்து அம்மொழியைக் கேட்டவண்ணம் மரங்கள் அசையாதிருந்தன. பறவைகளும் காட்டு விலங்குகளும் கூட அமைதியாகக் கவனித்தன. எப்போதாவதே அவை உற்சாகமாகவோ அல்லது ஆத்திர கர்ஜனையாகவோ பதிலளித்தன...

2

மலையும் அதன் மலைமுகடும் இப்போது பின்னால் உள்ளன. இது சமவெளி, இந்த நாட்டின் ஒரே சமவெளி கொஞ்சம் உங்கள் பார்வையில் கடினத்தை ஏற்றித் தீட்டிக்கொண்டு பார்த்தால் தான் தெரியும் யுகாபி. பலப்பல வருடங்களுக்கு முன் ஒரு போர்க்களமாக இருந்த இடத்தில் இப்போது அமைதி நிலவுகிறது. கால்நடைகள் சில புற்களை மேய்ந்து கொண்டிருந்தன. மற்ற சில அமர்ந்து வெற்றுவெளியைப் பார்த்தபடி அசை போடத் தொடங்கின.

திடீரென்று இரண்டு சிறுவர்கள் புதரிலிருந்து வெளியே வந்தார்கள். தங்களுக்குள் அவர்கள் சண்டையிடத் தொடங்கினார்கள். ஒருவன் உயரமாகவும் அசாதாரண கழுத்து மற்றும் கைகால்கள் குச்சியான நீளத்தில் வயதைவிட முதிய தோற்றத்தோடும் இருந்தான். மக்குயுவில் வசித்த கபோனியின் மகனான கமாயுதான் அவன். மற்றவன் பெயர் கினுத்தியா. அவன் குட்டையானவன்; ஆனால் அதிசயிக்கத்தக்க வகையில் பலவானாக இருந்தான். தனது பெரிய நெற்றிக்கு ஏற்றாற்போன்ற கண்களைக் கொண்டிருந்த அவன் தனது மாமன் ஒருத்தரோடு மக்குயுவிலிருந்து தொலைவில் குன்றுகளுக்குப் பின்புறமிருந்த கிராமத்தில் வசித்து வருபவன்.

புதரிலிருந்து தாங்கள் உடைத்துக் கொண்டு வந்த கழிகளோடு அவர்கள் முதலில் சண்டையிட்டார்கள். பலமுறை காற்றில் ஒன்றையொன்று பலமாக அடித்தபடி கழிகள் விரைவில் உடைந்து போயின. சிறுவர்கள் ஆத்திரத்தோடு அவற்றைத் தூக்கியெறிய ஒரு பட்டைக்கழி படுத்திருந்த ஒரு மாட்டைப் போய்த் தாக்கியது. அது பயந்து எழுந்து ஓட்டமெடுத்தது. அதன் ஓட்டம் மேலும் ஒன்றிரண்டு மாடுகளை எழுப்பியதோடு புழுதியையும் கிளப்பியது. பிறகு மாடுகள் சண்டை பற்றி எந்தச் சலனமும் இன்றி எதிர்த்திசையில் பார்த்துக் கொண்டு நின்றன.

அடுத்தபடியாகக் கமாயுவும் கினுத்தியாவும் மல்யுத்தத்தில் இறங்கி இருந்தார்கள். அவர்களது கைகள் ஒன்றையொன்று பின்னிப் பிணைந்திருந்தன. அவர்கள் சுற்றிச் சுற்றி யாரையும் யாரும் வெல்ல முடியாதபடி கிடுக்கிப்பிடியுடன் அலைந்தார்கள். கினுத்தியா, கமாயுவைக் காலைப் பிடித்து நெட்டிக் கீழே தள்ளவே எப்போதும் முயற்சித்தான். ஆனால் அவனது முயற்சிகள் தோல்வியே அடைந்தன. கமாயுக்கும் கஷ்டங்கள் இருந்தன. எப்போதும் முடியாவிட்டாலும் அன்றைக்கு என்னவோ அவன் பேச்சில் திறமையைக் காட்டுவது என்று தீர்மானித்தான்.

"நான் யார் என்பதை இன்று நீ புரிந்து கொள்வாய்" அவன் எச்சரித்தான். அதேசமயம் தனது முட்டியால் கினுத்தியாவின் வயிற்றில் உதைத்தான்.

"மாடு... எருமமாடு...." என்றபடி கினுத்தியா வலியில் கத்தினார். "கழுதைப்புலியடா நீ..."

"நீயும்" கினுத்தியா திரும்பக் கத்தினான்.

கினுத்தியா ஏதோ பலமனைத்தையும் திரட்டியது போலிருந்தது. வெளியிலிருந்து பார்ப்பவருக்கு அவன் ஏதோ வெல்லப்போவது போலத்தான் படும். ஆனால் ஒரு கூரான கல் தடுக்கி அவன் விரைவில் விழுந்தான். வயிறு நேரே தரையை முட்ட அவனது கையை கமாயு பின்னால் முறுக்கித் தலையில் வைத்தான். தனது வெறியேறிய முகத்தால் கினுத்தியின் முகத்தைக் கமாயு மோதி ரத்தம் கக்க வைத்திருந்தான். கமாயுவின் முட்டிக்குக் கீழே கிடந்தவன் வலி தாங்காமல் அரற்றத் தொடங்கினான். தனது கால்களை அப்படியும் இப்படியும் உதறி, கமாயுவின் தலையை அழுத்திட அவன் முயன்றான். அடுத்தடுத்து அவனுக்கு அடிகள் விழுந்தன. அவனால் அடுத்த அடி எங்கே விழுமென்று ஊகிக்க முடியவில்லை.

நகர்ந்து போன இரு பசுக்கள் சற்று நேரம் சண்டையை வேடிக்கையாகப் பார்த்தன. பிறகு அவை மற்றெல்லாப் பசுக்களையும் போல புல் மேயத் தொடங்கின.

அப்போதுதான் சற்றுத் தொலைவிலிருந்த மாடுகளின் கூட்டத்திலிருந்து மற்றொரு சிறுவன் ஓடி வந்தான்.

"சண்டையை நிறுத்துங்கள்" மூச்சுவாங்கியபடி அவன் அவர்களைப் பார்த்துக் கூறினான். கமாயு நிறுத்தினான். இருப்பினும் அவன் கினுத்தியா மீதுதான் உட்கார்ந்திருந்தான்.

ஏன் சண்டை போடுகிறீர்கள்?

"என்னைக் கெட்ட வார்த்தைகளால் திட்டினான்" என்றான் கமாயு.

"பொய் சொல்கிறான்... என் தந்தை வறுமையில் இறந்ததாக... கேலி செய்து சிரித்தான்."

"என் அப்பா கோழையாம்... வெள்ளைக்கார மதத்திற்கு மாறிவிட்டாராம்"

"அதிலென்ன சந்தேகம்?"

"பிச்சைக்கார நாயே.."

"வெள்ளைக்கார அடிமை நாயே"

"நீ... நீ..."

கமாயு மிகவும் கடுப்பானான். கினுத்தியாவை அடித்து நகங்களால் கீறி வெறியேற்றத் தொடங்கினான். கினுத்தியா அங்கிருந்த மற்றொரு சிறுவனை வாஞ்சையோடு பார்த்தான்.

“தயவு செய்து இதை நிறுத்து கமாயு… இந்த மலையில் நண்பர்களாக சகோதரர்களாக வாழ்வோமென நாம் உறுதிமொழி ஏற்கவில்லையா?” அவன் முயன்றான். மூன்று நாட்கள் முன்புதான் அவர்கள் சகோதரர்களாக வாழ்வதென சத்தியம் செய்திருந்தார்கள்.

“என் தந்தையை அவமானப்படுத்தும் நண்பர்கள் பற்றி எனக்கு எதற்கு அக்கறை?”

கமாயு கேட்டான்.

“மீண்டும் மீண்டும் அவமானப்படுத்துவேன்” கண்ணீருக்காக இடையில் கத்தினான் கினுத்தியா.

“இப்போது செய்து பார்”

“செய்வேன்”

“முயற்சி செய்”

மீண்டும் அவர்கள் போராடத் தொடங்கினார்கள். அந்தச் சிறுவனுக்குக் கமாயுவின் மேல் பாய வேண்டும் போல ஆத்திரமாக வந்தது. சட்டென்று ஒரு புல்லை உருவி வாயில் வைத்துக் குதப்பத் தொடங்கினான். அவனது கண்களில் ஆத்திரம் கொப்பளித்தது.

“கமாயு” அவன் வெடித்தான்.

அந்தச் சிறுவனின் குரலில் இருந்த அழுத்தம் கமாயுவிற்கும் அச்சத்தை ஏற்படுத்தியது. சொல்லப்படாத அந்த உத்தரவிற்கு அவன் அடிபணிந்தான். ஆனால் உடனடியாக அவனது முகம் கறுத்தது. முன்பிருந்ததை விட சோகமாகி விட்டுக் கொடுத்து விட்டதற்காகவும் அவன் தன்னையே வெறுத்தான். கினுத்தியா எழுந்தான். சரியாக நிற்கக்கூட முடியாத அவன் அந்தச் சிறுவனை நன்றியோடு பார்த்தான். தனது முகத்தை மெல்லத் தரைசாய்த்த அந்தச் சிறுவன் அவ்விடத்திலிருந்து பார்வையை அகற்றவில்லை. சற்று நேரத்திற்கு முன் கமாயு தனது உத்தரவிற்குக் கட்டுப்பட்டதைப் பார்த்து ஒரு நிமிடம் பெருமிதம் கொண்டிருந்த அவன், இப்படி அவனுக்கு எதிராக நடக்க நேர்ந்ததற்காக உடனே வருந்தினான். கமாயு முதலிலேயே நிறுத்தி இருக்கலாம். இப்படி வலுக்கட்டாயமாக விலக்கி விட வேண்டிய நிலையைத் தனக்கு ஏற்படுத்தி இருக்க வேண்டாமென்று அவன் நினைத்தான்

அந்தச் சிறுவன் பெயர் வாய்யாகி. செச்சின் ஒரே மகன். அவன் மற்ற இருவரைக் காட்டிலும் வயதில் இளையவனாக இருந்தான். “இரண்டாம் பிறப்பு“ நடத்துமளவுகூட வயதாகவில்லை. ஆனால் வாய்யாகி ஏற்கனவே தனது வயதைவிட அதிக உயரம் கொண்டவனாக இருந்தான். அவன் நன்கு வளர்ந்த ஒரு ஓட்டப்பந்தய வீரனின் உடலைப் பெற்றிருந்தான். அவனது தலைமுடி பரட்டையாக ஈரப்பசை இன்றி நெடிது வளர்ந்திருந்த அவை முன் நெற்றியில் அழகான

வரைபடம் போல கச்சிதமாக விழுந்தன. இடது விழிக்குச் சற்று மேலே பிறை வடிவில் ஒரு தழும்பு. ஒரு காட்டுக்கிடா ஆடு அவனுக்குத் தந்த பரிசு... ஆட்டிடையர்களில் ஒருவனை திடீரென்று ஒரு காட்டு ஆடு விரட்ட அவனை மீட்க ஒரு கழியை எடுத்துக் கொண்டு வாய்யாகி பாய்ந்தான். ஆனால் ஆடு திடீரெனத்திரும்பி அவனை நேருக்குநேர் முட்டித் தாக்கி விட்டது. சரியான நேரத்தில் அவனது தந்தை அங்கே வந்து அவனைக் காப்பாற்றினார். இது நடந்து சில காலம் ஆகி விட்டது. அந்தக் காயம் ஆறி இப்போது வடுவாகி அவனை மற்றச் சிறுவர்களோடு ஒப்பிடுகையில் பெரிய ஆளாக்கியது. அவன் அந்தக் கிடாயின் பின் ஓடியது ஒரு வேடிக்கைக் காகவும் மகிழ்ச்சிக் கூத்தாடும் பொருட்டும்தான். இருந்தாலும் அவனை அவர்கள் அந்தப் பகுதியில் அவனை விட சிறியதும் பெரியதுமான பையன்கள் - பின்பற்றிச் செல்வதற்கு இது மட்டுமே காரணமல்ல.

செச் அவனது தந்தை காமநோவில் நன்கு அறியப்பட்ட பெரியவர் களில் ஒருவர். அவருக்கு இப்போது இருப்பது ஒரே மனைவி தான். அவள் அவருக்கு நிறைய மகள்களையும் ஒரே மகனையும் பெற்றுக் கொடுத்தாள். குழந்தைகள் ஏதுமின்றி மற்ற இரண்டு மனைவியர்களும் பெரிய பஞ்சத்தின் போது இறந்து போனார்கள். நல்ல வளமானதொரு அறுவடைக்குப் பிறகு வந்த பஞ்சம் அது. பின் வயலில் புழுபூச்சி இல்லை. நீண்ட வறட்சி பலருக்கும் மரணத்தைக் கொண்டு வந்தது. செச்சின் மகள்கள் எல்லாம் நல்ல இடத்திற்குத் திருமணமாகிப் போய் விட்டார்கள். ஒரு பெண் மட்டும் முன்பே இறந்து போனாள். மற்ற பெரியவர்கள் செச்சின் மீது அளவு கடந்த மரியாதையும் பயமும் வைத்திருந்தார்கள், ஏனெனில் அவருக்கு மற்ற யாவரையும் விட அதிகமாக அந்த மண்ணையும் மக்களின் அனைத்து வகை ரகசியங்களையும் தெரியும். ஒவ்வொரு சடங்கின் அர்த்தத்தையும் அவர் அறிந்திருந்தார். ஒவ்வொரு முக்கிய சடங்கின் தலைமையும் அவரிடமே வந்து விழுந்தது.

அவரைச் சுற்றிப் பல கதைகள். சிலர் அவரிடம் மந்திரம் செய்யும் கலை இருந்ததாகக் கூறினார்கள். சிலரோ அவர் ஒரு மதகுரு என்றும் முருங்கு தெய்வம் அடிக்கடி அவரிடம் பேசி வருவதாகவும் கூறினர். முகோவா-கிபிரோவைப் போல பின்னால் நடக்க இருப்பவைகளை அவரால் கூற முடியும் என்று அனைவருமே சொன்னார்கள். வெள்ளையர்கள் கிக்குயு நாட்டில் ஊடுருவுவார்கள் எனறு முகோ முன் அறிவித்தது போல அது நடக்கும். சிலர் செச், முகோவின் உறவினர்தான் என்று அடித்து கூறினார்கள். ஆனால் யாருக்குமே இது குறித்து முழுமையாகத் தெரியவில்லை. செச் தன் பங்கிற்கு எதையுமே யாரிடமும் சொல்லிக் கொள்ளவில்லை. சிரியானாவின் கிறித்துவத் திருச்சபையைப் பற்றி அவர் மக்களை எச்சரித்தபோதும்

அதை அவர்கள் கேட்க மறுத்ததையும் அடுத்து அனைத்தையுமே தன்னிடமே அவர் சுருக்கிக் கொண்டார். செச் அங்கிருந்த தன் மக்களிடம் முருங்காவிலும் நைரியிலும் கியம்புவிலும் என்ன நடந்துள்ளனதென்று விளக்கினார். ஏன் முடுமு, கிகுயு, லிமுரு மற்றும் கிஜபே பற்றியும் கூட எச்சரித்தார். ஆனால் அவர்கள் அவரது குரலை சந்தேகித்தார்கள்.

“உங்களுக்கு எப்படி தெரியும்?”

“பாருங்கள் அதோ பட்டாம்பூச்சிகள்”

“பட்டாம் பூச்சிகளா? நீங்கள் மலைமுகடுகளை விட்டு எங்குமே போகவில்லையே”

“அங்கே வரை அவர்கள் வந்துவிட்டார்கள்... அந்தக் குன்றுகளின் மறுபுறம் வரை மிக அருகில்... வீடுகள் கட்டிக் கொள்கிறார்கள்... சிலர் நிலங்களைக்கூட எடுத்து கொண்டார்கள்..”

“அந்தப் பக்கத்தில் நடப்பது உமக்கு எப்படி தெரியும்..?”

“அய்யோ...முட்டாள்களே...“ அவர் தனக்குள் துக்கத்தோடு பொறுமிக் கொண்டார்.

நைரோபி ஏற்கனவே கலகலக்கத் தொடங்கிவிட்டது. குன்று மக்கள் போகவே நினைத்துப் பார்க்காத பல காத தூரம் வரை புகைவண்டிகள் போய்க் கொண்டிருந்தன. அவர்கள் தங்களது குரலைத் தழைய விட்டார்கள்.

“வெள்ளைக்காரன்களுக்கு மலைமொழி புரியாது”

“நமது மண்ணின் எந்த சம்பிரதாயமும் தெரியாது”

ஆனால் வெள்ளைக்காரன் சிரியாரை வரையில் வந்துவிட்டிருந்தான். ஜோசுவாவும் கபோனியும் மதமாற்றம் செய்யப்பட்டிருந்தார்கள். அவர்கள் மலையகச் சம்பிரதாயங்களை உதறிவிட்டுப் புதிய மதத்தைக் கடைப்பிடித்து வரத் தொடங்கினார்கள். இருந்தும் மக்கள் கிசுகிசுத்தபடியே தங்களது தோளை உலுப்பியபடி சரிதான் என்று வேலைக்குப் போய்க் கொண்டிருந்தார்கள் “அது மலையின் அந்தப் பக்கம்... எவனுக்கு இந்தப் பக்கம் வர தைரியமிருக்கிறது?”

செச் அப்போது இளமையோடிருந்தார். ஆனால் இப்போதோ அவருக்கு வயதாகிப் போயிருந்தது. ஆனாலும் இந்த வயதான காலத்திலும் அவர் ஒரு குறிப்பிட்ட விஷயத்தை அப்படியே ஞாபகம் வைத்திருந்தார். என்றைக்கும் மறக்க மாட்டார். அவரது விழிகளில் அதுதான் ஒளியாக இருந்தது. அதை, அந்த நம்பிக்கை ஒளியைக் காப்பாற்றித் தகுதியான ஒருவனிடம் அவர் ஒப்படைப்பார்.

சிறுவர்கள் இருட்டில் மாட்டிக்கொள்ள விரும்பவில்லை. அவர்கள் தங்களது கால்நடைகளை ஒன்று திரட்டி வேகமாக வீடுகளை நோக்கி ஓட்டத்தொடங்கினார்கள். மலை முகட்டின் வழியே பல பாதைகள்

பல குடிசைகளை நோக்கிப் பாய்ந்தன. நீங்கள் மிகவும் கவனமாக இல்லாவிட்டால் கட்டாயம் வழிகளைத் தவறவிட வாய்ப்பு உண்டு. இந்தக் காடுகளில் பல இடங்கள் ஒரே மாதிரியாக இருந்தன. அங்கேயே பிறந்து வளர்ந்திருந்த அந்தச் சிறுவர்களுக்கு வழிகள் எல்லாம் அத்துப்படியாகி இருந்தன.

வாய்யாகி வீட்டை அடைந்தபோது கிட்டத்தட்ட இருட்டியே விட்டிருந்தது. செச் அவனுக்காகக் காத்திருந்தார். தன்னுடைய 'திங்கிரா'விற்கு வாய்யாகியை அவர் அழைத்தார். 'திங்கிரா' ஆண்களுக்கான கூரை வேய்ந்த குடில். அங்கே அவர் தனது முக்காலி இருக்கையில் உட்கார்ந்து மையத்தூணில் சாய்ந்திருந்தார். விளக்கு நெருப்பு மிகவும் கீழாக எரிந்து கொண்டிருந்தது. வாய்யாகி நுழைந்த போது அங்கே இருந்த ஒரு கழியால் விளக்கு நெருப்பை அவர் தூண்டினார். பொறிகள் பறந்தன.

"இருட்டின பிறகா வீடு திரும்புவது?" தனது தலையைத் தூக்காமலேயே தரையில் கழியால் தட்டியபடி அவர் கேட்டார்.

"நாங்கள் கால்நடைகளை சமவெளிவரை ஓட்டினோம்"

"சமவெளிக்கா?"

"ஆமாம்... அப்பா..."

சற்று நேர மௌனத்திற்குப் பின் சொன்னார். "அது வெகுதொலைவில் உள்ளது."

வாய்யாகி ஒன்றும் பேசவில்லை. தனது தந்தையின் முன் இயல்பாக அவனால் இருக்க முடிந்ததே இல்லை.

"இருட்டில் ஆபத்துகள் அதிகம்"

"ஆமாம்..."

மீண்டும் வாய்யாகிக்குள் ஏதோ சலசலத்தது. அவன் வாசல் வழியை ஏனோ சட்டென்று நோக்கினான்.

"உனக்கு வழி... யார் காட்டினார்கள்?"

"எனக்குக் குன்றின் அனைத்து வழிகளும் நன்றாகத் தெரியும் அப்பா..." அவன் தனது தந்தையிடம் பெருமையோடு அறிவித்தான். தான் சிறுவன் என்றழைக்கப்படுவதை அவன் விரும்பியதே இல்லை. எப்போதும் பெரிய மனிதனாகத் தனது முடிவுகளைத் தானே எடுப்பதைத் தான் அவன் விரும்பினான்.

செச் இப்போது தலையைத் தூக்கி மகனைக் கண்டார். சற்றுநேரம் அவனையே பார்த்துக் கொண்டிருந்தார். தன்னைப் பற்றி அவர் என்ன நினைக்கிறாரோ எனறு வாய்யாகி பலவாறு யோசித்தான். தனது தந்தை தன்னைக் கண்டு பயப்படுவது போல அவனுக்குத் தோன்றியது.

மற்ற எல்லாச் சிறுவர்களுக்கும் கிடைக்காத அளவு சிறப்பான தந்தை தனக்குக் கிடைத்ததை எண்ணி அவன் பெருமிதம் அடைந்தான்.

“நீ இன்னும் உணவருந்தவில்லை“ செச்சின் குரல் பாசத்தோடு தழுதழுத்தது.

“இப்போதுதான் அப்பா...வந்தேன்”

“போ...உன் அம்மாவிடம் போய் உடனே ஏதாவது வாயில் போட்டுக் கொள்.. நீ பசியோடிருக்க வேண்டும்“

வாய்யாகி நகர்ந்தான். வெளியே செல்ல அவன் கதவைக் கடந்த சமயம் அவனது தந்தை அவனை மீண்டும் உள்ளே அழைத்தார். இப்போது வாய்யாகி சற்றே நடுங்கினான்.

“ஞாபகம் இருக்கட்டும்... நாளை உனது இரண்டாம் பிறப்புக்கான நாள்...”

“ஆ...ஆமாம் அப்பா”

“மறந்து விடாதே...” செச் தேவையற்ற அழுத்தத்தோடு மீண்டும் கூறினார்.

வாய்யாகி தனது தாயின் குடிலை நோக்கி ஓடினான். அப்படி ஒரு விஷயத்தை அவன் எப்படி மறப்பான்?

3

டெமியும் மத்தாதியும் மலையக மக்களின் குல தேவதைகளாக இருந்தனர். காலத்தின் தொடக்கத்தில் அவர்கள் வெகுகாலங்களுக்கு முன் வாழ்ந்தார்கள். மரங்களை வேரோடு பிடுங்கிக் காட்டை ஒழுங்கு செய்து அவர்கள்தான் விவசாயத்தைத் தொடங்கி வைத்தவர்கள். அவர்களிடம் நிறைய கால்நடைகள் ஆடுகள், செம்மறிகள் இருந்தன. அவற்றையும் அவர்கள் முருங்குவிற்கு பலியிட்டு முன்னோர்களின் ஆவிகளைத் திருப்திப்படுத்தி அவைகளோடு தொடர்பும் வைத்திருந்தார்கள். வாய்யாகி இந்த இரண்டு மலையகச் சந்ததியையும் அறிந்திருந்ததோடு அவை பற்றி மிகவும் பெருமை கொண்டிருந்தான். அவர்கள் பார்ப்பதற்கு எப்படி இருந்தார்கள் என்பதை அவன் அறிய விரும்பினான். அவர்கள் மிகுந்த பலவான்களாகவும் காட்டின் எந்தத் தடைக்கும் அஞ்சாதவர்களாகவும் இருந்திருக்க வேண்டும்.

சிலசமயம் புதர் மறைவில் அவனும் மற்ற நண்பர்களும் டெமியும் மத்தாதியும் விளையாடுவார்கள். ஒரு நாள் கோய்நாவிலிருந்து வந்த சிறுவன் ஒருவன் சொன்னான்.

“நீ... டெமியாக இருக்க முடியாது”

“ஏன்?'' வாய்யாகி கேட்டான். மற்ற சிறுவர்கள் சூழ்ந்து கொண்டார்கள்.

“நீ இன்னும் அறுப்பு சடங்கிற்குத் தயாராகவில்லை. மறுபிறப்பு சடங்கே உனக்கு இன்னும் நடக்கவிலலை”

சுற்றிலும் பார்த்த வாய்யாகி மிகவும் சின்னவனாகத் தன்னை உணர்ந்து வருந்தினான். பிறகு அவன் விளையாட்டை வேடிக்கை மட்டும் பார்த்தான். பெரிய கண்களில் கண்ணீர் வழிந்தது. சோகமாகவும் ஆழமாகவும் அவனது கண்கள் இருந்தன. அவன் யாரைப் பார்த்தாலும் அவர்கள் மீது ஒருவித ஒளி விழுந்தது. எல்லாவற்றையும் ஊடுருவி அவனது பார்வை ஒருவரது இதயத்தைத் தொட்டது. அவனது விழிகள் என்ன மாதிரி மொழியைப் பேசின என்பதை யாராலுமே சொல்ல முடியவில்லை. அவன் உங்களை ஒரு பார்வை பார்த்தால் போதும் நீங்கள் கீழ்ப்படிந்து விடுவீர்கள். அந்தப் பாதி அழைப்பும் பாதி அதிகாரமும் கொண்ட பார்வை ஆழமாக உத்தரவிட்டது. அதனால்தான் மற்ற சிறுவர்கள் அவனுக்குக் கீழ்ப்படிந்தார்கள். அவனது தாய் எப்போதுமே தன் பார்வையை அவனது பார்வையிடமிருந்து தவிர்த்தாள். மற்ற பெண்களும் பெரிய பெண் பிள்ளைகளும் அவன் தங்களை வெட்கப்பட வைப்பதாகக்

கூறினார்கள். தங்கள் மீது ஆணின் பார்வை பட்டாலே பெண்கள் வெட்கப்படத்தான் செய்வார்கள், வாய்யாகிக்குத் தன் கண்களில் புதுமையாக எதுவும் இருப்பதாகத் தோன்றவில்லை. ஆனால் சில சமயம் ஏதோ தனக்குள் எரிவதாக அவனுக்குப் பட்டது, அதுதான் அவனை தைரியமான விஷயங்களைச் செய்யவும் சொல்லவும் தூண்டியது.

அதேதான் அன்றும் நடந்தது. உள்ளேயிருந்து ஏதோ ஒன்று அவனைத் தூண்டியது. அந்த நிமிடத்தில் அவன் டெமி ஆகி விட்டான்,

“நான் டெமி தான்” சற்று தூரத்தில் அவன் ஒரு மரத்தைக் கண்டான். “அந்த மரத்தை வெட்ட என்னால் முடியும்” சரசரவென்று ஏறினான். தனது சிறு கோடாலியால் அதை வெட்டத் தொடங்கினான். எதைக் குறித்தும் கவலை இல்லை. வேரோடு பிடுங்குவான். முதலில் எல்லோரும் சிரித்தார்கள். பிறகு அவனோடு இணைந்து காட்டைச் செப்பனிட்டு விவசாய நிலமாக்கினார்கள். சற்று நேரத்தில் மரம் தூள் தூளாகிக் கீழே கிடந்தது. டெமியும் மதாத்தியும் போல விவசாயத்திற்கு நிலத்தை அவர்கள் தயார் செய்தார்கள்.

அன்றைய தினம் வீடு திரும்பியபோது வாய்யாகி தன் தாயிடம் கூறினான். “நான் மீண்டும் பிறக்கும் சடங்கைச் செய்து கொண்டே ஆக வேண்டும்”

அந்த நாள் இப்போது வந்திருந்தது. சூரியன் உதித்து தரையிலும் ஆடுகளின் மீதும் வெப்பத்தைப் பரவவிட்டான். பின்புறம் சென்ற வாய்யாகியின் மேல் கிரணங்கள் விழுந்தன. இளஞ்சூட்டை அவன் ரசித்தான்.

வாய்யாகிக்கு தான் மகிழ்ச்சியாக... மிகமிக மகிழ்ச்சியாக இருக்க வேண்டுமென்று ஆசையாக இருந்தது. அவன் அந்த மலையகத்தின் அனைத்து நடைமுறைகளையும் அறியாமலா போய்விடுவான்? மீண்டும் உயிர்ப்பிக்கும் சடங்கின் நீர்மத்தை அருந்தாமலா போய் விடுவான்? அவனுக்குத் தமது மலையகத்தின் அகு முதல் அகு வரை முற்காலத்தையும் சேர்த்து அனைத்தையும் அறிந்த தன் தந்தையைப் போல இருக்க வேண்டுமென்பதே ஆசை.

ஆனால் ஏனோ அவன் மிகுந்த ஏமாற்றத்தில் இருந்தான். எதையோ பறிகொடுத்தவன் போல. அவனது கதையின் வழியே ஏதோ ஒன்று நுழைந்து அவனது ஆன்மாவைத் துளைத்தது. கமாயுவும் கினுத்தியாவும் தன் உடன் இருந்திருக்கலாம் என்று அவனுக்குப் பட்டது. இந்த நாளும் அவனுக்குத் தேவையாகவே இருந்தது. காத்திருந்த நாட்களில் இந்த நாளின் முக்கியத்துவத்தைத் தான் உணர்ந்தபடியே மீண்டும் அந்த சூரிய ஒளியில் அவன் அசை போட்டான். கண்களை மூடியபடி எதிர்பார்ப்பது இனிமையான அனுபவமாக இருந்தது. இப்போது

அது பெரிதாகத் தெரியவில்லை. இந்த நாளுக்குப் பிறகே அவன் மிகப் பெரிய சடங்கான சுன்னத் - அறுப்புச் சடங்கிற்குத் தயாராக முடியும். அது அவன் முழு மனிதனாவதைக் குறிக்கும். அதன் பிறகு அவன் தனது ஆண்-வீரத்தையும் ஆன்ம பலத்தையும் காட்டுவான்.

பீர்பானம் அதிகம் அதிகம் தேவைப்படும் படியாய்க் கூட்டம் கூடத் தொடங்கியது. ஆடுகள் வெட்ட இரண்டு பேர் காலையிலேயே வந்து விட்டிருந்தார்கள். வந்திருக்கும் அனைவருக்கும் ஆட்டுக்கறி உணவு பரிமாறப்படும். இறந்தவர்களின் ஆவிகளும் வாழ்பவர்களின் ஆன்மாக்களும் கலந்து அவ்விடத்தே சடங்கின் திருப்தியை உண்டு வாழ்த்துவார்கள்,

சடங்கு வெகுநேரம் நீடிக்கவில்லை. அது சிக்கலானதாகவும் இல்லை. அவனது தாய் அவ்வீட்டின் நெருப்பிடத்திற்கு முன் பிரசவத்தின்போது உட்காருவது போல உட்கார்ந்தாள். அவளது மடியில் வாய்யாகி உட்கார வைக்கப்பட்டான். வெட்டப்பட்ட ஆட்டிலிருந்து பெறப்பட்ட ரத்த நரம்புச் சதை அவனையும் அவனது அம்மாவையும் இனைத்துக் கட்டிட அது தொப்புள்கொடியாகப் பாவிக்கப்பட்டது. பிரசவம் பார்க்குமளவிற்கு வளர்ந்திருந்த முதிர்ந்த கிழவி ஒருத்தி வந்து தொப்புள்கொடியை அறுத்தாள். குழந்தை வீறிட்டு அழுதது. அந்தக் குழந்தை பிறக்கவே காத்திருந்த பெண்கள் பாடத் தொடங்கினார்கள். மகிழ்ச்சியோடு கூவி அவர்கள் பாடினார்கள்.

“ஆய் ...லி...லி...லி...உல்லி

பழைய வாய்யாகி பிறந்தான்...

நம் புராதனத் தீயின் மீது

பிறந்தபடி அவன் அழுகிறான்...”

கொஞ்சநேரம் வாய்யாகி தன்னையே மறந்தான். தான் ஏதோ டெமி என்றும் காடுகளைச் செப்பனிடுவது தனது பெரிய வேலை என்றும் அவன் நினைத்தான். முழு மலையகமும் அவனது பின்னே செல்லும். தன்னைச் சுற்றிலும் மிகவும் வயதான பெண்கள் நெருக்கமாக இருப்பதைக் கண்டதும் அவன் மீண்டும் அழத் தொடங்கினான். ஒரு பெரிய அச்சத்தின் வலி தன் உடலெங்கும் ஆழ்வதை அவன் கண்டான். தனது கண்களை மேலும் அகலமாகத் திறக்க முயன்று அவை திறக்காதது போல உணர்ந்து அவன் அழுதான். மிகவும் குளிரடிப்பது போல அவனது உடல் நடுநடுங்கியது. இதுபோல அவன் முன் எப்போதும் உணர்ந்தது இல்லை. கண்ணீர் அப்படிப் பெருக்கெடுத்துத் தரைநோக்கி ஓடியது. பெண்கள் சுற்றிலும் கூடி இருந்து ஓலமிட்டுக் கொண்டே இருந்தார்கள். வாய்யாகி அவர்களை இப்போது பார்க்க முடியாத நிலையில் இருந்தான். ஒரு கனவின் போது கூட்டமாகக் கூவியபடி தேனீக்கள் அவனைத் தாக்க வந்தது போல தூரத்தில்

அவரது குரலை அவன் கேட்டான். அவன் மேலும் அழுதான். அவர்கள் பயந்து போனார்கள், எபோதுமே இதுதான் நடந்தது.

நேரம் கடந்தபோது, அவனது தாய் வயற்புறத்திற்குச் சென்றாள். தலைமழிக்கப்பட்ட வாய்யாகி சிறு குழந்தையைப் போல அவள் பின்னே சென்றான். அங்கே அவள் ஹானியா நதிக்குச் சென்றாள். அவனை அந்த நதியில் அவள் முக்கி எடுத்தாள். அவன் சுத்தமாக வெளியே வந்தான்.

அவன் வழக்கத்தை விட முன்னரே படுக்கைக்குச் சென்றான். வயிற்றில் வினோதமான வெற்றிடம் சூழ உணர்ந்தான். எல்லாமே வினோதமான அனுபவமாக இருந்தது. சடங்கு முடிந்ததற்காக மகிழ்ந்தான். ஆனால் எங்கோ, எதன் தொடக்கமோ அன்று ஏற்படுத்தப்பட்டிருந்தது. அவன் அதற்கான முதல் முயற்சிக்குத் தயாரானான்.

4

அந்தக் கிராமத்தின் அன்றாட வாழ்வில் விரைவில் வாய்யாகி கலந்து கரைந்து கொண்டிருந்தான். வழக்கம் போல அவன் கால்நடைகளைக் கூட்டிக்கொண்டு அவற்றை மேய்க்கப் போய்க் கொண்டிருந்தான். அதைத் தவிர வேட்டைக்கும் போவது அவனது வழக்கமானது. சிறுவர்கள் மற்றும் இளைஞர்களின் நடனங்களிலும் கலந்து கொண்டு அவன் மகிழ்ந்தான். நாட்கள் வந்து போயின. ஒரே மாதிரியாகவே இருந்தது வாழ்க்கை. அவனது விழிகள் பலமான அதிகாரப் பார்வையைத் தக்க வைத்துக் கொண்டன. சிலர் அவனது விழிகளுக்குள்ளிருந்த கெட்ட ஆவிகள் பளபளப்பதாகக் கூறினார்கள். அவனது தந்தைக்கும் அதே மாதிரியான விழிகளே இருந்திருக்க வேண்டும்; சுருக்கங்கள் விழுந்து முற்றிலும் சிதைந்து கொண்டிருந்த அந்த உடலில் கண்கள் மட்டும் ஒளிவீசின.

'இரண்டாம் பிறப்பிற்கு' ஒருவாரம் கழித்து ஒருமாலைப் பொழுதில் வாய்யாகி அவனது தந்தையால் அவரது திங்கிராவுக்குள் அழைக்கப் பட்டான். தந்தையின் முன் என்றாலே ஒருவிதமான சலசலப்பிற்கு உட்படும் அவன் மிகவும் அமைதியாக அங்கு சென்றாள்.

தூணிற்கு அருகே தனது வழக்கமான இடத்தில் உட்கார்ந்திருந்தார் செச். ஒருவிதமான வாடையுடன் செம்மறி ஆடுகள் அங்கும் இங்கும் உறங்கிக் கொண்டிருந்தன.

"உட்காரு" செச் நான்கு கால்கள் கொண்ட நாற்காலியைச் சுட்டிக் காட்டினார். நெருப்பிடத்திற்கு வெகு அருகே படுத்துக் கொண்டிருந்த மிகப்பெரிய ஆட்டுக்குப் பக்கத்தில் எதிரில் அந்த இருக்கை இருந்தது. வாலில் ஆட்டைத் தன் இடது காலால் நெட்டித்தள்ளி அதில் உட்கார முயன்றான். அது நகராததால் அவனுக்குப் பாதி இடமே உட்காரக் கிடைத்தது. நாளை கால்நடைகளை எங்கே கூட்டிச் செல்ல இருக்கிறாய்?

"நயாமா சமவெளி"

"காமனோவிற்குத் தெற்கே கீழ்நோக்கி மலைச்சரிவிற்கு நீ போயிருக்கிறாயா?" செச் மிகவும் சன்னமாகப் பேசினார். அதில் கிழத்தன்மை இல்லை. அது அமைதியாக இருந்தது.

"இல்லை" வாய்யாகி சற்றைய தாமதத்திற்குப் பிறகு பதில் கூறினான். அந்த இடத்தை ஞாபகப்படுத்திக் கொள்ளப் பார்த்தான். திடீரென்று தன்னை அழைத்து ஏன் தந்தை இப்படியெல்லாம் கேட்க வேண்டுமெனவும் வியந்தான்.

“அங்கிருக்கும் புனிதர் தோப்பிற்குப் போயிருக்கிறாயா?”

“அதுபற்றி நான்... நாங்கள் கேள்விப்பட்டிருக்கிறோம்”

மீண்டும் அமைதி. வாய்யாகி ஆர்வம் மிகுதியில் பரபரப்பு அடைந்தான்.

“மாடுகளையும் ஆடுகளையும் உன் அம்மாவிடமே விட்டுவிடு... நாளை... நாம் மலைக்குச் செல்லலாம்”

வெளியே இருட்டாக இருந்தது. வானிலும் குறுக்காகச் சில நட்சத்திரங்களே இருந்தன. வாய்யாகி மிகுந்த ஆர்வம் கொண்டான். அங்கே அப்போதே பயணத்தைத் தொடங்க அவன் தயாராக இருப்பதாய் உணர்ந்தான். அவர்கள் சேர்ந்து என்ன செய்ய இருக்கிறார்கள்? எங்கே போக இருக்கிறார்கள்? அது ஒரு ரகசியம். ஒரு ஆணின் ரகசியம். தனது வயது முதிர்ந்த உடலுக்குள் அவனது தந்தை இன்னும் என்ன ரகசியமெல்லாம் வைத்திருக்கிறாரோ? செச் இன்னும் நிறைய சொல்லியிருக்கக் கூடாதா என்று அவன் ஏங்கினான். ஆனால் நாளை அவனுக்கு எல்லாமே தெரிந்து விடும். பயணம் மிக முக்கியமானது. அது தலைசிறந்த நாளாக இருக்கப் போகிறது. தனது தாயின் குடிலுக்குள் நுழைந்து அங்கே சென்று உட்கார்ந்தபோது தான் மிகவும் பெரிய மனிதனாகவும் முக்கிய ஆளாகவும் தோன்றியது.

செச்சும், வாய்யாகியும் ஊர்ந்து போய்க் கொண்டிருந்தார்கள், அவர்கள் நடந்த ஹானியா நதிபீடத்தின் பாதை வாய்யாகியால் கண்டுபிடிக்க முடியாத, அறியப்படாத ஒன்றாக இருந்தது. புதர்கள் அடர்ந்த பெருமரங்கள் மற்றும் வினோதத் தாவரங்கள்.. காட்டுச் செடிகளின் வழியே போய்க் கொண்டிருந்த தனது தந்தையை மட்டும் பின் தொடருவதன்று அவன் தீர்மானம் செய்து கொண்டான். தாவரங்கள், புதர்களில் அவன் அடிக்கடி வெளியே எடுக்க முடியாத அளவிற்கு மாட்டிக் கொண்டான்.

எதுவும் அவர்களைத் தடுக்கவில்லை. அவ்வப்போது குறுக்கிட்ட அந்த மலையாற்றின் நீர்ச்சிதறல்கள், அவர்களது வேகத்தைக் குறைத்தன. சில நேரங்களில் செச் நடப்பதை நிறுத்தி விட்டு உற்று எதையோ கவனிக்கத் தொடங்குவார். வாய்யாகியும் நிற்பான், கவனிப்பான். அவன் காதில் எதுவுமே விழுவது இல்லை. செச் திடீரென்று எச்சிலைத் தொண்டையிலிருந்து கொண்டு வந்து மாரில் உமிழ்வார். இது சிக்குயு மக்கள் வழியில் ஆசீர்வதித்தல். அவர் நதியை ஆசீர்வதிப்பதாக வாய்யாகி கருதினான்.

அதிகம் அவர்கள் பேசிக் கொள்ளவில்லை. ஆனால் செச் திடீரென்று அவ்வப்போது ஒரு மரத்தின் அருகிலோ அல்லது புதர் முடிவிலோ நிற்பார். அப்போது அவர் ஏதோ சொல்ல வருவதாக அவனுக்குப் புரிந்தது.

"இந்த மரத்தின் பால் விரைவில் காயங்களை ஆற்றும்"

"இந்தச் செடியின் வேர் நல்லது. வயிறு எரிந்தால் அதை நீரில் போட்டுக் காய்ச்சு...அந்த நீரைக் குடி..."

சில சமயங்களில் சில மரங்களைக் காட்டி எச்சரிப்பார். "இதன் பழங்கள் மிகுந்த விஷம் நிறைந்தவை"

முன் எப்போதும் இல்லாத அளவிற்கு வாய்யாகி தனது தந்தையோடு மிகவும் நெருக்கமாக உணர்ந்தான். ஒரு தீப்பந்தம் கொழுந்து விட்டுத் தன் உள்ளிருந்து எரிவது போல அவன் உணர்ந்தான். நம்பத் தகுந்த ஒரு முழு மனிதத் தடாகத்திலிருந்து அறிவை அள்ளி அள்ளி அவன் பருகுகிறான். டித்தரு. உண்மையே அவன் முதிர்ச்சி நிலைக்கு முக்தியில் திளைக்கத் தொடங்குகிறான். டித்தரு மலை ரசசியங்களின் வடிவம். அது அதுவாக முயலுகிறான். மலையில் முன்னோர்களால் ஒளித்து வைக்கப்பட்ட பல உண்மைகள் அவனுக்கு விளக்கப்படுகின்றன.

சமவெளியை விட்டு மலையின் மேலே அவர்கள் ஏறத் தொடங்கினார்கள். சரிவுகளில் இங்கொரு பாறை அங்கொரு மரம் அவர்களுக்கு உதவியது. தனது தந்தையின் பலத்தைக் கண்டு வாய்யாகி அதிசயித்தான். அவனே மூச்சுவாங்கித் திணறும்போது அவர் ஒரே மாதிரி வேகத்தில் பல மைல் சரிவுகளைக் கடந்து கொண்டிருந்தார். தனது மறைவிடத்திலிருந்து அதிவேக மான் ஒன்றை அவர்கள் ஓட வைத்திருந்தார்கள். அது தாவித் தாவி... தாவி... ஓடியே விட்டது. வாய்யாகிக்கு அவைகளைப் பிடித்திருந்தது. அவற்றின் மிருதுவான உடலை அவன் தடவுவான்.

"மனிதர்களைக் கண்டால் அவை ஓடி விடுகின்றன."

"ஏன்? பெண்களைக் கண்டால் அவை ஓடுவது இல்லை" வாய்யாகி கேட்டான். ஆர்வம் அவனைக் கேட்க வைத்தது. காடு மிக மிக அமைதியாக இருந்தது. தூரத்தில் ஓடிய நதியின் ஓசையை ஒருவர் கேட்கவும் முடிந்தது.

"உனக்குத் தெரியாதா! இந்த நிலத்தையும் அதன் ஆண்களையும் வெகுகாலத்திற்கு முன்பு பெண்கள் ஆண்டு வந்தார்கள். அவர்கள் இரக்கமற்றவர்களாகவும் கொடுங்கோன்மையானவர்களாகவும் இருந்ததால் ஆண்கள் தங்கள் வேலையைக் காட்டத் தொடங்கினார்கள். எல்லாப் பெண்களும் கர்ப்பமான போது அவர்களை ஆண்கள் எளிதில் ஆட்சியிலிருந்தே தூக்கியெறிந்தார்கள். அதற்கு முன் பெண்கள் தான் அனைத்தையுமே தங்களது கட்டுக்குள் வைத்திருந்தார்கள். நீ பார்த்த விலங்கிருக்கிறதே அதைத்தான் பெண்கள் ஆடு போல வளர்த்தார்கள். அவற்றைக் கூட கட்டுக்குள் வைக்க அவர்களால் முடியாது போனதால், அவையும் ஓடிப் போயின. பெண்கள் பலவீனமானவர்கள் என்று அவற்றிற்கு நன்றாகத் தெரியும். எதற்கு பயந்து ஓட வேண்டும்?"

தன் தாய் ஏன் இந்த சொத்திற்கு அதிபதியாக முடியவில்லை என்பது இப்போது தான் வாய்யாகிக்குப் புரிந்தது.

அவர்கள் உச்சிக்கு வந்திருந்தார்கள். அங்கே வெகு காலத்திற்கு முன் கைவிடப்பட்ட ஒரு பாதையை அவர்கள் கண்டார்கள். அதன் வழி நடந்தார்கள். எதிரில் திடீரென்று ஒரு சிறுமலை தென்பட்டது. அதன் உச்சியில் அந்தக் கடவுளின் நிலம் இருந்தது. வாய்யாகியின் இதயம் மிக வேகமாக அடித்துக் கொள்ளத் தொடங்கியது. அச்சமும் ஆர்வமும் ஒரே சமயத்தில் அவனைப் பிடுங்கித் தின்னத் தொடங்கின.

மலையின் எல்லையில் ஒரு பெரிய முகுமோ மரம் நின்றது. மிகப் பிரம்மாண்டமான மரம் அது. மிகவும் அடர்ந்த மர்மமான மரம். சுற்றிலும் அடர்ந்து படர்ந்திருந்து கரை தொட்டன அதன் கிளைகள். முழு நாட்டையுமே ஆக்கிரமித்தது போல கண்காணித்தபடி அனைத்தையும் அறிந்த முதிர்ச்சியோடு அந்த மரம் அங்கு நின்று கொண்டிருந்தது. புனிதத்துவத்துடன் முழுமையும் கலந்து அதனிடம் வீசின. மிகப் பிரமாண்டமான அதன் சக்தியின் முன் வாய்யாகி மிக மிகச் சிறிதாக தன் ஆத்மாவை உணர்ந்தான். அது ஒரு தேவ விருட்சம். அது தான் முருங்கு தெய்வத்தின் மரம். மேலே மலை உச்சியில் அந்த மரத்தின் பின்னிருந்தபடி இப்போது வாய்யாகி தன்னைச் சுற்றிலுமிருந்த நாட்டை நோட்டம் விட்டான். எங்கும் நீக்கமற நிறைந்து பரவி இருந்த அந்த வனாந்திர நிலம் அவனைத் திக்குமுக்காடி தலைசுற்ற வைத்தது. மிகச் சிறிய அவனது கால்களுக்குக் கீழோ குன்றுகள் ராட்சச வடிவம் கொண்டன. கிழக்கே சூரியன் ஏற்கனவே உதித்து விட்டிருந்தான். சிவந்து கொப்பளித்த பல நிற நெருப்புக் கோளத்தை இப்போது பார்க்க முடிந்தது. எரியும் அதன் மய்யத்திலிருந்து மஞ்சள் கிரணங்கள் எங்கும் பரவின. மேகக்கூட்டத்தை நிலத்தோடு அந்தக் கிரணங்கள் இணைத்தன. அதற்கும் வெகுதொலைவில் சாம்பல் நிற மேகக் குவியலுக்கு நடுவில் தெரிந்தது கெரின்யாகா. அதன் பனிபடர்ந்த உச்சியில் பளபளத்தது முருங்காவின் இருப்பிடம்.

குன்றுகள் அமைதி காத்து உறங்கின. காமநோவும் மக்குயுவும் இப்போது ஒன்றுக்கொன்று எதிரானவை அல்ல. அவை இரண்டுமே ஒரு மாபெரும் நிலத்தைச் சேர்ந்த ஒன்றிணைந்த இடமாக இப்போது பட்டது. அதற்காகவே அவை படைக்கப்பட்டன. கடவுளின் இருப்பிடமான அந்த மாமலையிலிருந்து ஒருவர் பார்க்கிறபோது காமோ, மக்குயு மற்றும் இதர மலையகங்கள் அனைத்துமே அமைதி நிறைந்தவை ஒரே நிலமாகத்தான் காட்சியளித்தன.

5

காலையின் அந்த அமைதி. இனப்பெரியவர் செச்சையே ஒரு கலக்கு கலக்கியது. நீண்ட நேரம் கழித்தே அவரால் பேச முடிந்தது.

“இந்த நிலம் முழுவதையும் உன்னால் பார்க்க முடிகிறதா, இந்தத் திக்கிலிருந்து மறுபுறம் வானம் முடியும் வரை...?” ஆழமான அமைதியான குரலில் அவர் கேட்டார். ‘என் மகனே’ அழுத்தமான உணர்வுகளால் வெளிவந்த சொற்கள் என்பதை மகன் சிறுவன் வாய்யாகி உணர்ந்தான். லேசாகக் கிசுகிசுத்தான்.

“ஆம்”

“கண்களுக்கு எவ்வளவு அழகாக இருக்கிறது?”

“மிகவும் இளமையோடும்... செழிப்போடும்...”

“ஆமாம்... இளமையோடும்... செழிப்போடும்...”

“இவை அனைத்துமே நமது நிலம்...நமது மண்”

“அ... ஆமாம்... அப்பா”

“உனக்கு கிகுயுவையும், மும்பியையும் தெரியுமா?”

“நம் மலையக மக்களின் தாய்... தந்தை”

ஏதோ இருவருமே ஒரு மிகப்பெரிய கனவில் இருப்பது போலிருந்தது.

“சாம்பல் நிற மேகங்களோடு அந்தப் பெருமலையைப் பார்க்க முடிகிறதா தொலைவில் வான் சந்தியில்...”

“கெரின்யாகா...தானே...அது?”

“ஆமாம்... தனது எல்லையில்லா இறை மாட்சியோடு தகதகக்கும் ஆண்டவனின் இடம்...” செச் ஒரு சில நொடிகள் நிறுத்தி விட்டு மகனை நேரே கண்டு தொடர்ந்தார். “அதுதான் முருங்குவின் இருக்கை... அவர்தான் கிகுயுவையும் மும்பியையும் படைத்தார்.”

“அ...ஆமாம்” வாய்யாகி ஆமோதித்தான்.

“அதோ அந்தப் பெரிய மாமலையின் உச்சியில் அவர்களை நிறுத்தி வைத்தார்... இந்த நிலமனைத்தையும் அவர்களுக்கு அவர் காட்டினார்...”

“ஆமாம்” குரல் எழும்பாத ஆமோதிப்பு. அப்பாவின் குரல் ஒருவித மந்திர சக்தியைக் கொண்டிருந்தது.

“அங்கிருந்துதான் அவர்களை இங்கே அழைத்து வந்தார்...” மகனுக்குப் பின்னே நின்றுகொண்டு பேசினார் செச். கொஞ்சம்

தப்படிகள் பின்னே அவர் அந்தக் குன்றுகள் முழுவதையும் ஒரு பார்வையால் அளந்தார். மலைகள்...வான எல்லைகள்... பிரபஞ்சம்... இலக்கு கொண்ட மாமனிதனைப் போல வாய்யாகியிடமிருந்து மறைக்கப்பட்ட ஏதோ ஒன்றை அவர் காண்பது போலிருந்தது. தனது கண்களை முடிந்தவரை தீட்டியபடி வாய்யாகி எவ்வளவோ முயன்றும் அவனால் அவர் பார்ப்பதைப் பார்க்க முடியவில்லை... தனது தந்தையைப் பார்த்து பயந்தாலும் முதியவர் கூறிவந்த வார்த்தைகள் அவனை மிகவும் பலவானாக ஆக்கிக் கொண்டிருந்தன. அதோ அங்கே அவனது தந்தை பேசிக்கொண்டே போனார். வாய்யாகியிடம் கூட அல்ல... தனக்குத்தானே சொல்லிக்கொண்டே போனார். தனது கொந்தளிக்கும் உணர்வுகள் பிளிறிட கரகரத்து ஒலித்த தனது மலையக முரட்டுக் குரலில்... அவரது சொற்கள் அந்த வெளியை நிறைத்தன. காற்றில் அவை அதிர்வடைந்தது போலிருந்தது. அங்கேயே முத்திரையாகிப் போய் விடுபவர் போல செச் ஒருவித முடிவான நிலையை அடைந்தது போல வாய்யாகி உணர்ந்தான்.

"... அகுவிற்கும் முன்னே; எல்லாவற்றிற்கும் ஆரம்பத்தில் நடந்தது அது... முருங்கு அந்த ஆண்மகனையும் பெண்ணையும் இங்கே அழைத்து வந்து முழு இடத்தையும் காட்டினார். இந்த பூமியின் பிரம்மாண்டத்தை... இந்த மண்ணின் மொத்தப் பரப்பையும் அவர்கள் கண்டார்கள். அவர் இந்த மலையக நாட்டையே அவர்களிடம் ஒப்படைத்தார். அவர்களிடம் அவர்களது எல்லையற்ற கால வெளியெங்கும் பிறக்கும் அவர்களது சந்ததிகள் அனைவருக்குமாக.. இந்த மலையகத்தை... உன்னால் பார்க்க முடிகிறதா...?"

இந்தக் கேள்வி தன்னிடம் தான் கேட்கப்பட்டதா என்பதை வாய்யாகியால் உறுதியாக நம்ப முடியவில்லை. எனினும் தந்தையை ஏறெடுத்து அவன் பார்த்த அவ்வேளை அவர் தொலைவில் புதர்களுக்கு இடையே தெரிந்த அந்த பிரமாண்ட முகுமோ மரத்தைக் காட்டிக் கொண்டிருந்தார்.

"ஆசிர்வதிக்கப்பட்ட புனித இடம் அதுதான். அங்கே... அந்த மும்பியின் கால்பட்ட இடத்தில் வளர்ந்துயர்ந்தது அந்த விருட்சம் நீ பார்க்கலாம். அந்தத் தந்தையையும் தாயையும் காமநோதான் பாதுகாத்து வளர்த்தது. இங்கிருந்து முகுருவே வாகத்தங்காவிடம் முருங்காவிற்குக் கொண்டுபோய் அவர்களை முருங்கு ஒப்படைத்தார். அங்கே நமது தந்தையும் தாயும் ஒன்பது பெண் குழந்தைகளோடிருக்க, அவர்கள் மேலும் குழந்தைகள் பெற்றார்கள். நாடு முழுவதும் அக்குழந்தைகள் பரவின. சில இதே மலைக்குன்றுக்குள் புராதன சம்பிரதாயங்களைக் காவல் காத்துப் பாதுகாக்க வந்து சேர்ந்தன..."

திடீரென்று முதியவர் தனது பார்வையைத் தன் மகனின் மீது பதித்தார்.

“நீ...இங்கே... இருக்கிறாய்...”

“உங்களோடுதான் வந்தேன் அப்பா” குழப்பத்தோடு வாய்யாகி கூறினான். அவரது சொற்களின் பலத்தில் அவன் வெலவெலத்துப் போயிருந்தான்.”

“தெரியும். தெரியும்” பொறுமையின்றி அவர் சொன்னார். “கிகுயுவும் மும்பியும் கால்பதித்தது அங்குதான் என்பதை நீ அறிவாய்...”

“ஆ...ஆமாம்...”

“மலையகத்திற்கு வந்தவர்களின் பரம்பரையில் வந்தவன் நீ..”

அங்கே சற்று நேரத்திற்கு மௌனமே நிலவியது. வாய்யாகிக்குப் புரியவில்லை.

“நீ...முகோ வா கிபிரோவைப் பற்றி அறிந்துள்ளாயா?”

“ஆம்...”

“அவர்தான் ஞானகுரு...அவரால் அனைத்தையும் பார்க்க முடிந்தது. எதிர்காலம் அவரது கண்முன்னே விரிந்தது. முகோ இங்கே காமநோவில் தான் பிறந்து வளர்ந்தார். பிறகு தன்னால் பார்க்க முடிந்தவற்றை மக்களிடம் கூறினார். பல பட்டாம்பூச்சிகளைப் பல வண்ணங்களில் அவர் கண்டார். நம் மண் பரப்பு முழுதும் அமைதியை சீர்குலைத்தபடியே அவை பறந்தன. மக்களின் வாழ்வை அவை சிதைப்பதை அவரால் காண முடிந்தது. பிறகு அவர் பதறியபடி அறிவித்தார். ‘பட்டாம்பூச்சிகளைப் போல உடை உடுத்தியவர்கள் இங்கே வருவார்கள்’ மக்கள் அவரை நம்பவில்லை. சிலர் அவர் மீது வசைமாரி பொழிந்தார்கள். விழுந்து விழுந்து அவரது சொற்களுக்காகச் சிரித்தவர்களும் உண்டு. அவர்கள் உறுதியாகச் சொன்னார்கள். அவர் சரியில்லை. அவர்களை எச்சரித்த அவரது குரலைக் கேட்க அவர்கள் தயாராக இல்லை. ஜாக்கிரதையாக இருங்கள்...ஆபத்து வருகிறது. மலையகத்தாலும் அதன் மக்களாலும் குருவானவர் தூக்கியெறியப்பட்டார். அவருக்கு ஆடையோ, உணவோ கொடுக்க அவர்கள் தயாராக இல்லை. அவர் வெறுத்துப் போய் மறைந்து வாழ்ந்தார். அவர்களுக்கு மேலும் எதுவும் கூற அவர் தயாராக இல்லை. மலைகளுக்குப் பின்னே சென்று விட்டார். கிக்குயு நிலம் முழுவதுமாக அவரது குரல் ஒலித்தது. அப்போதும் அவரை அவர்கள் எள்ளி நகையாடினார்கள். அங்கே அவர் இறந்து போனதாகக் கருதினார்கள். ஆனால் மாறுவேடத்தில் வந்து குடிகொண்டு விட்டார்.”

செச் சற்று நேரத்திற்கு மவுனமானார். அவருக்கு மூச்சு வாங்கியது. அவருக்குள்ளிருந்த பொறிகள் விழிகளின் வழியே ஒளிபெற்றன. பிறகு மெதுவாகக் கூறினார்.

“நாம் அவருக்குப் பிறந்தவர்கள்...அவரது ரத்தம் நமது நாளங்களில் ஓடுகிறது”

வாய்யாகி ஒரு ஊமையைப் போல நின்றிருந்தான். எதிர்காலத்தை விட பிரசித்தி பெற்ற குருவின் ரத்தம் தன்னுள் எங்கும் ஓடுவதாக அவனுக்குத் தோன்றியபோது... அவன் அதிசயித்தான். அவனால் பேச முடியவில்லை. அவனிடமிருந்து வந்த ஒரே வார்த்தை "ஹா" எனும் ஒலிதான், அவனது தந்தை இன்னமும் பேசிக்கொண்டே இருந்தார்:

"அவர் இங்கேதான் இறந்தார். நமது தந்தையர்களால் அவரது உடலைத் தேடிக் கண்டுபிடிக்க முடியவில்லை. சிலர் அவரை முருங்கு வந்து தூக்கிச்சென்று விட்டதாகக் கூறுகிறார்கள்."

பேசுவதை நிறுத்திவிட்டு செச் வாய்யாகியின் பக்கம் திரும்பினார். அவன் நடுநடுங்கிக் கொண்டிருந்தான்.

"நீ பயப்படுவதை நான் பார்க்கிறேன். பயத்தைப் போராடி வெற்றிகொள்ள நீ பழக வேண்டும்...முகோவை மட்டுமே அவர்கள் அலட்சியப்படுத்தி விடவில்லை. சிரியானாவைப் பற்றி நான் கூறியபோது "அவர்கள் கவனிக்கக்கூட விரும்பவில்லை."

முதல்முறையாக வாய்யாகி மிகுந்த அச்சம் தன்னைச் சூழ்வதை உணர்ந்தான். உள்ளத்தளவில் அதை எதிர்த்து அவன் போராடினான்.

"இதை உன்னிடம் நான் ஏன் கூறுகிறேன் என்று நீ வியப்படைவாய் என்பதில் சந்தேகமில்லை."

வாய்யாகி அழ விரும்பினான். இதற்கு மேல் சொல்லாதீர்கள் அப்பா...நான் கேட்க விரும்பவில்லை...வேண்டாம்...வேண்டாம்... அப்பா தயவு செய்யுங்கள்.

ஆனால் வார்த்தைகள் வரவில்லை.

"ஆ...ஆமாம்" என்று மட்டும் கூறினான்.

"அந்த வரிசையில் நீதான் கடைசி"

எடை மிகுந்த ஒரு மேகம் தனது ஆன்மாவை அழுத்துவது போலவும் வயிறு எடை தாங்காமல் பதறுவது போலவும் திடீரென்று வாய்யாகி உணர்ந்தான். ஏதோ ஒரு ராட்சச உருவம் தன்னை நோக்கி மிகுந்த வேகத்துடன் மோதிட வருவது போலவும், அதனை எதிர்த்துப் போராட முடிந்த பலம் தனக்கு இல்லாதது போலவும், அவன் உணர்ந்தான்.

"உட்காரு" அவனது தந்தை அமைதியாகக் கூறினார்.

அவனது கால்கள் ஏற்கனவே பலமனைத்தையும் இழந்து விட்டிருந்தன. புற்களிடையே வாய்யாகி சாய்ந்தான்.

"நீ மிகவும் களைப்புற்றிருக்க வேண்டும்" செச் தனது மகனுக்கு அருகே சென்றார்.

வாய்யாகி நடுங்குவதை நிறுத்தினான். தான் அச்சப்பட்டதை நினைத்து அவனுக்கு ஆத்திரம் ஏற்பட்டது.

செக் திரும்பக் கூறினார்.

“இதோ பார்...முகோ வெறுப்படைந்தபோது அவர் அதற்குமேல் அவர்களுக்கு எதுவும் சொல்ல மறுத்தார்” அவர் நிறுத்தினார். ஏதோ பழைய புராணத்தை மிகுந்த வலியோடு மீண்டும் ஞாபகப்படுத்துவது போல அவரது முகத்தோற்றம் இருந்தது. வாய்யாகிக்கு மிக அருகில் பின்னால் அவர் நின்று கொண்டிருந்தார். குனிந்து உட்கார்ந்திருந்த மகனின் தோளை அவர் தொட்டார். அவரது கைகள் லேசாக நடுங்குவதை வாய்யாகி கண்டான். உடனடியாக தனது கைகளை விலக்கிக் கொண்டு அவர் உரக்கப் பேசத் தொடங்கினார்.

“கவனி...என் மகனே... மிகவும் கவனமாக இதைக் கேள். இதுதான் நமது மூதாதையர்களின் தெய்வச்செய்தி... என்னால் இதற்கு மேல் ஒன்றும் செய்ய முடியவில்லை... சிரியானாவில் வந்து அந்த வெள்ளையன் தன்னை நிலைநாட்டிக் கொண்டபோது, நான் மக்களை எச்சரித்தேன். ஆனால் அவர்கள் என்னைப் பார்த்துச் சிரித்தார்கள். நான் அவசரப்பட்டிருக்கலாம். ஆனால் நான் சொன்னதில் உண்மை இருந்தது. சாதாரணமாக உணர்ச்சி யுத்தங்களில் நீ வெள்ளைப் பட்டாம்பூச்சிகளை வெல்ல முடியாது... முகோ அடிக்கடி கூறுவார். அவர்களது அனைத்து வழிமுறைகளையும் கற்றுக் கொள்ளாமல் அவர்களை எதிர்கொண்டு விரட்டுவது கடினம்... அவர்களுக்கு அதன் பிறகே கண்ணி வைக்க முடியும்...திருப்பி அடிக்க முடியும். அவர்... முகோ இறந்து போவதற்கு முன் தன் மகனுக்கு அந்தப் புராதன இறை- மகனுக்குச் சொன்னார்... ‘மலையக மக்கள் மீட்கப் படுவார்கள்...என்னுள் ஓடுகின்ற ரத்தத்தால் அவர்கள் மீட்கப்படுவது உறுதி...இதோ இதே மரத்திலிருந்து... ஒரு மகன் உயிர்த்தெழுவான்... அவனது கடமையே மக்களை மீட்பதாக இருக்கும்’ அவர் அதற்கு மேல் எதுவுமே பேசவில்லை... இந்தச் சம்பவம் பற்றி சிலருக்கே தெரியும்...கபோனிக்கு இது நன்றாகத் தெரிந்தும் அவன் மதம் மாறி நமது மலையக மக்களுக்குத் துரோகம் செய்து விட்டான். எனக்கு வயதாகி விட்டது. என் காலம் முடிந்து விட்டது. ஞாபகம் வைத்துக் கொள். இந்த வரிசையில் நீதான் கடைசியாக மிஞ்சியிருப்பவன்...

“எழு...இந்தக் குருகுலத்தைக் காப்பாற்று...அந்த வெள்ளைக்காரன் நடத்தும் மதத் திருச்சபைக்குப் போ...வெள்ளையனின் ஞானம் அனைத்தையும் நீ கற்றுத் தேறவேண்டிய தருணம் வந்து விட்டது. ஆனால் அவனது வழியைப் பின்பற்றாதே.. உனது மக்களுக்கும் இந்த மக்களின் பிரதான சடங்குகளுக்கும் காவலாகவும் உண்மையாகவும் இரு.”

“அப்பா...” அந்த அதிர்ச்சியிலிருந்து வெளிவந்ததும் வாய்யாகியால் வேறு எதுவும் பேச முடியவில்லை. மிகவும் எளியவனாகவும் சிறியவனாகவும் அவன் உணர்ந்தான். என்ன சொல்ல வேண்டுமென்றே அவனுக்குத் தெரியவில்லை.

"நீ அங்கே செல்... நான் மறுபடியும் சொல்கிறேன். வெள்ளைக்காரனின் வழிகள் அனைத்தையும் கற்றுத் தேர்ந்துவிடு. மறந்துவிடாதே... மீட்பு மலையிலிருந்துதான் வரும்... ஒரு ஆண்மகன் மேலெழுந்து மக்களை அவர்களது மிகவும் தேவையானதொரு இக்கட்டிலிருந்து காப்பாற்ற வேண்டும். அவன் அவர்களுக்கு ஒரு வழி காட்டுவான். அவர்களை வழி நடத்துவான்"

"ஆனால்... ஆனால்... அவர்களுக்கு நான் யாரென்றே தெரியாது. நான் சிறுவன்.... அவர்கள் முகோவையே தூக்கியெறிந்தார்கள்."

"அவர்கள் என்ன வேண்டுமோ செய்து கொள்ளட்டும்... ஒரு நேரம் வரும்... அது வருவதை நீ காண்பாய்... அவர்கள் இக்கட்டிலிருந்து தங்களை மீட்க வருபவனுக்காகக் கதறுவார்கள்."

மலையை விட்டு அவர்கள் இறங்கியபோது வெகுநேரம் கடந்து கிட்டத்தட்ட மாலை வந்திருந்தது. மிகவும் சோர்ந்து போயிருந்த அவர்கள் தங்களது வீட்டை அடைந்தார்கள். வாய்யாகிக்கோ அன்றைய அனுபவம் முழுவதுமே ஒரு கனவு போலிருந்தது. சாதாரணச் சிறுவனான அவன் மீட்பரைப் பற்றி என்ன செய்ய முடியும்? குன்றுகளை நடந்து கடந்து... கூவிக் கதற வேண்டுமா அவன்? "கேளுங்கள்... உங்களைக் காப்பாற்ற மலைகளிலிருந்து ஒரு தலைவன் வருவான்."

தனது தந்தையின் உண்மைநிலை மீதே அவனுக்குச் சந்தேகம் ஏற்பட்டது. இந்த விஷயம் முழுவதுமே ஒரு கிழவனின் கனவாகவும் இருக்கலாம். இவ்விஷயத்தைப் போய் இத்தனை பெரிதுபடுத்தித் தனது தந்தை எடுத்துக்கொண்டது அவனுக்கு சிரிப்பைக்கூட வரவழைத்தது. ஆனால் அவனது இதயத்தில் ஈரமில்லை. அவனைப் பெரிய மனிதனாக்கும் பரிவையும் அதன் வலியையுமே அவன் உணர்ந்தான். உடலடிப்படையில் அவன் சிறுவனே.

நேரம் வந்தபோது வாய்யாகி மலைகளிடமிருந்து காணாமல் போனான். அவன் எங்கே போனான் என்பது அவனது தந்தையைத் தவிர வேறு யாருக்கும் தெரியாது. அவன் சிரியானாவிற்குச் சென்றான். அங்கே அந்தக் கல்வியகத்தின் ஒரு பருவத்திற்குப் பிறகு அற்புதம் போல கமாயுவும் சினுத்தியாவும் அவனோடு இணைந்து கொண்டார்கள்.

சிரியானா கிறித்துவத் திருச்சபையின் வெள்ளைக்கார அருட்தந்தை லிவிங்ஸ்டோனிடம் கல்வி கற்பதற்காகவே மலையின் மறுபக்கம் அவர்கள் அனுப்பப்பட்டிருந்தார்கள். அந்த வெள்ளைக்கார வித்தைகளை அறிய கியம்பு, முருங்கா என்று மலைக்கு வெகு தொலைவிலிருந்தும் பல சிறுவர்கள் வரவே செய்தார்கள்.

பல பருவங்கள் அவர்கள் கல்வி கற்கவும் கடுமையாக உழைக்கவும் செய்தார்கள். வேகமாகக் கற்றுத் தேர்ந்து வெள்ளைக்காரத் திருச்சபையாளர்களைக் கவர்ந்தான் வாய்யாகி. அவனை தேவாலயம்

ஒன்றின் கிறித்துவப் பாதிரியாராக, தலைவராக அவர்கள் பார்த்தார்கள். எல்லாம் மிக வேகமாக மாறி வருகின்றன. விலிங்ஸ்டோனால் கூட பார்க்க முடியாத அளவிற்கு வேகமாக; அந்தச் சிறுவனின் எதிர்பார்ப் பிற்கும் மேலாக எல்லாமே மிக வேகமாக மாறி வருகின்றன என்பது அப்போது யாருக்குத் தெரியும்?

6

காமனோவிலும் மக்குயுவிலும் காலைப்பொழுதுகள் மிகவும் குளிர்ச்சியாகவே இருக்கும். ஏற்கனவே முழுமையாக நிரம்பியிருந்த தனது தண்ணீர் பாத்திரத்திற்கு அருகே - அந்தக் குளிர் தனது உடலைப் பிடுங்குவதைப் பார்த்தபடி நியம்புரா அமர்ந்திருந்தாள். தனது பாத்திரத்தில் நீரை சேந்திக் கொண்டிருந்த தனது தங்கையை அவள் வெறித்துப் பார்த்துக் கொண்டிருந்தாள். பிறகு நதியில் ஓடிய நீரைக் கண்டாள். அது எப்போதும் போல் பல ஆண்டுகளாக ஓடியதைப் போலவே பாறைகளின் மீது பலவாறு மோதி ஓசையை எழுப்பியபடி மேளதாளத்தோடு ஓடிக்கொண்டிருந்தது. நதியால் கவரப்பட்ட பரவசநிலையில் இருந்தாள் நியம்புரா. அவளது மார்பகம் சந்தோஷத்தில் ஒளிர்ந்து எழுந்தது; விழுந்தது. அவளது ஆழ்மனம் ஏதோ வினோத சிந்தைகளால் ஒளிர்ந்தது. ஒரு வெறித்தனமான களிப்பு அது. கிட்டத்தட்ட வலி. எப்போதும் பாம்பு போல வளைந்து நெளிந்து ஓடிய அந்த நதியைக் கண்டபோதெல்லாம் அவளுக்கு அந்த வலி வந்து களிப்பெய்த வைத்தது.

ஹோனியா நதியின் முக்கியத்துவத்தை யாருமே அதிகப்படியாக வைத்துச் சொல்லிவிட முடியாது. கால்நடைகளான ஆடுகளும் மாடுகளும் பிற விலங்குகளும் மனிதர்களும் தங்களுக்காக ஒற்றை நீர் அணையாக அதை வைத்திருந்தார்கள். அதனால் தான் அது சகலவித நோய்களுக்குமான “மருந்து” (ஹோனியா என்றால் அதுதான் அர்த்தம்). இந்தப் பள்ளத்தாக்கிற்கும் வாழ்க்கைப் பள்ளத்தாக்கு என்று பெயர். ஆமாம். வாழ்க்கைதான் அதனை எப்போதும் பரபரப்பாக வைத்திருந்தது.

அறுப்பு நடக்கும் ஆரம்பச் சடங்கின் இரவு முடியும் காலை பையன்களும் பெண்களும் தங்களது உடலை நனைக்க இந்த நதிக்கே வந்தார்கள். இதன் குளிர்ச்சியான நீர் பிறப்புறுப்பின் நுனித்தோலைப் பதப்படுத்தி அறுப்பின்போது வலி தெரியாமல் செய்வதான குணம் நதிக்கு இருப்பதாக ஆரம்பத்திலிருந்தே நம்பி வருகிறார்கள். இதை நினைத்தபோது நியம்புராவிற்குக் குற்ற உணர்ச்சி ஏற்பட்டது. இன்னமும் கூட தண்ணீர் சேந்திக் கொண்டிருந்த தனது தங்கையைக் கண்ட அவளுக்குத் தங்கை முத்தோணியும் அதையேதான் நினைக்கிறாளோ என்ற எண்ணம் ஏற்பட்டது. ஒரு நொடி அவள் மீது பொறாமை ஏற்பட்டது. நியம்புரா அறுப்பிற்குப் பிறப்பு உறுப்பை உட்படுத்துவது ஒரு பாவச்செயல் என்பதைக் கற்றிருந்தாள். அந்தக் காட்டுத்தனமான சடங்கிலிருந்து அவளும் அவளது தங்கையும்

மீட்கப்பட்டிருந்தார்கள். தேவனின் மகளாகத் தன்னை உணரும் யாருக்கும் அறுப்பு எனும் நினைவே வரக்கூடாது. இந்த அறுப்பு பண்டிகைக் காலம் வரும்போது நியம்புரா மாதிரி வயதுப் பெண்கள் அதைச் செய்து கொள்ள ஆர்வத் திணறலுக்கு உட்படுத்தப்படுவார்கள். அவர்களது தந்தை ஜோசுவா மட்டும் கிறித்துவப் பாதிரியாக ஆகாதிருந்திருந்தால் அவர்கள் இருவரையுமே இம்முறை அறுப்பிற்கு அனுப்பி இருப்பார்.

“அக்கா நியம்புரா...”

இம்மாதிரியான திருட்டு யோசனைகளிலிருந்து நியம்புரா திடீரென விழித்தாள். அவளது சகோதரி அவளோடு பேசியிருந்தாள். அவளைப் பார்த்து நியம்புரா வியந்தாள். முத்தோணியைக் கவலையுறச் செய்தது எது? அவளது ஆன்மாவை வாட்டிக் கொண்டிருப்பது எது? முத்தோணிக்கு ஏதோ நேர்ந்து கொண்டிருக்கிறது என்பதில் நியம்புராவிற்கு சந்தேகமே இல்லை. அந்தப் பெண்ணிற்குள் ஏதோ வெளியே தெரியாத சலசலப்பை, மாற்றத்தை ஒருவித மர்மமான மவுன வெளியின் அரிப்பை அவள் காணத்தான் செய்தாள். இது நியம்புராவை மிகவும் படுத்தியது. அவள் தனது தங்கையை மிகவும் நேசித்தாள்.

உண்மையில் இருவரும் இணை பிரியாதவர்கள் ஒன்றாகவே விளையாடி ஒன்றாகவே அவர்கள் வேலையும் செய்தார்கள். இருவரில் நியம்புரா முதியவள். அனால் அதை அவ்வளவு எளிதில் சொல்லி விட முடியாது. இருவருமே அழகிய உடல் வதனத்தையும் உயரமான வாகையும் பெற்றிருந்தனர். பார்ப்பதற்கு சற்றேறக் குறைய ஒரே மாதிரி எடுப்பாக இருந்த அவர்களில் முத்தோணி கொஞ்சம் மாநிறம். இருவருமே கூர்மையான படபடக்கும் விழிகளைப் பெற்றிருந்தார்கள். கருத்து அடர்த்தியான தலைக்கேசம் இருவருக்குமே பளபளத்தது. அவை பார்வைக்கு மிருதுவானதாகவும் தொடுவதற்கு அழகாகவும் இருந்தது.

நியம்புராவின் உடல் அங்கங்கள் தனிமையானவையாகவும் இறுகியும் இருந்தன. முத்தோணி வளவளவென்று கலகலப்பாகப் பேசும், பழகும் சுபாவம் கொண்டவள்.

முத்தோணியிடம் ஏற்பட்டிருந்த மாற்றங்களை நியம்புரா உடனே கவனித்ததில் ஒன்றும் ஆச்சரியமில்லை. நதிக்கு நீர் சேந்துவதற்காக வந்த அந்தக் காலையில் முத்தோணி ஏதும் பேசாது மேலும் அமைதியாக வந்ததை அவள் கவனிக்கத் தவறவில்லை. மன அவஸ்தையிலிருந்து அவளை மீட்டு சமாதானம் செய்ய அவள் மேற்கொண்ட முயற்சி எதுவும் பலனளிக்காததால் மனத்தளவில் நியம்புராவிற்கு மிகுந்த வருத்தமும் அச்சமும் ஏற்பட்டது. முத்தோணியின் மனதில் ஏற்பட்டுள்ள கலக்கம் என்ன என்பதை அறியாமல் அதனைச் சரி செய்வதும் சாத்தியமில்லை. அவளாகப்

பேசட்டுமென்று காத்திருக்க வேண்டியதுதான். தனது தண்ணீர்ப் பாத்திரத்தை வெறித்தபடி முத்தோணி உட்கார்ந்திருக்கிறாள்.

"உன்னிடம் ஒன்று சொல்ல வேண்டும் எனக்கு" திடீரென்று பேசினாள் முத்தோணி.

"சொல்லும்மா என்ன?" மிகுந்த ஆர்வத்தோடு நியம்புரா கேட்டாள். அவளது துடிப்பு மிகவும் அதிகரித்திருந்தது.

"இந்த விஷயத்தை யாரிடமும் சொல்ல மாட்டேனென்று சத்தியம் செய்வாயா?" பயத்தில் வியர்த்தபடி வந்த வேண்டுகோளாக இருந்தது. வேறு சமயமாக இருந்திருந்தால் நியம்புரா கலகலவெனச் சிரித்திருப்பாள். இப்போதோ அந்தக் குரலில் தெரிந்த திகிலால் வாயடைத்துப் போயிருந்தாள்.

"முதலில் என்னவென்று சொல்...சத்தியத்தைப் பற்றி பிறகு பார்க்கலாம்" நியம்புரா ஆர்வமற்றவள் போலக் கூறினாள். தன்னை வெறித்தபடியிருந்த சகோதரியின் பார்வையை மிருதுவாக்கிட அவள் அப்படி முயன்றாள். முத்தோணி நிமிர்ந்து நியம்புராவை நேருக்கு நேர் கண்டாள். இல்லை. இது உண்மையிலேயே ஏதோ பிரச்சனைக்குரிய சமாச்சாரம்.

"பலமுறை யோசித்துப் பார்த்துவிட்டேன். அதையே நினைத்து நினைத்துச் சாப்பிடவோ உறங்கவோ முடியவில்லை. இப்போது ஒரு முடிவுக்கு வந்துவிட்டேன்" முத்தோணி நிறுத்தினாள். மெல்லக் குரலைத் தாழ்த்தி லேசாகத் தலையசைத்தபடி கூறினாள்.

"நியம்புரா...நான் அறுப்பு சடங்கு செய்து கொள்ள விரும்புகிறேன்..."

ஒரு நிமிடம் நியம்புரா பேயறைந்தவளைப் போல அதிர்ச்சியில் அப்படியே ஸ்தம்பித்துப் போனாள். பக்கவாதம் வந்தவள் போல பேச்சு வரவில்லை அவளுக்கு. இந்த அறிவிப்பு திடீரென்றும் ஒரு மின்னலைப் போல பளிச்சென்றும் தாக்குதலுக்கு அவளை ஆளாக்கி விட்டது. முத்தோணியின் வாயிலிருந்து அப்படிப்பட்ட வார்த்தைகளை அவள் எதிர்பார்த்திருக்க மாட்டாள். அவளாலேயே நம்ப முடியவில்லை. நதியையும் அதன் இருபுறமும் வளர்ந்திருந்த அடர்த்தியான புதர்களையும் வண்டி மாடுகள் ஓட்டப்படும் அடர்ந்த காட்டின் ஊடான காமனோவை நோக்கிய அந்தப் பாதையையும் அவள் வெறித்தாள். எதுவுமே தென்படவில்லை. வண்டிப்பாதையில் நீண்ட நிழல்களை உண்டாக்கியபடியே கிழக்கத்திய சூரியன் உதித்துக் கொண்டிருந்தான். பூச்சிகளின் ரீங்காரம் நீரின் சலசலப்பில் புதைந்து எழுந்து புதைந்து கொண்டிருந்தது. முத்தோணியின் சொற்களால் உருவான அமைதியை இது மேலும் கனக்கச் செய்வதாக இருந்தது.

"ஆயத்த அறுப்பா?" கடைசியில் நியம்புரா தனது குரலை எப்படியோ வெளிப்படுத்தினாள்.

"ஆமாம்"

“கட்டாயம் அப்பா இதை நடக்க விட மாட்டார். உன் மீது கோபம் கொள்வார். அதை நினைத்துப் பார். உன்னால் எப்படி அதைச் சொல்ல முடிந்தது?” தனது தந்தையின் ஆத்திரத்தையும் அதனால் ஏற்பட வல்ல விளைவுகளையும் அவளால் கற்பனை செய்யக்கூட முடியவில்லை. அது தவிர... அவள் நியம்புரா தொடர்ந்தாள். “நீ ஒரு கிறிஸ்துவப்பெண்... நானும் நீயும் இப்போது வெள்ளைக்காரர்கள் போல உயர்ந்த வாழ்க்கை வாழத் துவங்கி விட்டோம்...சிரியானாவில் தான் கற்றவற்றை அப்பா நமக்கு போதிக்கத் தொடங்கி விட்டார். திருச்சபையில் அவருக்கே முதலிடம். திருச்சபைவாதிகள் பெண்கள் அறுப்பைச் செய்து கொள்வதை முற்றிலுமாக எதிர்க்கிறார்கள். அப்பா எத்தனை பேரைப் பேசி மாற்றியிருக்கிறார்... உனக்குத் தெரியாதா...இயேசு என்ன சொல்லியிருக் கிறார்...இப்படிச் செய்வது தவறு...பாவச்செயல்...”

“தெரியும் ... ஆனால்... நான் அறுப்புச் சடங்கு செய்து கொள்ள விரும்புகிறேன்.”

“ஏன்?” வேறு வழியேதுமின்றி நியம்புரா கேட்டாள்.

இப்படி ஒன்றைக் கேட்டு சகித்துக் கொள்ள அவர்களது தந்தையால் முடியாது என்பதை அவள் அறிவாள். திருத்தந்தையைப் போற்றும் திருச்சபை இந்தச் சடங்கிற்கு எதிராகப் பிரசாரம் செய்யுமாறு ஜோசுவாவைப் பணித்துள்ளது. முத்தோணிக்குள் சாத்தான்தான் புகுந்திருக்க வேண்டும். பிசாசின் வேலை இப்படித் தான் இருக்கும். எப்படியாவது தனது நிலையைப் புரிய வைக்க அவள் முயன்றாள்.

“ஆமாம்..சொல்...சொல்...ஏன் இதைப் போய் விரும்புகிறாய்..இது பிசாசின் வேலை என்று உனக்கு நன்றாகத் தெரியும். எப்படி சாத்தான் மக்களைத் தவறுக்குத் தூண்டுவான் என்பதையும் அறிவாய். நானும் நீயும் கிறிஸ்தவர்களடி நமக்குத் திருநாம ஜெபம் எப்போதோ சொல்லப்பட்டுவிட்டது. இப்போது பாவங்களிலிருந்து நீ மீட்கப் பட்டாய். அது தெரியும்தானே?” நியம்புராவின் குரலில் அன்பு நிரம்பிக் காணப்பட்டது. அவளுக்குப் பதற்றத்தில் மூச்சு வாங்கியதோடு உள்ளே சூடாகவும் உணர்ந்தாள். எதையாவது கைப்பற்றித் தனது சகோதரியைக் காப்பாற்ற அவள் விரும்பினாள்.

“எனக்குத் தெரியும்.. ஆனால்...” முத்தோணி மௌனமானாள். அவளது விழிகளில் இப்படி ஒரு ஒளியை நியம்புரா முன் எப்போதும் கண்டதில்லை. தான் சொன்னதுதான் தவறோ என்று நினைத்த போது மனம் வலித்தது. அடுத்த கணம் அப்படியே தாவி அவளைக் காப்பாற்றவும் மனம் ஒருங்கே நினைத்தது. அவள் மிகவும் அன்பாகவும் அறிவார்த்தமாகவும் பேசினாள். தான் செய்வதே சரியென அவளும் இருந்தாள். சற்றுநேரம் இருவரும் ஒருவரை ஒருவர் அணைத்தபடியே

இருந்தனர். பிறகு தனது தங்கையின் போக்கை எண்ணி திடுக்கிட்டுப் பரிதவித்தபடி பயந்து நியம்புரா நடுங்கினாள். மிகவும் மெல்லிய குரலில் அவள் பேசினாள்.

“நம்ம....அப்பா...அம்மா...”

“இதோ பார்... இதெல்லாம் வேண்டாம்...நான் மனுஷி ஆக விரும்புகிறேன்... உண்மையான பெண் தெரிகிறதா... நமது மலையகத்தின் வழிமுறைகளின்படி ரகசியமனைத்தும் அறிந்த பெண்..”

“ஆனால் அப்பாவை மறந்து விட்டாயா?”

“ஏன்? நாமென்ன முட்டாள்களா?” அவள் நியம்புராவைத் தோளில் பிடித்து உலுக்கினாள்... “இதோ பார் அப்பாவும் அம்மாவும் அறுப்பு செய்து கொண்டவர்கள் தானே...அவர்கள் இப்போது கிறித்துவர்களாக இல்லையா... என்ன? அறுப்பு ஒன்றும் அவர்கள் கிறித்துவர்கள் ஆவதைத் தடுத்துவிடவில்லை. நானும் வெள்ளைக்காரர்களின் மதத்தைத் தழுவியவள் தான். ஆனால் ஒரு முழுமையான பெண்ணாவதற்கான நுழைவுச்சடங்கு மிகவும் அழகானது. நமது மலையகத்தின் அற்புதச் சடங்கு அது. நீ மலையகத்தின் வழிபாடுகளைக் கற்க வேண்டும் நியம்புரா... ஆமாம் வெள்ளைக்காரர்களின் கடவுளில் எனக்கு திருப்தி இல்லை... எனக்கு அதற்கு மேலும் ஏதோ தேவைப்படுகிறது. உன் வாழ்க்கையும் என் வாழ்க்கையும் மலையைத் தாண்டிப் போய்விட முடியாது. நமக்கே அது தெரியும்.” யாரோ வேறு நபரிடம் பேசுவது போல அவள் வெளியை வெறித்தபடியே பேசினாள். திடீரென்று குரலை மட்டுப்படுத்திக் கிசுகிசுத்தாள். “திருச்சபையின் வெள்ளைக்காரரைப் பற்றி அப்பா சொல்வார் அல்லவா...அந்த... அவரது பெயர் லிவிங்ஸ்டோன் அவரோடு பல பெண்கள் அங்கு வசிக்கிறார்கள் அல்லவா... அவர்கள் அனைவரும் அவரது மனைவிகள்... எப்படி அறுப்பு செய்யாமல் ஒரு ஆண் கணவனாக முடியும்? ஒரு பெண் அறுப்பு செய்து கொள்ளாமல் மனைவியாக ஆகவே முடியாது நியம்புரா...உலகில் அறுப்பு சடங்கு செய்து கொள்ளாமல் யாருமே இருக்க முடியாது...அப்புறம் எப்படித்தான் ஒரு சிறுமி பெண் மாதாக முடியுமாம்?” முத்தோணி தனது இறுக்கத்திலிருந்து இப்போது வெளிவந்து விட்டிருந்தாள். எழுந்து நியம்புராவையும் தாண்டி அவளது பார்வை சென்றது.

நியம்புராவால் ஏதும் பேச முடியவில்லை. முத்தோணி சொல்ல வந்த விஷயமும் அதை நிலைநிறுத்த மேற்கொண்ட வழியும் அவளுக்குப் பிடிபடவில்லை. இதுபோன்ற விஷயங்கள் பற்றி இவ்வளவு ஆழமாக அவள் யோசித்ததும் இல்லை. அவளைப் பொறுத்தவரை அவளது தந்தை என்ன சொல்கிறாரோ அது சரியென்று வாழ்ந்து பழகியவள். அவரது கோபத்திற்கு அவள் பயந்தாள். முத்தோணி திரும்பி தனது சகோதரியை மீண்டும் அணைத்துக் கொண்டு அவளது பார்வையை நேராகப் பார்த்துக் கெஞ்சினாள்..

“அக்கா....தயவு செய்...அப்பாவிடம் சொல்லாதே....”

ஏனோ இருவருமாக ஒருவர் தோளில் ஒருவர் அழுது கண்ணீர் விடத் தொடங்கினார்கள். மனம் லேசானதில் நியம்புராவிற்குத் தனது தங்கையின் மீது அளவற்ற இரக்கம் ஏற்பட்டது. அவளுக்கு எவ்விதத்திலேனும் உதவிடவே அவளது மனது பரபரத்தது. ஆனால் பாவம் அதற்கான எந்த பலமும் அதிகாரமும் அவளிடம் கிடையாது. மிகவும் பலவீனமான அவளால் என்ன செய்ய முடியும்?

“எப்படி...செய்து கொள்ளப் போகிறாய் முத்தோணி?”

“அப்பா அம்மாவுக்கு தெரியாமல்தான்... ஆனால் எங்கே போவதென்றுதான் தெரியவில்லை.”

“காமனோவில்... அத்தை வீட்டுக்கு?” நியம்புரா உதவத்தான் விரும்பினாள்.

“சரிதான்...ஏற்கனவே யோசித்ததுதான்..சடங்கு சமயம் அங்கேயே சென்று நான் தங்கி விடுவேன்..”

நியம்புராவால் வேறு என்ன செய்ய முடியும்? எவ்வளவோ முயன்றுதான் பார்த்தாள். அவளுக்குத் தெரியும் முத்தோணி ஒரு முடிவு செய்தாளானால் அதை மாற்றுவது அவ்வளவு எளிதல்ல. இது அவளுக்கு ஜோசுவாவிடமிருந்து வந்தது. உலகே அழிந்தாலும் அவரது முடிவுகளை மாற்றவே முடியாது.

ஹோனியா ஓடிக்கொண்டிருந்தது. நதியின் ஓசையோடு இணைந்து தங்களது குரலைத் தொடர்ந்தன பூச்சிகள். அந்த இடமே நியம்புராவிற்கு திகிலானதாகப் பட்டது. அவளால் எதையுமே ரசிக்க முடியவில்லை. காலைக் கதிரவனின் உஷ்ணமான ஒளி கூட அவளை எழுப்ப முடியவில்லை. அவளது தங்கையை உயிருக்குயிராக நேசித்த அவள் அடுத்து என்ன நடக்குமோ என்று மிகுந்த அச்சம் கொண்டாள்.

மக்குயுவிலிருந்த தங்களது வீட்டை நோக்கி இறக்கத்தில் இறங்கி அவர்கள் தங்களது தண்ணீர்ப் பாத்திரங்களுடன் நடக்கத் தொடங்கினார்கள். திடீரென்று நியம்புரா தனது தங்கையிடமிருந்து ‘ஓ...’ என்ற அலறலைக் கேட்டாள். வேகமாகத் திரும்பிய அவள் தனது தங்கையின் முகம் அதிர்ச்சியில் மிகவும் சோகமாக உருமாறியதை கவனித்தாள். முத்தோணியின் தண்ணீர்ப் பாத்திரம் மலையிறக்கத்தில் உருண்டு ஓடித் தண்ணீரை இறைத்து விட்டது.

நியம்புராவும், முத்தோணியும் இனி மீண்டும் நதிக்குத் திரும்ப வேண்டும். “இது கட்டாயம் கெட்ட சகுனம்” என்று நினைத்தாள் நியம்புரா.

7

அந்த இரண்டு பெண்களும் தண்ணீர்ப் பாத்திரங்களோடு தங்களது வீட்டை வந்தடைந்தபோது மக்குயுவின் ஆண்களும் பெண்களும் தங்களது அன்றாடக் காலையின் ஓசைகளோடு ஏற்கனவே விழிப்படைந்திருந்தார்கள். அந்த மலையகம் எங்கிருந்தும் நீலப்பழுப்பு நிறப் புகை வானை நோக்கி எழுந்து மண்குடிசைகளைக் காட்டியது. காலந்தாழ்ந்து எழும் வழக்கம் கொண்ட சில பெண்கள் அப்போதுதான் தண்ணீர் சேந்தி வருவதற்காக நதியை நோக்கி நடக்கத் தொடங்கியிருந்தார்கள். மேய்க்கும் சிறுவர்கள் பின்தொடர ஆடுகளும் மாடுகளும் எல்லா இடங்களிலிருந்தும் எல்லா இடங்களை நோக்கியும் நகர்ந்து கொண்டிருந்தன.

மலையகமெங்கிலும் ஆங்காங்கே உதிரியாக முளைத்திருந்தாலும் எல்லா வீடுகளுக்குமாக ஒருவித ஒற்றுமையான தோற்றம் காணக் கிடைக்கிறது. அவை அனைத்துமே தட்டிகளால் கூரையிடப்பட்டு காய்ந்த தழைகளால் வேயப்பட்ட வட்ட வடிவ மண் சுவர் வீடுகள். ஒவ்வொன்றும் மூன்று அல்லது நான்கு என்று குழுக்குழுவாக அங்கே அமைந்திருக்கின்றன. இயற்கையான புதர்கள் அவ்வீடுகளைச் சுற்றிலும் முளைத்திருந்தன. ஆனால் ஜோசுவாவின் வீடு வித்தியாசமானது. அவரது வீடு தகரக்கூரை கொண்டது. ஏற்கனவே பழுதாகி தகரம் பழையதானதால் மழைநீருக்கு இரையாகி அது அங்கங்கே உரிந்திருப்பதைப் பார்க்கலாம். பழையதாக இருந்தாலும் நல்ல சுவர்களுடன் சதுர வடிவில் தோட்டத்துடன் கூடிய அவ்வீடு முன் போல உலக முன்னேற்றமெதிலும் பங்கெடுக்காமலிருந்த மக்குயுவின் விரதத்தை உடைத்தே விட்டிருந்தது.

ஆனால் உண்மையிலேயே பக்கத்தில் எந்த நகரமும் கிடையாது. மலையகத்தில் யாருக்குமே தெரியாத ஒரு நெடுந்தொலைவில் நைரோபி இருந்தது. கிறித்துவத் திருச்சபை கொண்ட கிட்டத்து ஊர் இப்போதும் சிரியானாதான். சிரியானா பெரிய ஊர். அங்கு மருத்துவமனையும் நாட்டின் பல்வேறு இடங்களிலிருந்து சிறுவர்களை சிறுமியர்களைச் சேர்த்துக் கொண்ட ஆங்கிலப் பள்ளியும் திருச்சபையால் தொடங்கப்பட்டிருந்தன. ஆனால் திருச்சபைவாதிகளால் இன்னமும் மலையகத்திற்குள் நுழைய முடியவில்லை. மக்கள் அங்கே தனிமைப்பட்டவர்களாகவும் தமது மண்ணின் சடங்கு சம்பிரதாயங்களை மிகவும் மதிப்பவர்களாகவுமே இருந்தார்கள். லிவிங்ஸ்டோன் மலையகத்திற்குத் தனது மதத்தைப் புதிதாகத் தழுவியவர்களை உற்சாகமூட்ட எப்போதாவது வருகை புரிவதுண்டு என்றாலும்,

அவரது வேலையைச் செவ்வனே செய்ய வேண்டிய கடமை ஜோசுவாவிற்கே விடப்பட்டிருந்தது.

நியம்புராவின் தந்தையான ஜோசுவா நடுத்தர வயதுக்காரர். சப்தமாக ரீங்காரமிடும் கிறித்துவப் பாதிரியாரின் குரலில்தான் எப்போதும் பேசுவார். அதுதான் அதிகாரத்தின் அறிவின் குரல். புதிய மதத்தைச் சில நண்பர்களோடு அவர்தான் முதலில் தழுவியவர். அது அவர் இளைஞராக இருந்தபோது நடந்தது. மலையகத்திலிருந்து ஓடிப்போய் வெள்ளையரோடு புதிதாகத் தொடங்கப்பட்டிருந்த திருச்சபையில் வாழ அவர் சென்றார். மலையக மக்கள் தன்னைப் பழிவாங்குவார்கள் என்று பயந்தார். தான் முதுகில் குத்திய தம் நண்பர்கள் தம்மை விட்டுவைக்க மாட்டார்கள் என்றும் அஞ்சினார். வெள்ளை மனிதரின் மந்திரங்களும் மகிமைகளும் கொண்ட புகலிடத்தை சிரியானாவில் கண்டார். எழுதப் படிக்கக் கற்றுக் கொண்டார். அவரை முழுமையாகவே மாற்றுமளவிற்குப் புதிய மதம் அவருக்குப் பொருந்திப் போயிற்று. தனது மலை சாதி இனத்தின் மந்திரம், மகிமை, சடங்கு யாவற்றையும் தூக்கியெறிந்த அவர்...ஒற்றைத் தேவனின் ஒற்றை மதத்தோடு திரும்பி வந்தார். வெள்ளையரின் ஒட்டுமொத்த பலமும் அவருக்கு வந்து விடவில்லையா? இயேசுவைப் பற்றி முழுமையாகக் கற்றார்.

தைரியமாக இருங்கள்
ஒரு கன்னிப்பெண்
ஒரு மகனைக் கருவுறுவாள்...
அவனை இம்மானுவேல்
என்றழைப்பாள்...

தனது மக்களின் அறியாமை அவருக்குப் புரிந்தது. அவர்கள் எத்தகைய இருண்ட வாழ்வில் முட்டாள்தனமாகப் புதைந்து போயிருக்கிறார்கள் என்பதை அவரால் பார்க்க முடிந்தது. அவர்கள் விழுந்து புரண்டு கொண்டிருந்தது சேற்றுக்குட்டை என்பதை அவர்கள் அறியவில்லை. அதை அவர் தெளிவாகக் கண்டார். அவரது மக்கள் முருங்குவையும், வெனின்யகாவையும் நகாயையும் கடவுளாக வணங்கி வந்தார்கள். வெள்ளைக்காரர் பொறுமை இழந்து மக்குயுவின் கடவுளை இருளின் இளவரசர் என கேலி செய்கிறார்.

இயேசுவின் வருகையை வெள்ளைக்காரரின் ஞானகுருவான இசைய்யாஹ் ஊர்ஜிதமாக முன்அறிவித்தார். அவர் பின்னால் வரவிருக்கும் துயரங்களை முன்னறிவித்தார். அந்த உலக ரட்சகனின் வருகையை கிக்குயுவின் குருவான முகோ வா கிபிரோ ஏன் முன் அறிவிக்க முடியவில்லை? இல்லை. இசைய்யாஹ் மிகவும் உயர்ந்தவர். அவர் உலக மீட்பரான இயேசுவைப் பற்றிக் கூறினார்.

அவரை மறுதலிப்பவர்கள் இருளின் குருட்டுக்குமாரர்கள்.

பிசாசின் மகன்களும் மகள்களுமான அவர்கள் நரகத்திற்குப் போவார்கள்.

முடிவின்றி அவர்கள் எரிக்கப்பட்டுக் கொண்டே இருப்பார்கள்.

இந்தக் கடுமையான சொற்கள் ஜோசுவாவை அச்சமுற வைத்தன. அவரது உடலை அவை குலை நடுக்கமுற வைத்தன. எப்போது ஞானஸ்நானம் பெற்றாரோ அப்போதுதான் நடுங்குவதை நிறுத்தினார்.

தனது ஆத்மாவை எப்போதும் ஒளியேற்றிக் கொண்டிருக்கும் ஒருவித மகிழ்ச்சியை அவர் அனுபவிக்கத் தொடங்கினார். நரகத்திலிருந்து தப்பினார். புதியதொரு உயிரியாகத் தன்னை உணர்ந்தார். மறுபிறவி எடுத்தாக எப்போதும் வீட்டிலும் சரி, சர்ச்சிலும் சரி அவர் கூறி வந்தார்.

யாராவது கிறித்துவத்திற்குள் வந்தால்... ஞாபகம் இருக்கட்டும்.. அவர் மறுபிறவி எடுத்தவர்.

அவருக்குப் புது ஆளாக மாறும் ஸ்நானம் செய்யப்பட்டது. அச்சத்திலிருந்து விடுவிக்கப்பட்டு விட்டதால் தைரியசாலியாகி விரைவில் மதபோதகர் ஆனார். அதற்குமேல் செச் பற்றியோ அந்த மலையக மக்கள் தன்னைக் குறித்து என்ன சொல்வார்களோ, தன்னை என்ன செய்வார்களோ என்பது பற்றி அவருக்கு எந்த அச்சமும் இனி இல்லை. அவரது பேச்சைக் கேட்டு வந்த பழைய நண்பர்களே கூட பயந்து போகும் அளவிற்கு ஆழமாகவும் தீவிரமாகவும் மக்குயுவிற்குத் திரும்பி வந்து அவர் மதப் பிரசாரம் செய்யத் தொடங்கினார். சிலரால் மட்டுமே அவரது பேச்சைத் தட்ட முடிந்தது. பலர் வந்தார்கள். சிலர் மதமாற்றமும் செய்யப்பட்டனர். அவர்கள் அனைவருமே ஒன்றாகக் கூடி தங்கள் ஆண்டவரைப் போற்றி மகிழ்ந்தார்கள்.

சிலர் மலையக மார்க்கத்திற்குத் திரும்பிச் சென்று குடித்து நடனமாடி அறுப்பில் கலந்து கொள்ளத் தொடங்கினார்கள். ஆனால் நாளாக நாளாக ஜோசுவா இதனால் கொதிப்படைந்து மிகவும் வெறித்தனமாக அந்தச் சடங்குகளைத் தாக்கத் தொடங்கினார். ஆனால் அந்த வார்த்தை இன்னமும் சரியாகக் கடைப்பிடிக்கப்படாமல் இருந்தது. ஆனால் ஜோசுவா தன்மட்டில் மிகவும் கண்டிப்பான கிறித்துவராக இருந்தார். ஒரு பாறை போல முன்னுதாரணமாக இருந்து தன்னைப் படியாக்கிக் கொண்டு கிறிஸ்துவிடம் மக்கள் பலரும் வர, தான் ஒரு இம்மியும் பிசகாத கிறித்துவனாக இருக்க வேண்டுமென அவர் விரும்பினார்.

பெண்கள் இருவரும் வந்து தண்ணீர் பாத்திரத்தைக் கீழே வைத்தபோது ஜோசுவா வாசலில் வீட்டிற்கு வெளியே அமர்ந்திருந்தார். அவர்கள் இருவரும் ஒன்றாக இருப்பதையும் வேலைகள் செய்வதையும்

கண்டு ஒரு தந்தையாகப் பெருமை கொண்டார். அவரது வீடு முழுமையானதொரு கிறித்தவ இல்லமாக இருந்தது. தனது மனைவியும் மகள்களும் தேவ வழியை விட்டுச் சற்றும் விலகிடாது இருக்க வேண்டும். கிறிஸ்துவின் வீடு என்றால் இப்படி இருக்க வேண்டும் என்பதற்கு ஊரில் ஒரு உதாரணம் வேண்டாமா?

அந்த ஆண்டு வழக்கம் போல இல்லை. பருவங்கள் மிகுந்த வசதியைக் கொண்டு வந்தன. பார்லியும் பீன்ஸும் முன்னறிவக்க முடியாத அளவிற்குச் சிறப்பான அறுவடையைத் தந்தன. மக்கள் மிகுந்த மகிழ்ச்சியோடு இருந்தார்கள். மக்குயுவின் கிறிஸ்தவர்கள் சிலர் ஒரு அணியாகக் கடவுளுக்கு வழிபாடு செய்ய வந்தார்கள்.

காமனோவின் அந்த உறங்கும் சிங்கங்களெங்கும் வியாபித்திருந்த பெரியவர்கள் ஒன்றுகூடி முருங்குவிற்கு அந்தப் புனிதமுற்ற மரத்தின் கீழே பலிகள் கொடுத்தார்கள். இது ஜோசுவா மற்றும் அவரது ஆதரவாளர்களின் கிறிஸ்துமஸ் கொண்டாட்டத்திற்கு மட்டுமல்ல, ஊரின் பிறப்பு உறுப்பு அறுப்பு வைபவங்களுக்கும் தொடக்கமாக அமைவது வழக்கம். ஜோசுவா அம்மாதிரி சடங்குகளுக்கு எதிரானவராக இருந்தார். அதிலும் பெண்களின் உறுப்பிலிருந்து ரத்தம் வழிய வைக்கும் பெண் பிறப்புறுப்பு அறுப்பை அவர் கடுமையாக எதிர்த்தார். இது மக்குயு மற்றும் காமனோவிற்கு இடையிலான உறவையே மாற்றும் விதமாகப் போய்க் கொண்டிருந்தது.

ஜோசுவாவைப் பொறுத்தவரையில் அவ்விதமான சடங்கில் ஈடுபடுவது மன்னிப்பு வழங்க முடியாத பாவம். எகிப்தை விட்டு வெளியேற அனைத்தையுமே விட்டு விட்டு வந்து விடுமாறு அவர் அழைக்கப்படவில்லையா? ஒரு கிறித்துவ வீரனாக வாக்களிக்கப்பட்ட மண்ணை நோக்கி அவர் தைரியமாகப் பயணம் செய்வார். அவரது நோக்கத்திலிருந்து அவரைப் பின்வாங்க வைக்க யாரால் முடியும்? முழு மனிதனாகப் புதிய எருசலேமிற்குள் அவர் நுழைய விரும்பினார்.

அறுப்பு செய்து கொண்ட ஒரு பெண்ணை மணம் செய்து கொண்டதற்காக அவர் தனிப் பூசையின் மூலம் பாவமன்னிப்பு கேட்குமளவு அதைப் பற்றி அவர் ஜோசுவா பயந்தார்.

"ஆண்டவரே அது என் குற்றமல்ல என்பதை நீர் அறிவீர்...என்னால் என்ன செய்ய முடியும்? அதை அவள் எகிப்திலிருந்தபோதே செய்து கொண்டு விட்டாள்."

சிலசமயம் தன் மனைவி மிரியாமுடன் தனித்திருக்கும்போது வருத்தத்தோடு அவர் சுட்டிக்காட்டுவார். "இந்தச் சடங்கு உனக்கு செய்யப்படாமல் இருந்திருக்கலாம்"

இந்த அபிப்பிராயத்தை மிரியாமும் ஒப்புக்கொண்டு அவரை முழுமையாக ஆதரிக்கவில்லை என்றாலும் அவளுக்கு அவரை நன்றாகத் தெரியும். தனது மனைவியாகவே இருந்தாலும் ஒரு

பாவத்திற்கு தண்டனை தராமல் இருக்க முடியாத அளவிற்குப் பழைய ஏற்பாட்டின் மீது மிக ஆழ்ந்த பற்று வைத்திருந்த ஆண்டவரின் நம்பிக்கையாளர் இந்த ஜோசுவா. ஆண்டவரின் தீர்ப்பை இறுதித் தீர்ப்பை நிலைநாட்ட எத்தகைய தூரம் வேண்டுமானாலும் போக அவர் தயங்கமாட்டார்.

ஜோசுவாவிற்கு அந்த வருடம் முழுமையும் நன்றாகவே போனது. வெள்ளைக்காரர்கள் அடிக்கடி அங்கே காமனோவிற்கும் மலைப்பகுதிக்கும் வந்து போனது காமனோவாதிகளைச் கலக்கமுறச் செய்ததோடு அதற்கு ஜோசுவா தான் காரணம் என்றும் முழுமையாக நம்பினார்கள். விரைவில் மக்குயுவில் அரசு அலுவலகம் ஒன்று வெள்ளையர்களால் திறக்கப்படும் என்று அங்கிருந்தபடி அந்த மலைப்பிராந்தியம் முழுவதுமாக ஆட்சிக்கு வரும் என்றும் பரவலாக வதந்திகளும் கிளம்பின. நைரோபியாவில் இருந்த அரசுக்கு அப்பகுதி மக்கள் விரைவில் வரி கட்ட வேண்டியிருக்குமென்று சமீபத்தில் வந்திருந்த வெள்ளைக்காரர் ஒருவர் ஏற்கனவே சொல்லியிருந்தார். வரி என்றால் என்னவென்றே அறியாத மக்கள் தோள்களை உலுக்கினர். இம்மாதிரி ஆனதற்கு எல்லாருமாக ஜோசுவாவைக் குறை கூறினார்கள்.

ஜோசுவா அதைப் பற்றியெல்லாம் கவலைப்படவில்லை. அரசாங்கம் என்னவென்று லிவிங்ஸ்டோன் சொல்லிக் கொடுத்திருந்ததால் அவருக்கு நன்றாகத் தெரியும். ஒரு கிறிஸ்துவன் என்கிற முறையில் அரசுக்குப் பணிந்து போவதுதான் கடமை. சீசருக்கு உரியதை சீசருக்கும், தேவனுக்கு உரியதை தேவனுக்கும் செய்ய அவருக்குத் தெரியும். ஒவ்வொரு கிறிஸ்துவரிடமும் அவர் அதைத்தான் எதிர்பார்க்கவும் செய்தார். வெள்ளையர்கள் அவரது சகோதரர்கள் இல்லையா? இந்த மண்ணின் பிரச்சனைகளுக்கு வெள்ளையர்கள் எப்படி காரணமாக முடியும்? அது மக்களின் குருட்டுத்தனம். மக்கள் இருளில் நடந்து வருகிறார்கள். சடங்குகளுக்கு எப்படி தயாராகிறார்கள் பாருங்கள். பாவிகள் மேலும் மேலும் பாவச் சேற்றுக்குழியில் புதைவதைப் பாருங்கள். ஜோசுவாவிற்கு சமயத்தில் ஆத்திரம் மிகவும் அதிகரித்தது. பிறகுதான் பொறுமையாக இருக்க வேண்டுமென அவருக்குப் புலப்படும். அவரது வேண்டுதல்கள் விரைவில் மலையகப் பகுதியில் அற்புதங்களை நிகழ்த்தும். எனவே ஜோசுவா மண்டியிடுகிறார். மக்கள் தங்களது பாவ வழியை விடுத்து வெள்ளையர்களின் மதத்தைத் தழுவ வேண்டுமென மன்றாடுவார்.

பிரார்த்தனைக்குப் பிறகு அவர் அமைதியடைவார். விரைவில் ஏதோ நிகழும் என்று பொறுமையாக அவர் காத்திருந்தார். வாழ்த்தி தோத்திரங்கள் பாடினார். ஆனாலும்...

இறைவா...அவர்களது தயாரிப்புகளைப் பாரும் இந்தத் தந்திர மனிதர்களைத் தீர்த்துக்கட்டி அவர்களது பாவ ராஜ்ஜியத்தை

முடிவுக்குக் கொண்டுவர மாட்டீரா? அறுப்பு வருகிறது என்னை வைத்துப் போராடும்..ஓ...இறைவா!

ஒரு கோலை எடுத்துக்கொண்டு மக்களை தண்டிக்க வெளியே சென்றுவிட அவர் விரும்பினார். அவர்களை மண்டியிட வைக்க வேண்டும். இசுரேலின் பிள்ளைகள் கடவுளை விடுத்தபோது இதுதானே செய்யப்பட்டது.

“தீயை.. இடியைக் கீழே கொண்டு வாரும்... வெள்ளத்தை அனுப்பும்”

எதுவும் நடக்கவில்லை. அறுப்பு சடங்கிற்கான தயாரிப்பு தீவிரமடைந்தது. ஜோசுவாவும் அவரது தொண்டர்களும் மீட்பரின் பிறப்பிற்கான கொண்டாட்டத்திற்குத் தயாரானார்கள்.

8

ஞாயிற்றுக்கிழமைகளில் ஜோசுவாவிற்கு வேலைகள் மிக அதிகம். நீண்ட ஜெபம் நிகழ்த்துவார். சில நேரங்களில் கபோனி அவருக்கு உதவுவது உண்டு. ஆனால் கபோனி அத்தனை பிடிவாதமான போதகர் அல்ல. ஜோசுவா மனதின் ஆழத்திலிருந்து எடுத்த பிதாவின் வார்த்தைகளைப் பரிசுத்தமான ஆவிக்காக என்றே போதிக்கப் பிறந்தவர். பிரார்த்தனை ஜெபமும் பாடல்களும் தொடர்ந்தன. பூசை முடிந்ததும் அங்கங்கே மலையக வாழிடங்களில் ஒன்றிரண்டு கூட்டங்கள். சில சமயம் ஒரு வாழிடத்திலிருந்து மற்றொன்றுக்கு அவர் செல்ல வேண்டியிருக்கும்.

அன்றைய ஞாயிறு அன்று குறிப்பாக அவர் நீண்ட பிரார்த்தனைக் கூட்டம் ஒன்றை நிகழ்த்தினார். அது முடிந்தபோது அவருக்கு களைப்பு ஏற்பட்டது. ஒருவாரத்திற்கு முன்புதான் கபோனியோடு தற்போதைய நிலவரங்கள் குறித்து ஆலோசிக்க சிரியானா சென்று வந்திருந்தார். தொலைவிலிருந்த அந்த இடத்திற்குக் கால்நடையாகவே போக வேண்டி இருந்தது. இப்போது சோர்வில் குறிப்பாகப் பிரார்த்தனைக் கூட்டம் முடிந்தபின், அந்த மக்குயு தேவாலயத்தின் வெளியே நடைபெறும் தோத்திரப் பாடல்களில் பங்கேற்க முடியாது. அவர் கிளம்பினார். அவரது மனைவி மிரியாமுவைக் கண்டு அவளோடு அவர் வீட்டுக்கு விரைந்தார்.

எப்போதுமே பாடல்களில் கலந்து கொள்ளாத நியம்புரா உடனே கிளம்பி அவர்களுக்கு சில தப்படிகள் பின்னே நடக்கத் தொடங்கினாள். முத்தோணி அங்கே இல்லை. ஆனால் அதில் எந்த பிரச்சனையும் இல்லை. எப்போதுமே வளவளவென்று கிராமத்தார்களிடம் பேசிக்கொண்டே முத்தோணி பின்தங்கி விடுவாள். இன்று அங்கே தேவாலயத்தில் அவளை விட்டு விட்டு வரவில்லை என்பதால், முத்தோணி வீட்டிலும் இல்லாதது கண்டு நியம்புரா ஆச்சரியம் அடைந்தாள்.

மாலை ஆனபோதும் முத்தோணி வீட்டிற்குள் தென்படவில்லை. நியம்புராவின் மனம் மிக வேகமாக அடித்துக் கொண்டது. அவள் நிலைகொள்ளாமல் வீட்டு வாயிலில் இப்படியும் அப்படியுமாக நடக்கத் தொடங்கினாள். பாட்டுப் பாடியபடி ஏதோ எப்போதும் போல வளைய வருபவள் போல இருந்தாளே தவிர, விடாமல் முத்தோணி வருகிறாளா என்று பார்ப்பதிலேயே கவனமாக அவள் இருந்தாள். உள்ளே சென்றவள் தாயின் அமைதியான முகத்தைக் கண்டு மிகவும் வருந்தினாள். தந்தை ஜோசுவா படுக்கையில்

ஒய்வெடுத்துக் கொண்டிருந்தார். தனது தந்தை ஜோசுவா, முத்தோணி எங்கே என்று கேட்டால் வீட்டில் ஏற்படப் போகும் பூகம்பத்தை நினைத்து நியம்புரா நடுங்கினாள். ஜோசுவா தனது பிள்ளை இருட்டிய பின்னும் வெளியே இருப்பதை அனுமதித்தது இல்லை. அறுப்புச் சடங்கின் தயாரிப்புப் பாடல்கள் வேறு ஒலித்து வந்ததால் இப்போது இன்னும் கண்டிப்பாக அவர் இருந்தார். தனது குழந்தைகள் அதனால் வீணாவதை அவர் விரும்பவில்லை. எப்போதையும் விட அவர் இன்று முன்னதாக படுக்கைக்குச் சென்றதுகூட நல்லதாகப் போனது.

“முத்தோணி எங்கே என்று தெரியவில்லையே?” மிரியாமு கேட்டாள். அவள் அமைதி விரும்பி. வீட்டில் சிக்கல் உருவாவதை எப்போதுமே விரும்புவது இல்லை. குழந்தைகளை அவள் அடக்குவது “அப்பாவுக்குப் பணிந்து நடங்கள்” என்று சொல்வதன் மூலம் மட்டும் தான். அவள் அதை வெறுப்போடோ ஆத்திரத்தோடோ கூற மாட்டாள். அது அவளது நம்பிக்கையின் வெளிப்பாடு. வாழ்வின் வழி அது. “உன் அப்பா இதைச் சொல்கிறார்” எந்த எதிர்வினையுமின்றி அவளது பிள்ளைகள் அதைச் செய்ய வேண்டுமென்று அவள் விரும்பினாள். கிறித்துவமுறையில் அடங்கி ஒடுங்கிப் போவதன் மதிப்பு என்ன என்பதை அவள் அறிவாள். நம்பிக்கைவாதிகள் யாராக இருந்தாலும் இதைக் கடைப்பிடிப்பதே அவளைப் பொறுத்தவரை வாழ்க்கை. வாழ்க்கை குறித்து அவள் கேள்வி எதையுமே எழுப்பிக் கொள்ளவில்லை. வாழ்க்கை அவளுக்கென்று ஒருவனை அளித்துள்ளது. அவனை தனக்கே உரிய பாணியில் பாதுகாத்தும் அன்பு செலுத்தியும் வந்தாள். கடவுள் மீதான அவளது ஈர்ப்பும் நம்பிக்கையும் ஜோசுவா மீதான அவளது பயத்தில் பின்னி வளர்ந்தவை. ஆனால் அதுதான் மதம். இப்படித்தான் அது விதிக்கப்பட்டது. ஆனால் அவளது கண்களை ஆழமாகப் பார்ப்பவர்களுக்குப் புரியும். அவளுக்கு உள்ளே உண்மையான கியுகு பெண் ஒருத்தி உறங்கிக் கொண்டிருப்பதே.

நியம்புரா அமைதியாக இருந்தாள். என்ன பதில் சொல்வதென்று அவளுக்குத் தெரியவில்லை. ஏதாவது கற்பனையாகச் சொல்லலாம் என்று யோசிப்பதற்குள் அவளது தந்தை முத்தோணியை அழைத்தார். தனக்கு எது தேவையென்றாலும் அவர் முத்தோணியைத்தான் அழைப்பார். அவள் இல்லை என்பதை அப்போதுதான் கண்டுபிடித்ததுபோல் நியம்புராவும் மிரியாமுவும் ஒருவரை ஒருவர் பார்த்துக் கொண்டார்கள். ஏதோ முத்தோணியைத் தேடப்போவது போல நியம்புரா சட்டெனத் துள்ளி எழுந்தாள். ஆனால் அப்பாவின் கோபத்தை விட்டுத் தள்ளிப் போகவே அவள் அவ்விதம் சென்றாள். உண்மையில் அன்று போகப்போவதாக முத்தோணி நியம்புராவிடம் சொல்லவில்லை. தேவாலயத்திலிருந்து அவள் தப்பியிருக்க வேண்டும். - சில மாதங்களுக்கு முன்பு என்றாலும் அவள் அன்று நதியில் நடந்ததை மறந்துவிடவில்லை.

வீட்டிற்குள் திரும்பி வந்தபோது ஜோசுவா மிரியாமுவை நேராக நின்று முறைத்துக் கொண்டிருப்பதை அவள் கண்டாள்.

“மறுபடியும் சொல்கிறேன்...உன் மகள் எங்கே என்று உனக்கு நன்றாகத் தெரியும்...போ போய்த் தேடு...”

இரவு நெருங்கிக் கொண்டிருந்தது. நியம்புரா வாசற்படியைச் சுற்றிச் சுற்றி வந்து கொண்டிருந்தாள். மிரியாமு வெளியே போயிருந்தாள். அம்மாவாக இருப்பதன் அர்த்தம் இதுதான். தன் குழந்தைகள் செய்யும் பாவங்களையும் சேர்த்துச் சுமக்க வேண்டும். எப்போதும் முத்தோணி போகின்ற எல்லாக் குடிசைகளுக்கும் சென்றாள். அவளை எங்குமே காணவில்லை. திரும்பி வந்தபோது அடுப்பிலிருந்து பானையை நியம்புரா இறக்கி வைத்திருந்ததைக் கண்டாள். ஜோசுவாவும் நியம்புராவும் எதுவுமே பேசிக்கொள்ளவில்லை. நியம்புராவிடம், ஜோசுவா அவளது தங்கை எங்கே என்பது பற்றிக் கேட்கவேயில்லை. உண்மையில் அவருக்குக் கோபம் கண்ணை மறைத்து விட்டது.

மிரியாமுவைக் கண்டதும் கொதித்தார். “கிடைத்தாளா?” மிரியாமு எதுவும் பதில் சொல்லவில்லை.

“திரும்பிப் போய் அவளைத் தேடு.. அவள் வெளியே தூங்கக்கூடாது”

மிரியாமு தயங்கினாள். எங்கே போவாள் அவள்? ஜோசுவா அர்த்தங்கெட்டத்தனமாக நடந்து கொள்வதாக அவளுக்குப் பட்டது. ஆனால் அவரிடம் எப்படி அதைச் சொல்வது? வாதாடிப் பழக்கமே இல்லை. அந்த நேரம் நியம்புராவிற்கு இதயமே இரண்டாகப் பிளந்து விடும் போலிருந்தது. முத்தோணியின் ரகசியத்தைச் சொல்லி விடலாமா? முத்தோணி திரும்பி விட்டால்.....

“ஆனால்... ஆனால்...” மிரியாமு தழுதழுக்கிறாள். அதற்கு மேல் நியம்புராவால் பொறுமை காக்க முடியவில்லை. முத்தோணிக்குச் செய்த சத்தியத்தை முடிந்த வரை காப்பாற்றி ஆயிற்று.

“அவள் அத்தையிடம் போயிருக்கிறாள்” இருக்கலாம் என்பது போல சொன்னாள் நியம்புரா. சும்மாவே இருந்திருக்கலாம். அவர் ஜோசுவா மிக மோசமாக அவள் மீது பாய்ந்தார்.... “யார்... எந்த அத்தை... எங்கே... உடனே சொல்... சொல்” அவர் உலுக்கத் தொடங்கினார். அவரது “பிடியில் அவள் துவண்டு நடுங்கினாள். சற்றே ஆசுவாசப்படுத்தியபடி...காமனோவிலிருக்கும் அத்தை வீட்டுக்குப் போயிருப்பாள் எனறு தோன்றுகிறது” என்றாள்.

எதற்காக...?

அதற்குப் படிவேது? சொல்வது கடினம். அவள் ஒரு நொடி கதவைக் கண்டால் ஓடி விடலாமா...ஒரு வார்த்தை ஒரு வரி போதும்...

“அறுப்புச் சடங்கு...”

“என்ன....?”

“அறுப்புச் சடங்கு செய்து கொள்ள”

ஓடுவதற்குள் பிடிபட்டாள். ஜோசுவா அவளை உலுக்கியபடி அவளது விழியின் உள்ளே வெறித்தார். அவருக்குப் பயித்தியமே பிடித்து விட்டிருந்தது. வாயிலிருந்து லேசாக நுரை வந்துவிட்டது.

“உனக்கு... எப்படித் தெரியும்..யார் சொன்னது?”

நியம்புரா அவருக்குப் பின் நடுநடுங்கியபடி இருந்தாள். அவர் தன்னை உதைக்கப் போவதாக நினைத்தாள். ஆனால் திடீரென்று ஜோசுவா அவளை விடுவித்தார். ஓ...வென்று ஒரு குரல். அது வலியின் வெளிப்பாடு என்பதை அவள் உணர்ந்தாள். அவர் மீது அவளுக்குப் பரிதாபம் ஏற்பட்டது. தீ எரிந்த இடம் நோக்கி மெல்ல அவர் சென்றார். அங்கே ஒரு முக்காலியில் விழுந்தார். முதல்முறையாகத் தாக்கப்பட்டு பலியான இரை போல அவர் காணப்பட்டார். தனக்கு வயதாகி வருவதை அவர் உணர்ந்தார். பிறகு முன் தயாரிக்கப்பட்ட உணர்ச்சியற்ற குரலில் சொன்னார்.

“ஒருமுறை காமனோவில் நீ அத்தை என்றழைக்கும் ஒருத்தியிடம் செல்ல அனுமதி வழங்குகிறேன்... முத்தோணியைத் திரும்பித் வரச்சொல். அவள் வருவதாக இருந்தால் நாம் எல்லாவற்றையுமே மறந்து விடலாம். இல்லையேல் அவள் என் மகள் அல்ல...” அவர் உறங்கப் போய் விட்டார்.

ஜோசுவா இதை அறிவித்ததும் வீட்டில் அமைதி நிலவியது. மிரியாமு எதுவும் பேசவில்லை. எந்த முகாந்திரமும் யாருடைய ஊக்கமுமின்றித் திடீரென்று நடந்துவிட்ட முத்தோணியின் செய்கை அவளைக் கடுமையாகத் தாக்கி விட்டது. அவள் முத்தோணியை மிகவும் நேசித்தாள். அவளை இழக்க விரும்பவில்லை. ஜோசுவா ஒன்றைச் சொல்லி விட்டால் மாற்றிக் கொள்ள மாட்டார் என்பதை அவள் அறிவாள். அவரது சொல்லுக்கும் செய்கைகளுக்கும் வித்தியாசமே இல்லை. அவை ஒன்றையொன்று சார்ந்தே வந்து விழுந்தன. அவர்கள் பேயறைந்தவர்களைப் போல அமர்ந்திருந்தார்கள். நெருப்பின் கனப்பு அவ்வப்போது ஏறி இறங்கி பலவகையான நீண்டு குட்டையாகிய நிழல்களை மண் சுவரின் மீது ஏற்படுத்தியது.

மறுநாள் நியம்புரா வீட்டிற்கு அந்தப் பலவகையான செய்தியைக் கொண்டு வந்தாள். முத்தோணி எவ்வளவோ அழைத்தும் வர மறுத்து விட்டாள்.

இதை கேட்டபோது ஜோசுவா அசையவில்லை. பிசாசின் கொடிய வலைக்குள் சிக்குண்டதற்காக ஏற்கனவே அவர் வெட்கப்பட்டார். எவ்வளவு பெரிய தலை குனிவு? இப்போதோ அவர் மீண்டும் இதுபோல நிகழ்ந்து விடாதிருக்கப் பிரார்த்தனை செய்தார். ஆனால் இந்தச் செய்தி அவருக்கு மிகக் கஷ்டமானது. சரியான நேர்பாதையில்

நடந்த ஒரு மனிதரால் இதை எப்படி மன்னிக்க முடியும்? தேவ வேலையை நெஞ்சில் நிறுத்தி ஆண்டவருக்கு நன்றி கூறினார்.

அன்றைய நாளிலிருந்து முத்தோணி என்பவள் அவரைப் பொறுத்தவரை அந்த வீட்டில் கிடையாது. அவரது இதயத்தில் அவளுக்கு இடமில்லை. அவருக்கும் அவரது வீட்டிற்கும் சரிசெய்ய முடியாத அவப்பெயரை அவள் ஏற்படுத்தி விட்டாள். முன்னுதாரணமான கிறித்துவ இல்லத்தைப் பகிஷ்கரித்து விட்டாள்.

சரி. அவள் வேண்டுமானால் எகிப்திற்குள் திரும்பிச் செல்லட்டும். அவர் - ஜோசுவா - புதிய எருஸலேமை நோக்கித் தனது பயணத்தைத் தொடர்வார்.

9

அறுவடை வந்து போனது. நல்ல அறுவடை. மக்கள் மகிழ்ச்சிக் கூத்தாடினார்கள். பல ஆண்டுகளாக இல்லாத அளவு நல்ல செழிப்பான அறுவடை. களிப்புக் கொண்டாட்டங்களைப் பார்த்தபோது முதியவர்கள் உள்ளுக்குள் அச்சம் கொண்டார்கள். அவர்கள் இளைஞர்களாக இருந்தபோது இது போன்ற கொண்டாட்டங்களைப் பார்த்ததில்லையா என்ன? எவ்வளவோ பார்த்து விட்டார்கள்.

முருங்குவிற்குத் தீயிட்ட பல பலிகளை அவர்கள் பெரியவர்கள் பிறகு தந்தார்கள். அம்மாதிரி திடீரென்று அதிகம் அறுவடையாவது அதற்கான அறிகுறி என்பது யாருக்குத்தான் தெரியாது? கியுகு நிலம் முழுவதையும் தனது கொடிய வறட்சியால் சீரழித்த பஞ்சத்தை யாரும் மறந்து விட முடியாது. வெள்ளையர்கள் வருவதற்கு முன் நடந்தது அது. பஞ்சத்திற்கு முன் வரும் செல்வச் செழிப்பையும் அறுவடையையும் யாருமே மறந்து விட முடியாது.

செச் எல்லாவற்றையுமே நினைவில் வைத்திருந்தார். பஞ்சம் திரும்ப வரவே வராதென்று அவரும் அவரைச் சார்ந்த மற்ற பெரியவர்களும் கருதினார்கள். ஆனாலும் அது அவர்களது நினைவுகளைத் துரத்தவே செய்கின்றது. செச் புதிதாக மணமான தனது இரண்டு மனைவியரையும் அழைத்துக் கொண்டு ஒரு ரகசிய பாதை வழியே போனார். அந்த சீரழிவிலிருந்து மனைவிகளைக் காப்பாற்ற முடியவில்லை. செச் எப்போதும் இனிமையானவராக இருந்ததால் மீண்டும் மணம் செய்து கொண்டு மலையகத்திற்குத் திரும்பி வந்தார். அந்த வெள்ளைக்காரனைப் பற்றி மக்களிடம் எச்சரிக்கவே வந்தார். ஆனால் அவர்கள் செவி சாய்க்கவில்லை. அந்த வெள்ளைக்காரன் சிரியானாவிற்கே வந்த பிறகும் கூட அவர் சொல்வதைக் கேட்க அவர்கள் தயாராக இல்லை. ஜோசுவாவும் கபோனியும் மதமாற்றம் செய்யப்பட்ட போது... அவர்களுக்கு முன்பே தொடர்பிருந்ததை செச் வெளிச்சத்திற்குக் கொண்டு வந்தார். இந்தக் கிறித்துவர்கள் எந்த நல்லதிற்கும் ஒத்து வரமாட்டார்கள். அவர் எப்போதும் சொன்னார். எல்லோரும் பார்ப்பதைத் தாண்டி அவரால் பார்க்க முடிந்தது. ஜோசுவாவைப் பின்பற்றியவர்கள் மேலும் பகையைத் தான் கொண்டு வருவார்கள். ஒருநாள் மலையக இனமே நிரந்தரமாக அழிந்து விடும்.

மலையகக் குடிமக்களுக்கு அழகென்று வாய்த்த அனைத்தையுமே தரக்குறைவாக - அவர்கள் - கிறித்துவர்கள் பிரச்சாரம் செய்யவில்லையா? பிறப்பு உறுப்பு அறுப்பு வைபவம்தான் பழங்குடி கியுகு வாழ்க்கை

முறைக்கே பிரதான சடங்கு. அறுப்பு செய்து கொள்ளாத ஒரு பெண்ணைப் பற்றி யாருமே கேள்விப்பட்டது கூட கிடையாது. அப்படி செய்து கொள்ளாதவளுக்குப் பசுக்களையும் ஆடுகளையும் கொடுத்து யார் மணமுடிப்பார்கள்? கட்டாயம் அது அவரது மகனாக இருக்க முடியாது. வாய்யாகி பழங்குடிக்குத் துரோகம் இழைக்கமாட்டான்.

தனது சொந்த வீட்டைப் பொறுத்தவரை அவர் பயப்பட எதுவும் இல்லை. அவரது மகள்கள் அனைவரும் அறுப்பு செய்து கொண்டு வாழ்கிறார்கள். சில ஆண்டுகளாக சிரியானாவில் இருந்து வரும் வாய்யாகி இந்தப் புதிய மதத்தால் கலாசாரத்தால் கெட்டுப் போகமாட்டான். பழங்குடிகளுக்காகப் போராடிட தன்னைத் தயார் படுத்திக் கொள்ளத்தான் அங்கே சென்றான். சிலசமயங்களில் அவன் மலையகத்திற்கு துரோகம் செய்து விடுவானோ? ஏமாற்றி விடுவானோ? ஆண்டவனுக்கு எதிராகி விடுவானோ? அப்படி நினைக்கும்போதே அவருக்குத் தோல்வியும் துக்கமும் நெஞ்சை அடைத்தன. பிறகு விடுமுறையைக் கழிக்க அவரது மகன் வருவான். அவனிடம் ஏதும் சொல்லமாட்டார். ஆனால் எல்லாம் சரியாக இருப்பதைக் கண்டு மனம் அமைதி அடையும்.

அவர் தனிமைப்படத் தொடங்கினார். அவருக்கு வயதாகிக் கொண்டிருப்பது அவருக்கே தெரிந்தது. எந்தத் திருச்சபைக்கு முற்றிலும் எதிரானவரோ அதே திருச்சபைக்கு எது கியுகு இனத்தையே அழித்துவிடுமென்றாரோ அதே திருச்சபைக்குத் தனது மகனைத் கற்றுவர அனுப்பியிருக்கிறார். அதை அவர் ஒரு எதிர் செய்கையாகப் பார்க்கவில்லை. அதனால் ஒன்றுமில்லை. அவர் மக்களை எச்சரித்தார். அவர்கள் வெள்ளையர்களுக்கு எதிராகப் போராட மறுத்தார்கள். ஆயுதம் தாங்கிட இன்னமும் ஒன்றும் காலதாமதமாகி விடவில்லை. ஆனால் அதற்கு யாரும் தயாராக இல்லை. நல்லவேளையாக அதற்கு வெள்ளையர்களை எதிர்ப்பதற்குப் பிற வழிகள் உள்ளன. மலையக இன தெய்வங்களுக்கும் இன்னமும் மதிப்பு இருந்தது. இன்னமும் வேண்டுதல்களின் நிறைவேற்றலையே மக்களின் நல்வாழ்வு சார்ந்திருந்தது. அவர் தான் கற்ற பாடத்தைத் தன் மகனுக்கும் புகட்டியிருந்தார். வெள்ளைக்காரன்கள் விஷயத்தில் புத்திசாலித்தனமாக இருப்பதே நல்லது.

எனவே செச் நம்பிக்கையோடு காத்திருந்தார். வாய்யாகியின் வளர்ச்சியை அவனது நடத்தைகளை உன்னிப்பாகக் கண்காணித்தார். அவரால் மகாகுருவின் ஆணைகளை நிறைவேற்ற முடியாவிட்டாலும் அவரது மகன் இருக்கிறான். அவரது மகனுக்குள் அவர்தான் வாழ்கிறார். மீட்கப் போகிறவர் மலையிலிருந்து தான் வருவார். நல்லது குருக்களின் வரிசையில் கடைசி இந்த வாய்யாகி தான். கருப்பர்களுக்கான மலையக மீட்பர் வரிசையின் இடை மகனாகிய வாய்யாகி சிரியானாவில்

நன்றாகவே படித்து வந்தான். இரண்டாம் பிறப்புச் சடங்கை முன்பே முடித்தவன். வரும் பருவத்தில் அவன் முனை அறுப்பு சடங்கிற்கும் உட்படுத்தப்படுவான். அது வெள்ளையர் தம் வழியை வேகமாகப் புரிந்து கொண்டு அவன் மலையகத்திற்குப் பயன்பட உதவும். அதைத்தான் அவர் விரும்பினார். அவரது காலம் முடிவதற்குள் வாய்யாகியை ஒரு மனிதனாக்கிப் பார்க்க வேண்டும். பிறகு தனது வேலை தொடங்கி விட்டது என்பதன் திருப்தியோடு அவர் கண் மூடுவார். ஞானகுருவாகிய முகோ தொடங்கி வைத்த வேலை அழிந்து விடவில்லை என்பதைக் கண்டால் போதும். முனைஅறுப்புச் சடங்கிற்கு உட்படாத இஹியை விட அதைச் செய்து கொண்ட முழுமனிதனை நீங்கள் நம்பலாம்.

பலிகள் தொடரத் தொடர அறுப்புச் சடங்கிற்கான ஏற்பாடுகளும் தீவிரமாயின. வாழ்க்கை தொடக்கப்பாட்டு சடங்கிற்குப் பதிவு செய்திருந்தவர்கள் கூட்டம் கூட்டமாகக் கூடலர்யினர். வீடு வீடாகப் புராதனச் சடங்குப் பாடல்களைப் பாடிய வண்ணம் அவர்கள் நடனமும் ஆடினர். மலையக நடனம். டெமி காலத்திய வழிபாட்டு முறை இது.

வாய்யாகியும் பதிவு செய்தவர்களில் ஒருவன். அவன் இப்போது பலமான செழித்த புஜங்களைக் கொண்ட இளைஞன். மற்றவர்களைப் போல வருடக்கணக்கில் ஒத்திகை பார்த்து நன்றாக நடனம் ஆட முடியாததால் அவனுக்கு அதில் ஈடுபாடு இல்லாதிருந்தது. இரண்டாம் பிறப்பு முடிந்த கையோடு அவன் சிரியானா போய் வருடக்கணக்கில் அங்கேயே தங்கி விட்டான். மேலும் விடுமுறைகளுக்கு வருவான் என்றாலும் சில சமயம் தனது தந்தை வயதை மீறி நடந்துகொள்ளும் போது ஆச்சரியமடைந்து வந்தான். அவரது கனமாக நடுங்கும் குரல் அவனைப் படுத்தியது. தான் எதற்காக சிரியானாவுக்கு அனுப்பப்பட்டோம் என்பதை அவன் அடிக்கடி நினைவுபடுத்திக் கொண்டான். வருடங்கள் செல்லச் செல்ல அந்தக் கனவும் இலக்கும் கற்பனையாக, யதார்த்தத்திற்கும் மீறியதாகப் பட்டது. அவன் அதை ஒரு வயதானவனின் கனவாக ஒரு தனி மனிதனின் வெறும் பிதற்றலாகச் சில சமயம் கண்டான். ஆனாலும் பள்ளியில் அவன் கடினமாக உழைத்தான். சிரியானா செகண்டரி பள்ளியில் மேல்நிலை வகுப்பில் இப்போது இருந்த அவன் கென்யாவின் அனைத்து வகை ஊர்களிலிருந்தும் வந்து படிக்கும் மாணவர்களைச் சந்தித்து விட்டான்.

மலையகத்தின் சடங்கு நடனங்களில் பரிச்சயமற்றுப் போனதே இங்கு இல்லாமல் போனதனால்தான். இயற்கையான உந்துதலோடு தானாகவே முன்வந்து அவைகளில் ஈடுபட முடியாத அளவிற்கு வெள்ளைக்காரர்கள் கொடுக்கும் அறிவும் கண்ணை மறைக்கத் தொடங்கியுள்ளது. மனதின் குவியத்திலிருந்து தொடங்கி மேலெழும்

பலவிதமான யோசனைகளையும் கட்டுப்படுத்த வாய்யாகி திணறினான். ஆனால் இந்தப் பிறப்பு உறுப்பு முனை அறுப்பு வைபவங்களைத் தானும் செய்து கொண்டாக வேண்டும் என்பதை அவன் அறிவான். தனது தந்தையை அவன் ஏமாற்றி விடவில்லை. அந்த 'எதிர்காலம்' குறித்த கனவினூடே அது அவரைப் பொறுத்தவரை ஏன் உண்மையாகவே இருக்கலாம். அந்த முதியவர் வாழ்ந்து முடித்துவிடப் போகிறார். அறுப்பு என்பதை வாய்யாகி வெறுத்து விட்டவன் அல்ல. அதற்கு நேர்மாறாக அதை அவன் எதிர்நோக்கிக் காத்திருந்தான். சடங்கின்போது தனது வீரத்தை நிரூபித்துக் காட்ட அவன் விரும்பினான். லிவிங்ஸ்டோனின் புனிதம் மற்றும் கல்வியறிவைத் தானும் கற்க அவன் ஆர்வம் கொண்டாலும் தனது இனச்சடங்குகளுக்கு எதிரான அவரது நடத்தைகள் பிரசாரங்கள் அவனுக்குப் புரியாதது மட்டுமல்ல அவற்றில் ஈர்ப்பும் ஏற்படவில்லை. இனி ஏற்பட வழியுமில்லை.

பெரிய தோல் மத்தளங்கள் மிகப் பெரிய ஓசையை எழுப்பித் தட்டப்பட்ட அதே வேளையில் ஆங்காங்கே பெரிய ஓசைகள், கத்தல்கள் எழுந்தன. அவை யாரும் உறங்கி விடக்கூடாது என்பதற்காகவே நிகழ்த்தப்பட்டன. இன்றைய இரவுதான் துயாரிப்பிற்கான இரவு, நடனங்களிலேயே மிகப்பெரிய நடனத்தை இன்று காணலாம்.

வாய்யாகியின் மனம் நிலையின்றித் தவித்தது. புனிதக் காடுகளுக்கும் மலைப் பிரதேசத்திற்கும் தந்தையால் அழைத்துச் செல்லப்பட்டபோது ஏற்பட்ட அச்சம் இப்போது இல்லை. இன்னும் சொல்லப் போனால் இன்று அது ஒரு கனவாகிப் போனது. அவனுக்கு மட்டுமே தெரிந்த ஒரு இனிய கனவு. ஆனால் இது அப்படி அல்ல. இது எல்லோருக்குமே நன்கு தெரிந்த அனைவர் வாயிலும் பேச்சாக அடிபடும் ஒன்று. வாய்யாகியின் மனதில் சொல்லொண்ணா ஆச்சரியத்தை ஏற்படுத்திய விஷயம் முத்தோணியைப் பற்றியது. இப்போது அது யாவரும் அறிந்ததே. 'அவள் ஏன் அப்படிச் செய்தாள்?' என்று அவனால் நம்ப முடியவில்லை. அவளிடம் கேட்டுவிட அவன் மனம் துடித்தது. அவள் வாயாலேயே அதைக் கேட்க வேண்டும். முத்தோணியின் எதிர்ப்பு மலைக்கு மலை அது ஏதோ மத்தள சத்தங்களாலும் காற்றாலும் எடுத்துச் செல்லப்பட்டது போல பரவியிருந்தது. கிட்டத்தட்ட ஒவ்வொரு இலையிலும் இலைக்குருத்திலும் அவளது பெயர் கேட்டது. முந்தின நாள் நடனச் சடங்கு ஒன்று நடந்த வீட்டில் அவன் அவளைக் கண்டான். ஆனால் அவன் அதை நம்பவில்லை. சடங்குக்குரியவர்களில் ஒருவன் அவனைக் கிள்ளி நடனமாடிக் கொண்டிருந்த பெண்களில் துள்ளலுடன் இடுப்பை இப்படியும் அப்படியுமாய் ஆட்டியவளைக் காட்டினான்.

'அதுதான்....முத்தோணி'

'எந்த முத்தோணி?'

'ஜோசுவாவின் மகள்'

'ஜோசுவாவின் மகள்! ஆம்... ஜோசுவா... வின்... மகள்'

அவனால் தாங்கிக் கொள்ள முடியவில்லை. முத்தோணியை அவன் ரொம்பவும் சின்ன வயதில் பார்த்தது. ஹோனியாவில் அவனும் கினுத்தியாவும் கமாயுவும் சேர்ந்து துரத்தி அவளைக் கதறவைத்த அந்த நாள் இப்போதும் நினைவிலிருக்கிறது. முதலில் அவனுக்கு அது மகிழ்ச்சி அளித்தாலும் பிறகு அதற்காக மனம் வெட்கினான். பெண்களை அஞ்ச வைப்பது வீரமல்ல. அதில் அவனும் இருந்தான் என்று அறிய வந்தபோது அவனது தாய் அவனை நையப் புடைத்தாள். அதிர்ஷ்டவசமாக விஷயம் செச் குடும்பத்தாலும் ஜோசுவா குடும்பத்தாலும் அவ்வளவாக வெளியே பரவாமல் அமுக்கப்பட்டது. அது செச்சுக்கும் ஜோசுவாவுக்கும் கூட தெரியாது. பெண்கள் அதை வெளியே விடவில்லை.

இப்போது அதோ அங்கே அவள். சிரியானாவிலும் மக்குயுவிலும் ஜோசுவாவை வாய்யாகி பலமுறை பார்த்திருக்கிறான். மதத்தைப் பொறுத்தவரை அவர் எவ்வளவு கண்டிப்பானவர் என்பதை அவன் அறிந்துள்ளான். அவரைப் பொறுத்தவரை வாழ்க்கையே மதம் தான். அவளால் - அவரது மகளால் - எப்படி இங்கே வர முடிந்தது. உண்மையில் அவள் ஓடிப் போய்விட்டாள். வீட்டை விட்டு ஓடி இங்கே வந்திருக்கிறாள்...பெண்கள் செய்தது அல்ல. எல்லையைக் கடந்தும் வந்த பையன்கள் அதைத்தான் அவளைப் பற்றி அவனிடம் சொன்னார்கள். கிறித்துவம் தேவாலயங்கள் கண்டுவிட்ட அந்தப் பகுதியிலிருந்து பலர் ஏன் இன்று அந்த கினுத்தியாவைக் கூட வாய்யாகி பார்த்தான். அவனும் அறுப்புக்கான ஆயத்தச் சடங்கிற்காக நேர்ந்தவர்களில் ஒருவன்.

'உன்னைப் பார்த்தால்தான் ஆச்சரியமாய் உள்ளது' கினுத்தியா அவனைப் பார்த்துச் சிரித்தான். 'அவள் ஓடிப்போன விஷயமே உனக்குத் தெரியாதா?'

அவள் உண்மையிலேயே ஓடிவிட்டவள்...வீட்டில் அதிகாரத்தை எதிர்த்துக் கலகம் செய்துவிட்டு வெளியேறினாள் என்பது ஏனோ அவனுக்குப் பெரும் அதிர்ச்சியாய் இருந்தது. தனது தந்தை செச்சை எதிர்ப்பதோ மரியாதைக் குறைவாக நடப்பதோ அவனால் முடியவே முடியாது. அப்படி ஒரு இடத்தில் தன்னை வைத்துப் பார்க்க அவனால் முடியாது.

முத்தோணி உண்மையில் 'ஓடி' வந்துவிட்டாள் என்பதை வாய்யாகி இன்றிரவு அறிந்தான். காமனோவில் வசிக்கும் அவளது அத்தைக்காரி அவளை இனி பார்த்துக் கொள்ளப் போகிறாள். சில கிராமங்களில் மக்கள் இதை நம்பவில்லை. இதில் ஜோசுவாவுக்கும் உள் கை உள்ளது என்றார்கள் அவர்கள். மலையகத்தின் கோபமடைந்த கடவுள்களை

சாந்தப்படுத்த அவனாகவே செய்த வேலை இது. அவன் யாருக்கும் தெரியாமல் பீர் குடிக்கின்றான் அல்லவா! யாருமே பார்த்தது இல்லைதான். ஆனால் தங்களுக்கு அது தெரியும் என்று அவர்கள் கூறினார்கள்.

காமனோவில் ஒரு திறந்தவெளியில் மலையக நடனம் நடத்தப்பட்டது. ஊதுகுழல்கள் முதல் உடைந்த தகரம் வரை கைக்கு வாகாக இருக்கும் எதுவும் எடுத்து வரப்பட்டு பாட்டின் தாளத்திற்கு ஏற்ப அடிக்கப்பட்டது. உணர்ச்சி வெறியின் உச்சம் எல்லாவற்றையுமே தொட்டது. முதியவர்கள் இளமையோடிருந்தவர்கள் பெரியவர்கள் குழந்தைகள்... நடனத்தின் மந்திரசக்திக்கு ஆட்பட்டு யாவருமே ஆடினார்கள். வட்டமாக ஆடிய ஆண்கள் கத்திக் கூச்சலிட்டுக் குதித்தாடி ஆரவாரமிட்டார்கள். இக்கணம் அவர்களின் கணம். இடுப்பு வரை ஆடைகளற்ற மரபுசார்மலையகப் பெண்கள் தீயைச் சுற்றித் தங்களது மார்பிலே முலைகள் ஆட நெருக்கமாக ஆடி மெய்சிலிர்த்தார்கள். இடுப்பை வெறியோடு அசைத்ததை உடலையே உலுக்கிக் கொண்டாலும் அவர்கள் பாட்டின் தாளத்தைத் தப்ப விடவில்லை.

அவர்கள் சுதந்திரமானவர்களாக இருந்தார்கள். முதியோரும் இளைஞரும் அந்த ஒரு இரவில் ஒன்றானார்கள். அன்றிரவு மட்டும் எதையும் வித்தியாசமின்றிப் பேசலாம் பாடலாம்....மற்றபடி அங்கே வியாபித்த சட்டங்கள், சமூகத் தடைக்கற்கள் மிகவும் அழுத்தமானவை. குறிப்பாகப் பெரியவர்களுக்கும் சிறியவர்களுக்கும்....ஆண்களுக்கும் பெண்களுக்கும் உறவுச் சட்டங்கள் மிகக் கடுமையானவை என்றாலும் அன்றிரவு அவற்றிற்கு அங்கே வேலையில்லை.

இன்னமும் வாய்யாகி நாட்டமின்றித் தவித்தான். அவனுள் இருந்த ஏதோ ஒன்று அவனை அந்தக் கொண்டாட்டங்களில் மனம் லயிக்க விடாமல் தடுத்தது எது? முத்தோணி குறித்த விவகாரமோ? லிவிங்ஸ்டோன் இவற்றைக் கண்டால் என்ன நினைப்பார்? இந்த மிகப்பெரிய கொண்டாட்டம் விண்ணையே முட்டும் ஆனந்தக் கூச்சல் பாட்டு...பரவசம் அப்புறம் அந்த வார்த்தைகள்...சாதாரண நாட்களில் அவை கெட்ட வார்த்தைகள். வாய்யாகிக்குத் தெரியும் இன்றைய வார்த்தைகளினால் ஒன்றும் ஆகிவிடாது. மறைக்கப்பட்ட அழுத்தப்பட்ட உணர்வுகள் வெடித்துக் கிளம்பும் நாள் இது. இதுபோன்ற நாளில் பெண்ணோடு போவதுதான் மலையக மரபு.

பிறகு திடீரென்று முத்தோணி தென்பட்டாள். பாடல்கள் குரல் அதிகமாகி உற்சாகம் மேலெழுந்தது. மேலும் சத்தமாக அவர்கள் அவளைக் கொண்டாடியது போலிருந்தது. அவள் ஒரு அதிசயமாய்த் திகழ்ந்தாள். எங்கே கற்றாள் இவற்றை? அவள் காதலை மையப்படுத்திப் பாடவும் ஆடவும் செய்தாள். வாய்யாகி ஆச்சரியமடைந்தான். ஒரு ஆணுக்கும் பெண்ணுக்கும் இடையிலான உறவை உரக்கப் பாடிய வண்ணம் முத்தோணி...அன்புவயப்படுவது...காதல் வயப்படுவது குறித்த

வார்த்தைகளும் காட்சிகளும் சிரியானாவின் கிறித்துவ அமைப்பு ஆட்கள் அவளை நரகத்திற்குப் போகத்தான் சபிப்பார்கள். அவளை வாய்யாசி உற்று நோக்கினான்... அவனுக்குள் ஏதோ ஆகிக் கொண்டிருந்தது. அந்த மஞ்சள் ஒளியில் அவள் மிகவும் மகிழ்ச்சியாகவும் அபாரமான அழகோடும் தெரிந்தாள்...இந்த வகை எண்ணம் அவனுக்கு ரொம்பப் புதிது.

யாரோ அவனை வட்டத்திற்குள் நடனமாட இழுத்திருந்தார்கள். அது கினுத்தியா "ஆடு... நடனம் ஆடு வாய்யாகி" பெண்கள் கத்திக் கூச்சலிட்டார்கள். வட்டமான அந்த நடனத்தில் அவனுக்காக இடுப்பை அசைத்து அவனைத் தங்களோடு ஆட வைத்தார்கள். முதலில் அவனால் ஈடுபட முடியவில்லை. அவன் தனது வழக்கத்திற்கொப்ப மன லயிப்பே இல்லாமல் இடுப்பை அசைத்துப் பேருக்கு ஆடிக் கொண்டிருந்தான். ஆனால் ஒரு முனைக்குச் சென்றபோது அவனது பெயரை அவன் கேட்டான். அவனைப் போற்றி பாடல் இசைக்கப்பட்டது. சிலர் அவனைக் கேலி செய்தும் பாடினார்கள். அவனது பெயர் தாரை தப்பட்டை என இசைஞர்கள் யாவரிடத்திலும் சென்றது. மலையகப் பாடலிசைத்த பிரதான பாடகர்களும் அந்தப் பெயரில் பாடினார்கள்.

உணர்ச்சிப்பூர்வமான மன எழுச்சியும் பாடலின் ஒலியும் தாளமும் மீண்டும் உச்சத்திற்குப் போயின. ஏதோ ஒரு மிருதுவான கரம் அவனது ஆன்மாவைப் பிடித்து வருவது போல அவன் உணர்ந்தான். ஆசைகளும் உணர்ச்சிகளும் அந்த நிமிடத்தின் நிகழ்வில் அப்படியே சிறைப்பட்டுப் போனது போல அவன் நெகிழ்ந்தான். பிறகு மெல்ல அவை மீண்டன. இப்போது வாய்யாகி ஏதுமில்லை. அவன் விடுவிக்கப்பட்டவன். தன்னை சுற்றிய தன்னைப் பற்றிய அனைத்தையுமே அவன் மறந்தான். அவனுக்கு இப்போது இது மட்டுமே வேண்டும். அய்யோ அவன் அனைத்தையும் மறந்தான். இந்த போதை நடனமும் உணர்ச்சிப் பிரவாகமும் அது கொடுக்கும் ஆத்மார்த்த சந்தோஷமும்... அது போதும். இந்த உணர்வு அவனது சதையெங்கும் வேக அலையாகப் பரவி அவனது இருப்பு முழுவதையும் ஆக்கிரமித்தது.

ஒரு சங்கு அவனுக்குத் தரப்பட்டது. பித்துப் பிடித்தவன் போல அவன் அதை ஊதித் தள்ளினான். குதித்து இடுப்பைப் பல கோணங்களில் இசைக்கேற்ப அசைத்து தனது உடலைக் கொண்டு அவன் பலவிதமாக நடனம் ஆடினான். மற்றவர்கள் அவனைப் பார்த்து அதைப்போல ஆடத் தொடங்கினார்கள். முத்தோணியின் ரகசியம் வெளியே வந்துவிட்டிருந்தது. அதை நீங்கள் கற்றுக் கொள்ள வேண்டிய அவசியம் இல்லை. பாட்டின் பாவத்திற்கு உங்கள் கனவை உருவாக்கிக் கொண்டாலே போதும். சில நொடிகளில் அவன் முத்தோணியை முகத்துக்கு முகம் சந்தித்தான். அவர்கள் இருவரும் வட்ட நடனத்தின் நடுவிலே தள்ளப்பட்டிருந்தார்கள்.

அவள் அவனை இறுகப் பற்றியிருந்தது போலிருந்தது. கைகளால் அல்ல வெளியில் தெரியும் எதனாலும் அல்ல. அவளது உள்ளே ஆழ்மனதில் இருந்த எதனாலோ அவள் அவனை இறுகப் பற்றியிருந்தாள். அது என்ன? அவனால் கொஞ்சமும் நகர முடியாதபடி அவனைக் கட்டிப்போடும் அதன் பெயர் என்ன? அவளது புன்னகையா? அதில் ஏதோ மந்திர ஜாலம் தான் இருக்க வேண்டும் என்று அவனுக்குத் தோன்றியது. ஏனென்றால் அவனது இருதயத்தை அது இசைத்தது. இதுவரை அவன் உணர்ந்தே அறியாதனவற்றை அது அவனுக்கு உணர்த்திய வண்ணமாய் இருந்தது. அவளது கண்களில் ஒளிர்ந்து கொண்டிருந்ததே அது என்ன? துயரத்தின் வடிவமா? ஒரு நொடி வாய்யாகி பயந்து போனான். சுற்றிலும் பார்த்துக் கொண்டான். அங்கே அவனது தாய் அவனைப் பார்த்துக் கொண்டிருந்தாள். முத்தோணியிடம் மீண்டும் முகம் திருப்பினான். இப்போது அந்த மந்திரசக்தி அங்கே இல்லை. அது போய்விட்டிருந்தது. அடுத்த நொடி தன்னை அவன் வாய்யாகி மிகவும் தனியனாய் உணர்ந்தான். இந்த வெறியேறும் நாளின் கூட்டத்திலிருந்தே மறைந்து குருடாகித் தன்னெங்கும் வெறுமையை, வயிற்றில் வெற்றிடத்தை அவன் உணர்ந்தான். ச்சீ... அவனுக்குள் வலி ஏற்பட்டது. தன்னை நிர்வாணப்படுத்தி அதை எல்லோருக்கும் காட்டி விட்டது போல அவன் தவித்தான்.

இருட்டு மரங்களின் திக்கிற்கு அவள் பின்னே அவன் ஓடினான். அங்கே அவள் நின்றாள். அவன் வருவான் என்றே நிற்கிறாள். இருவருக்கும் இடையே பெருமூச்சுகளே பகிர்ந்து கொள்ளப்பட்டன. அவரவருக்குள் அவரவர் தம் பிசாசு விழித்தபடி அவர்களோடு போராடியது போலிருந்தது.

“நீ... ஒரு கலகக்காரி” அவன் கிட்டத்தட்ட தன்னை மறந்து கூறினான்.

“ஆ... ஆமாம்” கொஞ்சமும் தயக்கமின்றி அவள் பதிலளித்தாள்.

“ஏன்... அப்படிச் செய்தாய்... முத்தோணி?” அவன் கசப்போடு கேட்டான்.

“செய்தேனா... எதை?”

வாய்யாகி தன்னை ஒரு முட்டாளாக உணர்ந்தான். அவளிடமிருந்தே நடந்தவைகளைக் கேட்டு உணர வேண்டுமென்று அவன் விரும்பி இவ்வாறு கேட்டான். ஆனால் அவள் அதை எதிர்கொண்ட விதத்தில் இருந்த விட்டேற்றியான பாணியால் திகைப்புற்றான். இத்தனை இயல்பாக இருக்க அவளால் எப்படி முடிகிறது? அவனிடம் வார்த்தைகள் இல்லை. அவன் திக்கித் தடுமாறத் தொடங்கினான்.

“நான்.. கேட்க வந்தது... அப்பாவை விட்டு, வீட்டை விட்டு ஏன்... ஓடி வந்துவிட்டாய்...என்றுதான்“ அவள் உடனடியாக பதில் எதுவும்

சொல்லவில்லை. அவர்களுக்குள் அமைதியே இருந்தது. மவுனம் அங்கே முழுமையாகக் கோலோச்சியது. அத்தனை வெறியேற்றும் இரவு சங்கீதங்களுக்கு நடுவிலும் வாய்யாகியின் செவிகள் மவுனத்தை ஜீரணித்துப் பொய் எனப் பொங்கின. இருட்டில் தங்களை ஒருவருக்கு ஒருவர் அவர்களால் பார்த்துக் கொள்ளவும் முடியவில்லை. மூச்சுக்காற்றின் மெல்லிய ஓசைதான் இருப்பை உணர்த்திக் கொண்டிருந்தது. சற்றே துயரம் கலந்த ஒரு தொனியில், பிறகு தனது கணீர் குரலில் அவள் பேசினாள்.

“யாருமே என்னைப் புரிந்து கொள்ள மாட்டார்கள். நான் கிறித்துவப் பெண்தான். என் தாயும் தந்தையும் அந்தப் புதிய நம்பிக்கைக்கு மாறிக் கொண்டவர்கள்தான். நான் அதை விட்டு ஓடி விடவில்லை. இப்போதும் நான் கிறித்துவப் பெண்தான். ஆனால் எனது மலையகத்தின் மரபு சார்ந்து ஒரு பெண்ணாக முழுமை பெறும் இந்த உன்னத அறுப்பின் தயார் நாளும் எனக்குத் தேவை. அது இல்லாமல் நான் எப்படி முழுமை பெற முடியும். என் தந்தை இதற்குச் சம்மதிக்க மாட்டார். எனவே நான் வந்து விட்டேன்”. அவளது குரல் மாறுவது போலிருந்தது. ஆனால் குரலின் அதே தொனியை அவள் விடவில்லை. வாய்யாகி தன்னை மறந்தான். அவள் ஏதோ அவன் இருப்பதை மறந்து இருட்டிடம் அந்த மலையகத்தின் பெருவெளியிடம் எதற்காகவோ மனம் வெறுத்துத் தனது நிலையை வேதனையோடு விளக்கமாக அளித்துக் கொண்டிருக்கிறாள்... “நான் ஒரு பெண்ணாக ஆக விரும்புகிறேன். தாயும் தந்தையும் அறுப்பு செய்யும் சடங்கிற்குத் தங்களை உட்படுத்திக் கொண்டவர்கள்தான்... ஆனால் என்னை மட்டும் ஏன் தடுக்கிறார்கள்... இந்த மலையக உரிமை எனக்கு மட்டும் ஏன் மறுக்கப்படுகிறது? என் மதம் வேறாக இருக்கலாம்... ஆனால் மலையகச் சாதியை விட்டு எப்படி நான் வெளியே இருக்க முடியும்...? இந்த மண் என்னுடையது.. இதன் காற்று.. இதன் புழுதி எங்கும் மலையகத்தின் அங்கம். அது நானும் தான். என்னோடு பிறந்த எல்லோருமே மலையக மக்களே. நான் எப்படி வேறாக முடியும்...? என்னை எல்லோருமே தனித்து விட்டு விட்டால் என்னால் எப்படி தாங்கிக் கொள்ள முடியும்...?

முத்தோணியின் வார்த்தைகள் வாய்யாகியினுள்ளே புதிய உலகொன்றைத் திறந்து காட்டுகிறது. ஆனால் அதை அவனால் தெளிவாகப் பார்க்க முடியவில்லை. அவளது குரலின் அதிர்வுகளுக்குள் அவன் தன்னை மறந்து பயணித்தான்.

“...மலையக சாதியால் அழகூட்டப்பட்ட பெண்ணாக நான் விரும்புகிறேன்... என் படுக்கை என் கணவனுடையதும், அங்கே... குழந்தைகள்... மலையகக் குழந்தைகளான...என் குழந்தைகள்...எங்களைச் சுற்றி ஆடிப்பாடிக் களிக்கின்றன” அவன் தன்னையும் தான் நின்றிருந்த இடத்தையும் மறக்க வைத்த கனவு அது. தான் கண்ட மற்றொரு

கனவு அவனுக்கு ஞாபகம் வந்தது. ஆனால் இது வேறுவிதமாய் இருந்தது. அவனுக்குள் அது முரண்களை ஏற்படுத்தி வன்மையான வெளிகளை திறந்து விடுவதாக இருந்தது. “ஆமாம்... இந்த மலையக சாதி வழியில் அழகூட்டப்பட்ட பெண்ணாக இருக்கவே..நான் விரும்புகிறேன்.”

அவள் இருளில் கனவின் ஊடே நகர்ந்து... கடந்து போய் விட்டிருந்தாள்.... வாய்யாகி வாய்பொத்தி அதிர்ச்சியில் ஆணி அடித்தது போல நின்றிருந்தான்..... ‘நான் கிறித்துவப்பெண் தான். ஆனால் இந்த மலையகச் சாதி வழியில் அழகூட்டப்பட்ட பெண்ணாக இருக்கவே...விரும்புகிறேன்.” அவனால் இதை ஜீரணிக்க முடியவில்லை. ஒரு புதிய எழுச்சி மின்னலை அவனது மனவெளி முழுவதையும் தாக்கியது. மெல்ல அவனது நிலையைக் கடந்து வந்து அவன் கூட்டத்தோடு கலந்தான். இவற்றைக் கடந்தவன்தான் என்பதால் அவர்கள் அவனை ஒருநாள் பிடித்துக் கொள்வார்கள் என்பதை அவன் உணரவில்லை. பல இரவுகள் அவனை உறங்கவிடாது துரத்த இருக்கும் ஒரு புதிய எண்ண எழுச்சி அவனை அலை அலையாகச் சூழ்ந்துள்ளதை அந்த இரவில் அவன் உணர்ந்தான்.

10

எங்கும் பனிப்புகை மூட்டம் சூழ்ந்திருந்தது. அது கமானோவை மக்குயுவை மற்றும் அனைத்து மலையகத்தையும் வெண்ணிற சாம்பல் தனத்தால் மெத்தெனப் போர்த்தி இருந்தது. தசையும் நரம்பும் தோலும் சில்லிட்டன. ஆனால் ஹோனியா நதி மட்டும் கடும் குளிர் மூட்டத்தைக் கடக்கும் தைரியத்தோடும் வீரியத்தோடும் ஓடிக் கொண்டிருந்தது. ஆனால் தண்ணீர் மிகக் குளிர்ச்சியாய் இருந்தது.

அங்கே அந்த அதிகாலையில் நீராடிக்கொண்டிருந்த வாய்யாகிக்கோ தண்ணீர் அவனது தோலையே கத்தி வைத்துக் கிழிப்பது போல சில்லிட்டது. நிர்வாணமாய் நதியின் கரையில் அமர்ந்த அவனது உடல் லேசாய் நடுங்கியது. தோலின் வழியே உள்ளே தசை நார்களை அடைந்திருந்தது குளிர். அவனது கைகள் வளைந்து முட்டியின்மேல் இருந்தன. உள்ளங்கை இறுக்கமாய் மூடப்பட்டிருந்தது. விரல் இணைவு முகடுகள் வீக்கங்களைப் போல வெளியே முண்டியடித்தன. கட்டைவிரல் மூடியிருந்த விரல்களுக்கு நடுவே முதலிரண்டு விரல்களின் மத்தியில் வெளியே தலைகாட்டி வானத்தை நோக்கி இருந்தது. அவனது பிறப்புறுப்பு குளிரில் மிகவும் சுருங்கிப் போயிருந்தது. வாய்யாகிக்கு அது தன்னுடையதுதானா எனும் அளவிற்கு சந்தேகம் வந்தது. அவன் தனியாக இல்லை; அங்கே அந்த நதிக்கரையில் 'அறுவை சிகிச்சை நிபுணரை' முன்வைத்து மற்ற ஆயத்த சடங்குக்குரிய ஏராளமான மற்ற இளைஞர்களும் காத்திருந்தார்கள்.

வாழ்க்கை முழுதும் வாய்யாகி இந்த ஒரு கணத்திற்காகத்தான் காத்திருந்தான். முழு மனிதனாய்த் தன்னை நிரூபிக்கும் இந்த ஒரு வாய்ப்பிற்காக அவனது இளமையின் ரகசிய நோக்கமாய் இது இருந்தது. இப்போது அதற்குரிய நேரம் வந்து விட்டதும் அவனுக்குள் அச்சம் லேசாகச் சூழ்ந்தது. அவன் அதைக் காட்டிக் கொள்ளவில்லை. அவன் வானின் - வெளியை நோக்கினான்... அச்சம் அவனுக்கு தைரியத்தைத் தரும். அவனது கண்கள் அசையவில்லை. அவன் உண்மையில் அங்கே எதையுமே பார்க்கவில்லை. அவனது சதையை அறுத்தபடி சென்ற கத்தி சுரீர் என்ற பெருவலியை ஏற்படுத்தியது. 'நிபுணன்' தனது வேலையை முடித்திருந்தான். ரத்தம் சுதந்திரமாய் அப்படியே கொட்டிக் கொண்டிருந்தது. மண்ணில் அது உறிஞ் சப்பட்டது. அதிலிருந்து அந்த மண்ணோடு வாய்யாகிக்கு ஒரு பிணைப்பு ஏற்பட்டிருந்தது. அந்த ரத்தம் அதற்கான காணிக்கை ஆகும். அவனைச் சுற்றி அந்த இளம் இருளில் பெண்கள் அவனைப் போற்றிப் பெரிய குரலில் பாடல்கள் இசைத்தார்கள். செச்சின் மகன்

தன்னை நிரூபித்துக் கொண்டான். இதுபோன்ற போற்றுதல்கள் வீரநெஞ்சம் கொண்டவர்களுக்கே புகழ் மாலையாய்த் தொடுக்கப்பட்டன. பெண் குழந்தைகளுக்கோ இந்த அறுப்புச் சடங்கு வேறொரு இடத்தில் மேட்டுக்கு மறுபக்கம் நடந்து கொண்டிருந்தது.

நிபுணன் சென்ற பிறகு வாய்யாகி அப்படியே உட்கார்ந்திருந்தான். அவன் இப்போது வெள்ளைத் துணியால் மூடப்பட்டிருந்தான். எல்லாம் சரியாகவே சடங்கின் மரபுப்படி நடந்தது. அந்த வலிதான் அவனது வேர்களையே ஒரு உலுக்கு உலுக்கி விட்டது. முத்தோணி என்ன நினைப்பாள்? அவன் ஒரு கணம் நினைத்து அதிசயித்தான். அவளது இடத்தில் தான் இருந்திருந்தால் இந்த வலியை அனுபவிக்கக் கட்டாயம் ஒப்புக்கொண்டிருக்க மாட்டான். உடனே அடுத்த நினைவும் வந்தது. அவன் தன்னை வெறுத்தான் அப்படி நினைப்பது தவறு. இந்த மலையக மக்கள் மரபைச் சார்ந்தவன் அவன். அதன் வழிமுறைகளைக் கடைப்பிடித்து மலையகத்தில் ரகசியங்களின் பகுதியாக இவன் இருக்க வேண்டும்.

குழந்தைப் பிராயத்தின் ஞாபகங்கள் பல வந்து போயின. பல விஷயங்கள் அவனது மனதில் நிழலாடின. அவனது ஆரம்பகால சாகச வேலைகள், பள்ளிக்கூட நாட்கள் அவன் லிவிங்ஸ்டோனை நினைத்தான். இப்படி கையில் ரத்தம் வழிந்து மண்ணில் சிந்தும் ஆண்குறியோடு ஒற்றை கலிகோ வெள்ளைத் துண்டத்தைப் போர்த்திக் கொண்டு நதியைப் பார்த்தபடி அவன் உட்கார்ந்திருப்பதைப் பார்த்தால் அவர் என்ன நினைப்பார்? லிவிங்ஸ்டோன் அங்கே நின்று எல்லாவற்றையும் பார்ப்பதை யோசித்து அவன் சிரிக்க முற்பட்டான். மன அழுத்தமும் உக்கிரமான அச்சமும் விடைபெற்றது. வலி... அவனது தோலின் வழி உட்புகுந்த குளிரோடு சேர்ந்து அறுக்கும் வலி...மலையகத்தின் மந்திர சக்திகளில் அதுவும் ஒன்று. அனைத்து வகை மர்மங்களும் அடங்கிய ஒரு மாய உலகின் வாயிற்படி இந்த அனுபவம். பிறகு குன்று தெய்வத்தின் வெளி... ஒருகணம் மனதில் உதித்தது. அந்த அனுபவம் தனது நேரடி தெளிவை இழந்து ஒருவித மனச்சிதிலத்தைக் கொடுத்து பின்பு மீண்டும் வேறு ஒன்றாகத் தெளிந்தது.... அந்த முதியவர்கள் காலத்தைக் கடக்க முடிந்தது இப்படித்தான்.... செச் தன்னைச் சுற்றிலும் நடப்பவைகளிலிருந்து எப்போதும் தன்னை அப்பாற்படுத்திக்கொள்ள முடிந்தது. ஓ....அவன் தன்னை உணரத் தொடங்கினான்.... அப்பால் சென்று தன்னை இருத்துதல்....லிவிங்ஸ்டோனும் அப்படித்தான்....செச்....லிவிங்ஸ்டோன்... இணைக்க இணைக்க.... உள்வெளியில் மீண்டும் தோற்றான் வாய்யாகி.... மீண்டும் வலி.... எறும்புகளைப் போல உள்ளே சதையை நரம்பைத் தின்றது அந்த வலி.... இரண்டு பேரலைகள்..... மனம் இரண்டுக்கும் நடுவே ஊசலாடியது... வாய்யாகி உன்னைக் காப்பாற்றிக் கொள்... நிலைநிறுத்து....

வெறியோடான கூச்சலும் அழுகை ஓலமும் ஒன்றாகக் கேட்டது.... பெண்கள் தொடர்ந்து அவர்களது வீரத்தைப் புகழ்ந்து பாடினார்கள். எல்லாம் முடிந்து விட்டது. மலையகத்தின் அடுத்த சந்ததியும் தன் வீரத்தை நிலைநாட்டியது. ஒருவர் கூட மிச்சமில்லை. மலையகம் கோழைகளை ஒருபோதும் படைத்ததில்லை.

வாழிடத்திலிருந்து சற்றுத் தள்ளியிருந்த ஒரு சிறிய கூரை வெளிதான் மருத்துவமனை. தரையானது உலர்ந்த களிமண் இறுகி முரட்டுத்தனமாய் இருந்தது. புல்லும் வாழைக்குலையும் கொண்ட மெத்தை அவர்களது, இரண்டு நாட்களில் வாய்யாகியின் காயம் வீக்கம் அடைந்தது. இனி பழையபடி சரியாகுமா என்று அவனுக்கே சந்தேகம் வரும் அளவிற்குக் காயம் இருந்தது. தனது ஆண்மையை கூட அவன் இழக்க வேண்டி வரலாம். மருத்துவமனை காப்பாளர்கள் மருத்துவம் செய்ய வந்த போது வீங்கிய இடத்தைத் தொட்டாலே அவர்களில் பலர் வீறிட்டு வலியில் துடித்தார்கள். உணவு ஏராளமாய் இருந்தாலும் யாருக்கு சாப்பிடப் பிடித்தது? உணவருந்தும்படி அவர்கள் கட்டாயப்படுத்தப் பட்டார்கள் சில கிண்டல்களுடன் 'இல்லையென்றால் முழுசாக அறுத்து விடுவோம்' அப்படியும் சாப்பிடாதவர்களுக்கு வேறொரு மிரட்டல் காத்திருந்தது... 'பெண்களைக் கூட்டி வந்து விடுவோம்...உங்கள் முன் அவர்களோடு உறவாடுவோம்...' பையன்கள் இட்ட கூச்சலில் மருத்துவமனையே சிரித்தது.... இதுமாதிரி பேச்சுகளினால் ஏற்படும் லேசான விரைப்பு கூட என்ன மாதிரி வலியைத் தரும் என்பது எல்லோரும் அறிந்ததுதானே.

மருத்துவ உதவியாளர்கள் பலவகை ஆண்மை ரகசியங்களைப் புட்டுப்புட்டு வைத்ததுதான் ஒரே ஆறுதலாய் இருந்தது. ஆரம்பத்தில் இது போன்ற விஷயங்களை கவனிக்க வாய்யாகிக்கு எரிச்சலாய் இருந்தது. அவனால் அவற்றைத் தாங்கிக் கொள்ள முடியவில்லை. அங்கு தரப்பட்ட மலையகம் பற்றிய கல்வியறிவில் அதுவும் ஒரு பகுதியாக இருந்தது. ஆனால் ஒருசில நாட்களில் அவனது காயம் ஆறத் தொடங்கியபோது...அந்த மாதிரி கதைகளில் அவன் தனது முழுக் கவனத்தையும் செலுத்தினான்....குதூகலத்தோடு அவற்றைச் செவிமடுத்தான். நிறையக் கற்றுக் கொள்ள வேண்டி இருந்தது.

'அவர்கள் யாவரும் வெளியே வந்து விட்டார்களா?'

'ஆமாம்....நாங்கள் மகிழ்ச்சி அடைகிறோம்...இந்தப் பையன்கள் மலையகத்திற்கே பெருமை சேர்த்து விட்டார்கள்' செச்சின் குரலில் ஒருவித பெருமிதம் இழையோடியது. அதற்குக் காரணம் இருந்தது. அவர் எங்கே சென்றாலும் அவருக்குப் பாராட்டும் புகழும் பெருமையும் உயர்ந்திருந்தது. அவரது மகன் வெள்ளைக்காரக் கல்வியால் வீணாகி விடவில்லை. அவன் மலையகத்தின் அனைத்து மரபுகளையும் ஆழ்ந்து அறிந்து அவற்றைக் கடைப்பிடிப்பவனாக மீண்டான். எந்தக்

குறையுமற்ற மலையக மண்ணின் மைந்தனாக எழுச்சியோடு அவன் ஆளானான். எல்லாம் செச்சின் வெற்றி. அவன் அவரது 'வாரிசு' ஆனான்.

'சரி....பெண் பிள்ளைகள்...?' கதன்ஜோவிலிருந்து வந்திருந்த பெரியவர் கேட்டார்.

'எல்லோரும்...வந்து விட்டார்கள்...'

'உண்மையாகவா...?' அந்தப் பெரியவர் மீண்டும் கேட்டார். செச் லேசாய்த் தயங்குவதை அவரால் பார்க்க முடிந்தது.

'ஒரு பெண்பிள்ளை மட்டும்... அவள்... அவளுக்கு உடம்பு சரியில்லை... இன்னும் சரியாகவில்லை...'

'யார் அது...?'

'முத்தோணி'

'ஓ... ஜோசுவாவின் மகளா? நாங்கள் கேள்விப்பட்டோம்... பெண்ணிற்கு அப்படி நேர்ந்திட வாய்ப்பே இல்லை. இது மிகவும் ஆச்சரியமான விஷயம்....இவ்வளவு நாள் ஆகுமா என்ன?'

'வினோதமாகத்தான் இருக்கிறது' செச் ஒப்புக்கொண்டார். அவர்கள் இருவருக்கும் இடையே சற்று மௌனம் நிலவியது. சூரியன் உச்சியிலிருந்தான். ஒரு பெரிய மர நிழலில் அவர்கள் இருவரும் உட்கார்ந்திருந்தார்கள்.

'ஆமாம்... ரொம்ப வினோதமாகத்தான் இருக்கிறது' செச் திரும்பவும் கூறினார். 'மற்ற பெண்கள் அனைவருமே போய் விட்டார்கள்... அவர்களது காயம் ஒரு வடுவாகக் கூட ஆகிவிட்டது.

'அவள்...? அங்கேயே...'

'இல்லை இல்லை...அவளது அத்தை வீட்டில் இருக்கிறாள்.... ஒவ்வொரு நாளும் காயம் பெரிதாகி மோசமாவதாகக் கேள்விப்படுகிறோம்.'

'தகப்பனின்...சாபம்'

'இருக்கலாம்'

'இந்தக் கிறித்துவர்கள்.... அவர்கள் நல்லதே நினைக்க மாட்டார்களா என்ன?' முதியவர் தாழ்ந்த குரலில் சொல்லி விட்டுத் தலையை லேசாக அசைத்தார்.

'எத்தனையோ தடவை நான் சொல்லியிருக்கிறேன்...இந்தத் 'தப்பு' ஒரு குடும்பத்தை எப்படி படுத்துகிறது பாருங்கள். ஜோசுவா மட்டும் தனது இதயத்தை இப்படி கிறித்துவத்திற்குத் தராமல் போயிருந்தால் இப்படி ஆகுமா...? யாருக்காவது ஆகி இருக்கிறதா...? ஒரே ஒரு கறுத்த செம்மறியை நமது முகுமோ மரத்திற்குப் பலியிட்டால் போதும்... சாதாரண பலி. அது எல்லாத் துன்பங்களையும் தீர்த்திருக்கும்...'

'இப்போது அவன் அதற்கெல்லாம் ஒப்புக்கொள்ள மாட்டான்... வெள்ளைக்காரர்கள் சகவாசம் அவன் கண்களைக் கட்டிப் போட்டு விட்டது' பெரியவர் எழுந்து கொண்டார். தனது மூட்டையை எடுத்துக் கொண்டார். தும்மல் பிறகு தன் முட்டையிலிருந்து இரண்டு இலைகளை எடுத்து உறிஞ்சினார். மூக்கில் தேய்த்தார். 'வெளிச்சத்தோடு போக வேண்டும்' கைத்தடியையும் எடுத்துக் கொண்டார்.

'நல்லபடியாகப் போய் வாருங்கள்....அந்தக் காலத்தில் இருந்து நமது மலையகம் எவ்வளவோ மர்மங்களைப் பார்த்து விட்டது. இன்னும் என்னவெல்லாம் நடக்கப் போகிறதோ...'

'நல்லா இருங்க...நான்...வருகிறேன்'

பெரியவர் அவரது வழியே சென்று விட்டிருந்தார். அவர் தூரத்தில் மறையும் வரை பார்த்துக்கொண்டு நின்றார் செச். காட்டின் வெளியிலிருந்து மலையகத்தில் பல குடிசைகளை அவரால் நன்றாகப் பார்க்க முடிந்தது. எதிர்ப்பக்கமும் அதோ ஜோசுவாவின் வீடு... அதன் ஒருபக்க மேல்கூரை... 'இதெல்லாம் நல்லதுக்கு... இல்லை' செச்சிடமிருந்து பெருமூச்சுகள் வந்தன. தனது கைத்தடியை எடுத்துக்கொண்டு தனது வீட்டை நோக்கி நடக்கத் திரும்பினார். தனது மகன் வாய்யாகி இப்போது பெரியவனாகி விட்டதில் அவருக்கு மகிழ்ச்சி. ஆனால் அந்த கிராமம் பற்றி ரொம்பவும் அச்சமுற்றார்.

வாய்யாகி அவளை கவனித்துக் கொண்டிருந்தான். மூச்சு விடுவதே அவளுக்கு சிரமமாக இருந்தது. மற்றவர்கள் தங்களது இயல்பு வாழ்க்கைக்குத் திரும்பி ஒரு வாரமாகி விட்டது. ஆனால் முத்தோணி இன்னமும் கஷ்டப்பட்டுக் கொண்டிருந்தாள். அவளைப் பார்க்க வாய்யாகி வந்திருந்தான்.

'இப்போது எப்படி இருக்கிறாய்...?' அவன் மிகவும் கடினப்பட்டு வார்த்தைகளைக் கொண்டு வந்தான்.

'நான் நன்றாகவே இருக்கிறேன்' அவள் மிகவும் சிரமத்தோடு கூறினாள். ஆயத்த சடங்குகளுக்கு முன்பு பார்த்ததை விட இப்போது அவளது முகம் கறுத்துப் போய் விட்டிருந்தது. வலியைத் தாங்கித் தாங்கி அவள் சிறுத்துப் போய்க்கொண்டிருப்பது தெரிந்தது. அவளது தைரியத்தை வாய்யாகி மனதிற்குள் புகழ்ந்தான். அவள் ஒருபோதும் தைரியத்தைத் கைவிடவில்லை என்பதை கவனித்தான். அவர்கள் மிகக் குறைவாகவே பேசினார்கள். ஒரு சந்தர்ப்பத்தில் அவள் வாய்யாகியிடமிருந்து பார்வையை வேறுபக்கம் திருப்பினாள்... 'நியம்புரா இங்கே வரவேண்டும். என்னிடம் வந்து விட வேண்டும் என்று விரும்புகிறேன்' என்றாள். அது குற்றச்சாட்டாக இல்லை. ஒரு விருப்பமாக, அவாவாக நீண்ட ஏக்கமாக அவளிடமிருந்து வெளிப்பட்டது.

'ஏன்....ஏன் அவள் வரவில்லை?'

'அப்பா அனுமதித்திருக்க மாட்டார் என்று நினைக்கிறேன்...?'

'இது இரக்கமே இல்லாத செயல்' வாய்யாகிக்கு வேறு என்ன சொல்வதென்று தெரியவில்லை.

'நான் அவருக்கு அடிபணிய மறுத்தேன்...எதிர்த்தேன்..அத்துமீறி விட்டு...அவர் அழைத்தபோதும் போகாமல் என் வழியைத் தேடிக் கொண்டேன்...அவமதிப்பு செய்தேன்'

அந்தச் சிறு குடிசையின் இருண்ட சுவர்களின் மேல் தனது பார்வையை வாய்யாகி பதித்தான். கறுத்த மூங்கில் கழிகளும் கீற்றுகளும் மேற்கூரையில் எப்போது வேண்டுமானாலும் விழுந்து விடுவோம் என்கிற ரீதியில் தொங்கிக் கொண்டிருந்தன. முத்தோணியின் படுக்கை கழிகளால் கட்டப்பட்டிருந்தது. மாற்றுக் கழிகள் குறுக்காக நீட்டிக்கொண்டிருந்தன. வாழை இலை காய்ந்து அதன் மீது பரப்பட்ட புற்களால் ஆன மெத்தை, அவள் அருகில் ஒரு மூலையில் கிடந்த நோயாளிப் படுக்கை...கதவுக்கு அருகே 'அப்பாவை அவமதித்ததற்காக... அனுபவக்கிறாளா இதை' வாய்யாகி யோசித்தான். எதிர்த்து தனக்கென்று வழியைத் தேடிக் கொள்ளும் எல்லோருக்கும் இதுதான் கதியா...?

'உன் அம்மா...?'

'அவளும் வரமாட்டாள்...அவர் அவளை அனுமதிக்க மாட்டார்' அவள் சற்றே நிறுத்தித் தொடர்ந்தாள். 'அவள் இங்கே வர வேண்டாம்...அம்மா கட்டாயம் அழுவாள்...இப்படி என்னைப் பார்த்தால் அவள் தாங்கிக் கொள்ள மாட்டாள்...அதற்கு பதில் இந்த வலியை நான் தாங்கிக் கொள்வேன்...தனியாக'

குடிசையை விட்டுக் கிளம்பும்போது வாய்யாகியின் மனம் ஒரு முடிவுக்கு வந்திருந்தது. அவன் நியம்புராவைச் சந்திக்க வேண்டும். அன்றே மக்குயுவுக்கு சென்று ஜோசுவாவின் இல்லத்தின் வழியாக அந்தப் பகுதியில் அப்படியும் இப்படியுமாய் நியம்புரா தென்படுவாளா என்று நோட்டம் விட்டபடியே நடந்து கொண்டிருந்தான். ஏதோ ஒன்று அவனுக்குள்ளே முத்தோணியின் மீதும் அவளது இந்த எதிர்ப்பு இனத்தின் மீதும் அளவற்ற வாஞ்சையை ஏற்படுத்தியிருந்தது. 'பாவம்... பாவம்' என்று மனதை அவள் என்னவோ செய்தாள். அவனால் இப்படி எதிர்ப்புக் காட்டிட ஒருபோதும் முடியாது...ஆனால் அப்பாவுக்கு அடிபணிவதே ஒரு குழந்தையின் தலையாய கடமை. அவனால் அதை மாற்றிக்கொள்ள முடியவில்லை. உண்மையில் தந்தையை முத்தோணி அவமதித்திருக்கக் கூடாது.. அன்று அவனால் நியம்புராவைச் சந்திக்க முடியவிலலை.

மறுநாள் ஹோனியா நதியில் தண்ணீர் எடுத்துக் கொண்டிருந்தவளை அவனால் சந்திக்க முடிந்தது. அவளை ரொம்பத் தெரியாது அவனுக்கு. ஆனால் இரண்டு பெண்களுக்கும் இடையிலிருந்த உருவ ஒற்றுமை

அவனைத் திகைக்க வைத்தது. அவளது கண்கள் கூட படபடத்தன என்றாலும் முத்தோணியினுடையவைகளைப் போலவே கூரான அகண்ட விழிகளாய் இருந்தன. வாய்யாகி அவளிடம் வார்த்தைகளை வீணடிக்கவில்லை. சம்பிரதாய விசாரிப்புகளுக்குப் பிறகு அவன் முத்தோணியைப் பற்றியும் அவளது உடல்நிலையைப் பற்றியும் சொன்னான். நியம்புரா அதிர்ச்சியில் நிலைகுலைந்து போனாள்...துயரம் தாங்காது அழுதாள். அவ்விடத்தில் இருப்பது வாய்யாகிக்கு தர்மசங்கடமாய் இருந்தது. தான்தான் முத்தோணி குறித்துத் தகவல் தந்ததாகக் கூறி விட வேண்டாமென கேட்டுக் கொண்ட பின் அவன் அங்கிருந்து சென்றான். நியம்புரா காக்கவில்லை. தண்ணீர்ப் பாண்டத்தை அப்படியே விட்டுவிட்டு முத்தோணியைப் பார்க்க ஓடினாள்.

அந்த முதல் சந்திப்பிற்குப் பிறகு முத்தோணியைப் பார்க்க அவள் அடிக்கடி வந்தாள். தந்தையின் கண்காணிப்பை எப்படியோ உதறிவிட்டு அவளால் அடிக்கடி அங்கே வர முடிந்தது. அங்கு வந்து ஓரளவு நீண்ட பொழுதுகளைத் தன்னாலான அளவிற்கு அவளால் கழிக்க முடிந்தது. காயத்தை உடல்நிலையைத் தவிர மற்ற பொருத்தமற்ற வேறு விஷயங்களை அவள் பேசிக்கொண்டே இருந்தாள். சில சமயங்களில் திடீரென்று கண்ணீர் கொப்பளிக்க அவள் பதறுவாள்...

'ஏன் இப்படிச் செய்தாய் முத்தோணி? ஏன்...?' சகோதரியின் மீதான அவளது நெருக்கம், அன்பு, பாசம் யாவும் கொப்பளிக்கக் கசப்போடு எதையோ இழுத்து விழுங்கியபடி அவளை அணைத்துக் கொள்வாள்... முத்தோணி புன்னகைக்க முயன்றபடி கூறுவாள் 'நான் பெரியவளாக விரும்பினேன்.... நியம்புரா... ஒருநாள் நீயும் அதைப் புரிந்து கொள்வாய்....'

'நான் எதையும் புரிந்து கொள்ள விரும்பவில்லை...'

'நீயும் உனது வழி எது என்று தேர்ந்தெடுக்க வேண்டிய ஒரு காலகட்டம் வந்தே தீரும்..'

'ஓ...முத்தோணி...ஏன் இப்படி செய்தாய்...?' அவளால் அதற்கு மேல் பேசவே முடியாது...

நாட்கள் செல்லச் செல்ல முத்தோணியின் உடல்நிலை மேலும் மேலும் மோசமாகியது. அடிக்கடி அவ்விடம் வந்து போய்க் கொண்டிருந்த வாய்யாகிக்கும் மனக்கலக்கம் உண்டாயிற்று. அவள்.... முத்தோணி மிக மிக வேகமாய்க் காலாவதியாகிக் கொண்டிருந்தாள்... இப்போதோ அவளது விழிகளில் மட்டுமே கொஞ்சம் உயிர் இருந்தது. ஏதாவது செய்தே ஆகவேண்டும். அத்தை கொடுத்த மூலிகைகள், பச்சிலை, தழைகள் அவளைக் காப்பாற்றாது என்பதை வாய்யாகி உணர்ந்தான். நியம்புராவோடு கலந்தாலோசித்தான். அவர்கள்

இருவரும் அத்தையை அணுகினார்கள். எப்படியோ தைரியத்தை வரவழைத்துக் கொண்டு வாய்யாகி பேசினான்...

‘முத்தோணி மருத்துவமனைக்குப் போயாக வேண்டும்’

‘எங்கே... எங்கே...?’ அத்தை கொஞ்சம் நம்பிக்கையோடே கேட்டாள்.

‘சிரியானா கிறித்துவ மருத்துவமனை’

கொஞ்சம் நாட்களுக்கு அந்த யோசனையை அத்தை எதையாவது சாக்குப்போக்கு சொல்லித் தவிர்த்தாள். நியம்புரா வெறுப்போடு அவளை சபிக்கத் தொடங்கினாள். எல்லாவற்றிற்குமே அவள்தான் காரணம் என்று திட்ட ஆரம்பித்தாள்... கொஞ்சம் கொஞ்சமாய் அத்தை இணங்கி வந்தாள்...

‘யார் அவளைத் தூக்கிச் செல்வார்கள்?’ வாய்யாகியிடம் கடைசியில் அவள் கேட்டாள். வாய்யாகி ஒரு நிமிடம் யோசித்தான்.

‘யாருமே இல்லையென்றால் நான் தூக்கிச் செல்வேன். என்னால் முடியும். நான் சிலரை அழைத்து வருவேன். அவர்கள் உதவிடுவார்கள்... தொலைவுதான்... ஆனால் போய்விடலாம்’

‘நாளைக்கு வாருங்கள்’

முத்தோணி ரொம்ப மோசமாகி விட்டிருந்தாள். அந்த நாளுக்கு முந்தின நாள்தான் அவளுக்க நினைவு போய் நினைவு வரத் தொடங்கியது.... நிலை குலைவும் ஏற்பட்டது... அடிக்கடி சிரித்து அழுது...‘நான் இப்போது பெரிய மனுஷி’ என்று உளறிடவும் தொடங்கினாள்.

முத்தோணி மருத்துவமனைக்கு எடுத்துச் செல்லப்பட்ட நாளில் நியம்புரா தனது தாய் மிரியாமுவிடம் விஷயத்தை உடைத்தாள். முத்தோணி அவளிடம் சொல்லக்கூடாது என்று சத்தியம் வாங்கியிருந்தாள் என்றாலும், இப்போது நிலைமை ரொம்ப மோசமாகி விட்டது. எப்படி சொல்லாமல் இருப்பது?. தவிர ஊருக்கே தெரியும்...மிரியாமு மனம் நொறுங்கி விட்டிருந்தது. அவள் கதறி அழுதாள்...‘இதை ஏன் என்னிடம் முன்னமே சொல்லவில்லை... ஓ... முத்தோணி...’

11

வாய்யாகி அந்துப் புகைமூட்டம் மிக்க குடிசையிலிருந்து வெளியேறி பாதம் தடுமாற ஏதோ மது அருந்தியவனைப் போல மெதுவாக நடந்தான். அந்த வீடு ந்ஜெரிக்கு அதாவது முத்தோணியின் அத்தைக்குச் சொந்தமானது. அவளுக்குக் கணவர் இல்லை...அவர் ஒருவித மர்மமான நோயின் தாக்குதலால் சில ஆண்டுகளுக்கு முன் இறந்து போனார். கிட்டத்தட்ட முதுமையை நெருங்கிக் கொண்டிருந்த அவளுக்கு உறவு என்று யாருமே கிடையாது. எனவே தனது இல்லம் தேடி வரும் எந்தக் குழந்தைக்கும் அவளிடம் அடைக்கலம் எப்போதும் உண்டு. அவளது வாழ்வே முத்தோணியின் வரவால் பிரகாசித்தது. அவளைத் தேடி வந்த முத்தோணி அவளது வாழ்க்கைக்கே புதிய அர்த்தத்தைக் கொடுத்திருந்தாள்.

ஆனால் வாழ்க்கை ந்ஜெரிக்கு எந்த இரக்கமும் காட்டவில்லை. பாவம் முத்தோணி இப்போது இறந்து விட்டாள். மலையகப் பாதையில் செய்வதறியாது நடந்த வாய்யாகி இப்போது ந்ஜெரி என்ன நினைத்தாள் என்று யோசிக்கலானான். முத்தோணியின் மரணத்திற்கு அவளைத்தான் குறை கூறப் போகின்றார்கள். அப்படியே சோர்ந்து துடித்த அவளது முகத்தைப் பார்க்க முடிந்தது. அவன் அந்தச் செய்தியைக் கூறியபோது தனது கைகளால் முகத்தை மூடி கண்களால் வெறித்தாள். அதிர்ச்சியைத் தாங்கிக் கொள்ள அவளால் முடியவில்லை. அழுகை வரவில்லை. கண்ணீரே வரவில்லை. ஏதோ பேயறைந்தவளைப் போல அவள் காணப்பட்டாள்.

நியம்புராவும் அவளது தாயும் மௌனமாய் அழுதார்கள். விசும்பல்கள் கூட இல்லை. கண்ணீர் மட்டுமே வழிந்தோடியது. சிரியானாவுக்கு முத்தோணியை வாய்யாகியோடு அவனது பத்து இளைஞர்களும் அழைத்துச் சென்ற பிறகு அவர்கள் திரும்பி வர அங்கே காத்திருந்தார்கள். நியம்புராவையும் அவளது அம்மாவையும் பார்க்க அவனுக்கு சகிக்கவில்லை. அதே வீட்டில் அவர்களிடம் விஷயத்தைக் கூறிவிட்டு அவன் உடனே வெளியேறியது அதனால் தான். காமனோவை விட்டு அவர்கள் சென்று மூன்று நாட்கள் ஆகியிருந்தது.

நேரே தனது வீட்டிற்குச் செல்லவில்லை அவன். சூரியன் மிகவும் முன்னதாகவே அஸ்தமித்து விட்டிருந்தது. இளம் ஆரஞ்சு நிறத்தில் மந்தமாய் இருந்தது கிராமம். மர்மமான துயரம் ததும்பும் அமைதி அங்கே எங்கும் திரும்பிக் கொண்டிருந்தது. பையன்கள் யாருமே இல்லை; எந்த ஒரு விலங்கும் குரல் கொடுக்கவும் இல்லை. பார்க்கும்

இடமெல்லாம் முத்தோணியின் அமைதி தவழும் முகமே வாய்யாகிக்குக் காணக் கிடைத்தது. அது வழியை மறித்தது. அவன் உடனே அதை மறக்க வழி மாற்றுவான். அங்கும் அவளே தென்பட்டாள். அய்யோ எல்லாத் திசைகளிலிருந்தும் அவள் அவனை வீழ்த்திக்கொண்டே இருந்தாள். லிவிங்ஸ்டோன் மருத்துவமனையில் இருந்தார். வெள்ளைக்காரப் பெண்களும் கூட இருந்தார்கள். முத்தோணி அமைதியாகவே இருந்தாள். அவளது விழிகள் மாத்திரம் எப்போதும் போல ஒளிவீசுவதாய் இருந்தன. அந்த நீண்ட வலி மிகுந்த வழியெங்கும் அவள் மவுனமாகவே இருந்தாள். அவள் நடப்பதற்கு சாத்தியமே இல்லை. அவர்கள் அவளுக்காக நோய்த்தூளி ஒன்றைச் செய்திருந்தார்கள். அதில் பெரும்பாலும் அமைதியாகவே அவள் வந்தாள். எப்போதாவது நியம்புராவைப் பற்றி அவள் பேசுவாள்.

முத்தோணி தனது சகோதரி நியம்புரா மீது அளவற்ற பாசம் வைத்திருந்ததை வாய்யாகி அறிவான். நியம்புரா அவளைப் பார்க்க வர ஆரம்பித்த ஒரு நாளில் அக்காவும் தங்கையும் என்ன பேசிக் கொண்டார்கள்? அவனால் மறக்க முடியாது. அவர்களது விவாதத்தின் ஊடாக அவன் அப்போதுதான் நுழைந்திருந்தான்.

‘இன்னமும் நான் ஒரு கிறித்துவப் பெண்தான். இந்த மலையகச் சாதியைச் சார்ந்த கிறித்துவப்பெண் நான், விரைவில் பெரியவளாக இந்த மலையகத்தில் ஒரு ஆரோக்கியமான பெண்மணியாக நான் வளர்வேன்’

அவன் நுழைந்த பிறகும் அவள் தொடர்ந்து கொண்டிருந்தாள். எவ்வளவு விரைவாக செத்துக் கொண்டிருக்கிறோம் என்பதை அவள் உணரவில்லை. சிரியானாவுக்குப் போன பிறகு ரொம்ப நேரம் அவள் தாக்குப் பிடிக்கவில்லை. மருத்துவமனைக்குள் நுழையும் முன் அவள் உதிர்த்த கடைசி வாக்கியத்தை அவன் எப்படி மறப்பான்? ‘வாய்யாகி...’ அவள் அவனை முதல்முறையாகப் பெயர் சொல்லி அழைத்தாள்... ‘நியம்புராவிடம் சொல்லுங்கள்...நான் இயேசுவைப் பார்க்கிறேன்... மலையக வழியில் அழகு ஊட்டப்பட்ட முழுப் பெண்மணி இப்போது நான்...’

மக்குயுவிலிருந்து காமனோவிற்கு எந்த நினைவு அவளை உறவுகளை அறுத்துக் கொண்டு வரவழைத்ததோ அதே நினைவைச் சற்றும் சிதற விடாது...அவள் இறந்தாள். அவள் எதைச் சொல்ல வருகிறாள்? மலையகமே வியந்து கேட்கும் ஒரே கேள்வி...‘அவள் ஏன் அப்படி செய்தாள்?’ ஏன்...? ஏன்?‘ வாய்யாகியிடம் கூட அதே கேள்வி இன்னமும் மிச்சமிருந்தது. ஏன்?

தொலைந்த ஒரு ஒற்றை ஆன்மாவைப் போல இருட்டின பிறகும் வாய்யாகி நிலையின்றிப் பரிதவிப்புகளுடன் சுற்றிக்கொண்டே இருந்தான்.... ஒருவேளை முத்தோணியின் கனவு அவனையும் ஆட்கொண்டு விட்டதா? அது அவளது ரகசியக் கனவு... அதற்காக

அவள் இறந்து விட்டாள். அதற்காகவே அவள் இறந்து விட்டாள். கொஞ்ச நாட்களுக்கு முன் கட்டப்பட்டிருந்த தனது குடிசைக்கு அவன் சென்றான். ஒரு விளக்கை ஏற்றிவிட்டுப் படுக்கைக்குப் போனான். அவனால் உறங்க முடியவில்லை. இரவு முழுவதும் ஏன் ஏன் என்று கேட்டுக்கொண்டே இருந்தான். யாரிடம் கேட்கிறான்... என்றே தெரியவில்லை அவனுக்கு.

முத்தோணியின் மரணச்செய்தியைக் கேட்ட ஜோசுவாவிடம் எந்த உணர்ச்சியும் இல்லை. குரலில் லேசான நடுக்கம் மட்டுமே ஒரு அடையாளமாய் இருந்தது. அதை மட்டும் அவரால் மறைக்க முடியவில்லை. அவள் எப்போது இறந்தாள் எப்படி இறந்தாள் அது மரியாமுவுக்கு எப்படி தெரிய வந்தது... அவர் எதையுமே கேட்கவில்லை. அவரது எந்தச் சலனமும் இல்லாத முகத்தைப் பார்க்க மரியாமூ மேலும் கதறிக் கதறி அழுதாள். அவரைப் பொறுத்தவரை சாத்தானின் வழித்தடத்தைப் பின்பற்ற முடிவெடுத்த நாளிலேயே முத்தோணி செத்துப் போய்விட்டாள். அன்றிலிருந்து அவர் மகள் இவ்வுலகில் இல்லை. தேவரிடமிருந்து முகம் திருப்பிக் கொண்டு சபிக்கப்பட்ட நிலத்தை நோக்கி அவள் அன்றே சென்று விட்டாள். லாட்டின் மனைவி இதையேதான் செய்தாள். பலமுறை தனது தேவாலயத்தில் வேதாகமத்திலிருந்து அவர் எடுத்து உரக்க வாசித்துக் காட்டியிருக்கிறார். லாட்டின் மனைவியானவள் பாறையாகுமாறு சபிக்கப்பட்டாள். அதுவும் உப்பலான பாறை. எல்லோருக்குமே ஒரு பாடமாக இருக்கட்டும் என்று பலரையும் மனம் திரும்ப வைத்த சம்பவம். ஜெருசலத்திற்கான... புதிய ஜெருசலத்திற்கான ஆண்டவரின் பாதை மிகக் கடினமானது. பலவகையில் சபலங்களை ஏற்படுத்த வல்ல பாதை. ஆனால் ஜோசுவா மனம் மாற மாட்டார். மிகச் சரியாகத் தனது அடிகளை அவர் எடுத்து வைப்பார். எவ்வித மன சஞ்சலத்திற்கும் இடம் கொடுக்காமல் சிலுவையின் மீதிருந்து பார்வையை அகற்றாமல் அவர் இலக்கை நோக்கி நடை போடுவார். முத்தோணி வெளி ஆள். புவியில் சபிக்கப்பட்டவர்கள் சொர்க்கத்திலும் அப்படியே ஆகவென்று விதிக்கப் பெறுவார்கள். தங்களது பெற்றோர்களை எதிர்த்தவர்களுக்கும் ஆண்டவருக்கு எதிராகக் கலகம் செய்தவர்களுக்கும் இதுவே ஒரு பாடமாக இருக்கட்டும்.

செச் இதை மிகுந்த அமைதியோடு தாங்கிக் கொண்டார். யாரிடத்திலும் இது குறித்து எதுவுமே அவர் பேசவில்லை...அவரது வேலை முடிந்து விட்டது. இப்படியெல்லாம் ஆகுமென்று எவ்வளவோ அவர் எச்சரிக்கவில்லையா? இதே நாடகத்தை முன்பே பார்த்தவர் அவர். தீர்க்கதரிசி. 'தந்தைக்கும் மகளுக்கும் இடையே...மகனுக்கும் தந்தைக்கும் இடையே இந்தப் புதிய வெள்ளைக்கார வழி கெடுதல்கள் செய்யுமென்று' எத்தனை சரியான கணிப்பு. இந்தத் தண்டனை ஜோசுவாவுக்குத் தேவைதான். மலையகத்திற்கே கூட அது ஒரு

தண்டனை. மலையகத்திற்கு அதன் மரபு சார்ந்த சடங்குகள்..நோய் தீர்க்கும் முறைகள். பழைய அவர்களது மூதாதையர் வழிமுறைகள் அனைத்திலும் சந்தேகிகளுக்கு இது ஒரு எச்சரிக்கை.

ஜோசுவாவுக்கு இந்த எச்சரிக்கை கேட்டதா? மாற்றுமத வழியே மேலானது என்று தாவி விட்டானே? அந்தப் பாவி கபோனி அவனுக்காவது இருதயத்தைத் தைத்ததா? அவர் அவர்களைப் புதிய வினோதக் கடவுளர்களிடம் தஞ்சம் புகுந்தவர்களைக் கண்டு அஞ் சினார். இப்போதாவது ஆற்றுப்படுகை ஒன்றுபட்டு எழுச்சியுறுமா? மக்குயுவும் காமனோவும் ஒன்றையொன்று இப்போதும் எதிர்த்தன. காமனோ கிறித்துவமயமாகிப் போனது. மலையக மரபின் அனைத்து அழகிய அம்சங்களோடு விளங்கியது மக்குயு. அவற்றை இணைத்திடப் போவது யார்?

ஆனால் முத்தோணியின் மரணம் வருங்காலத்தைப் பற்றிய நல்ல சகுனமல்ல. ஆற்றின் இரு கரைகளுக்கும் இடையே அது மேலும் மோதலையே கொண்டு வரும். இதிலெல்லாம் தனது மகன் வாய்யாகி மாட்டிக்கொள்வதை அவர், செச் விரும்பவில்லை. அவனை நினைத்தால் அவருக்கு அச்சமாயிருந்தது. ஆனால் வாய்யாகியை அவர் ஆராதித்தார். அவனது உடல்வாகு, இளமை அனைத்தும் அவரைக் கவர்ந்தன. அளவற்ற பெருமை பிடுங்கித் தின்றது. அவனிடம் அதனாலேயே அவர் எதுவும் கூறவில்லை. ஆனால் உண்மையில் அவரால் தனது மகனைப் புரிந்து கொள்ள முடியவில்லை. அதை அவரால் உணர முடிந்தது. அவனும் சிரியானாவில் வழங்கப்பட்ட கல்வியால் ‘வீணாக்கப்பட்டு’விட்டானா? அவரது எலும்புகள் சில்லிட்டன... நரைத்த தலைமுடியைக் கோதிவிட்டுக் கொண்ட அவர் தனது குடிசையின் முக்காலியில் உட்கார்ந்தபடி மெல்ல முடிவுக்கு வந்து கொண்டிருந்த பகலை வெறித்தார். கிறித்துவ தேவாலயம் நடத்திய பள்ளிக்கு மகனை அனுப்பியது சரிதானா? ஒருவேளை அவர் செச், ஜோசுவாவைப் போலவே தண்டிக்கப்படுவாரா? மலையக தேவ - அவதார புருஷர்கள் என்ன நினைத்திருப்பார்கள்..? சாபத்திற்கு ஆளாகப் போகிறாரா..அதே மலையகத்தில் வசித்த தன் வயதையொத்தவர்களிடம் இதுபற்றிப் பேசிட அவரது சிந்தை ஆவல் கொண்டது.

அவர் எழுந்து கொண்டார். மாலைநேரக் குளிர்ந்த காற்று அவரை லேசாக அசைத்தது. அவருக்கு வயதாகி விட்டிருந்தது. சூள் கொட்டினார். வயதானதற்காக அல்ல...அவரது காலம் போய் விட்டதற்காக.. முத்தோணியின் மரணத்திற்குப் பிறகான அந்த ஒரு வாரத்தில் அந்த மலையகத்தின் பெரும்பாலோர் அவ்வப்போது துயரத்தோடு வெளியிட்டது போலவே அவரிடமிருந்தும் பெருமூச்சு ஒன்று வெளிப்பட்டது. உண்மையில் முத்தோணியின் மரணம் எது நடக்கப் போவதன் அறிகுறி என்று யாருக்குமே தெரியவில்லை.

தொலைவில் சிரியானாவிலோ மனநிலை வேறு மாதிரியாக இருந்தது. முத்தோணியின் மரணம் ஒட்டுமொத்த கிக்குயுவின் சடங்குகள் எத்தனை காட்டுமிராண்டித்தனமும் அறியாமையும் மிக்கவை என்பதை நிரூபித்து விட்டன.

மலையக வாழிடங்களுக்குத் தான் நேரடியாகப் போவதில் லிவிங்ஸ்டோன் தேவாலய தலைவர் எப்போதும் தயக்கமே காட்டினார் சில போதகர்களைக் குருத்து தாசர்களாக தேவச்செய்தியை நற்செய்தியைப் பரப்பிட தயார் செய்து அவ்விடங்களுக்கு அனுப்புவதே அவரைப் பொறுத்தவரை பொருத்தமாய் இருந்தது. கன்னம் ஒட்டி உள்ளே போய் தலை முழுவதுமாய் வழுக்கை விழுந்து விட்ட கிழவர் இப்போது அவர். அவரிடம் ஒரு ஆலைத் தலைக்கவசம் இருந்தது. நீலநிறம் உடையது. பளபளக்கும் அதை அவர் எப்போதும் முகத்திற்கு நேர எதிரான ஒன்றாக வெள்ளை வெளேர் என்று வழவழப்பான வழுக்கைத் தலை வித்தியாசமான தோற்றத்தைத் தருவதாக இருந்தது. நீண்ட கைகள். நெடிதுயர்ந்த கால்கள். அவர் நடந்தபோதெல்லாம் அவரது முட்டி லேசாய் ஆடியது. தேவாலய போதகர்கள் வேறு யாராலுமே முடியாத அளவிற்கு ஆங்கில ஆர் எழுத்தைக் குழைவாக உச்சரிக்கும் வழக்கமான கணீர் குரல் மட்டும் அப்படியே இருந்தது. ஆனாலும் அந்தக் குரலில் ஒருவிதச் சோர்வு தெரியத்தான் செய்தது. மலையக மொழியான கிக்குயுவில் அவர் கேட்பவர் சகிக்கும் அளவு தேர்ச்சியுற்றிருந்தார். தேவாலய அலுவல்களில் இதே சிரியானாவில் இருபத்தைந்து வருடங்கள் இருப்பது என்பது அப்படி ஒன்றும் குறைந்த காலகட்டம் அல்லவே.

இந்தத் திருச்சபைக்கு முதன் முதலில் வந்தபோது அவர் அசாத்திய வேகத்தோடு செயல்பட்டார். ஏராளமான எதிர்பார்ப்போடு அங்கே வந்திருந்தார். தனது வேலைகள் அனைத்திற்கும் கட்டாயம் நல்ல பலன் கிடைக்கும் என்று நம்பிய நாட்கள் அவை. ஆனால் விரைவில் அவர் லிவிங்ஸ்டன் புரிந்து கொண்டார். தான் எதிர்பார்த்த அளவு வேலை அவ்வளவு சுலபமோ அல்லது இவ்வளவு விரைவில் பலன் தரக் கூடியதோ அல்ல. தனது சொந்த முயற்சியால் கிறித்துவிற்காக அதிக எண்ணிக்கையிலான புத்தம் புதிய ஆன்மாக்களைச் சேகரிக்க ஒரு வரலாற்று நாயகராக வேண்டி எல்லா சுகங்களையும் துறந்து வசதியான வாழ்வைக் கைவிட்டு வீட்டை விடுத்து இந்தக் காட்டு - கிராமத்திற்கு வந்தவருக்கு இதுவே பெரிய மனச்சோர்வைக் கொடுத்து விட்டது. அவரது அழைப்பும் அவரது திருச்சபையும் அவர் எதிர்பார்த்த அளவுக்குச் செவிமடுக்கப்படவில்லை. பள்ளிக்கூடமும் மருத்துவமனையும் வளர்ந்து பரந்துபட்டு மக்களை அடைந்துள்ளது உண்மைதான். ஆனால் இந்த மக்கள் கல்வியில் ஆர்வம் காட்டிய அதேவேளையில் திருச்சபைக்கு மாறுவதைப் பேச்சளவில் கடைப்பிடித்தார்கள்.

தங்களது மரபுகளைக் குருட்டுத்தனமாய் அவர்கள் கடைப்பிடித் தார்கள். குழந்தைகள் நோய்வாய்ப்படுகின்றன. அவர்கள் சூனியம் வைக்கப்பட்டுள்ளதாகக் கருதுகிறார்கள். ஒரு மனிதன் இறந்தே போனான். அடக்கம் செய்யக்கூட யாரும் முன்வரவில்லை. பிறகு இந்தப் பிறப்புறுப்பிற்கு முனை அறுக்கும் ஆயத்த சடங்கு. ஆண் குழந்தைகளுக்குக் குறியின் நுனித்தோலையும் பெண் குழந்தைகளுக்கு கிலிடோரிஸையும் அறுத்தெறியும் காட்டுமிராண்டித்தனம். திருச்சபை ஆட்களில் ஞானோதயம் பெற்று விட்டவர்கள் தாங்கள் மட்டும் தான் என்று கருதும் சிலரில் லிவிங்ஸ்டோனும் ஒருவர். அவர்தான் அறிவாளி தேவனின் வரிசைத்தூதர். மலையக மரபுச்சடங்குகளை முழுமையாக அறிந்து கொண்டவர். அவருக்கு முன்னால் இருந்தவர் களைப் போல சடங்குகளை அளவுக்கு அதிகமாக விரோதித்துக் கொண்டு மலையக மக்களின் யுத்தத்திற்கு ஆளாகி, ‘காரியத்தை’ அவர் வீணாக்கி விடவும் மாட்டார்.

இந்த மனநிலையோடு அவர் அறுப்பு ஆயத்த சடங்கின் சில நடனங்களில் கூட பங்கு கொண்டதுண்டு. ஆனால் அவர் அளவிட முடியாத அளவிற்குக் குலைநடுங்கிப் போனார். பாடல்களும் அங்கே நடந்த பிற விஷயங்களும் இம்மக்கள் நடுவில் எந்த ஒழுக்கக் கட்டுப்பாடும் சுத்தமாக இல்லை என்பதையே காட்டின. அவர் சந்தேகம் ஏதுமின்றித் தெளிவாக முடிவெடுத்தார். அதன் பிறகு அதுபோன்ற எந்த நடனத்திலும் அவர் தலைகாட்டவில்லை. இந்த மக்களுக்கு தேவமீட்பு வழங்கப்பட ஏதாவது வழியிருக்குமென்றால் அந்த ஒரே வழி அறுப்புச் சடங்கை வேரோடு களைவதுதான். லிவிங்ஸ்டோன் நவீன யுகத்தைச் சார்ந்தவர். கட்டாயப்படுத்தி துப்பாக்கி முனையில் எந்த மாற்றத்தையும் கொண்டவர் அவருக்கு சித்தமில்லை. அது அந்தக்காலம். மரபுச்சடங்குகளை இப்போதோ லிவிங்ஸ்டோன் நேரடியாகத் தாக்கத் தொடங்கினார். தானாகவே எல்லாம் சரியாகும் என்றால் எதுவுமே சரியாகாது. மலையகத்தின் சடங்குகளை வழிவழியாய் வரும் பழக்கவழக்கங்களை நவீன அறிவியலை முன்வைத்து அவர் தாக்கத் தொடங்கினார். யுத்தம் முடியவில்லை. புதிய ரத்தங்கள் இணைந்த அவருக்கு வயதாகிப் போய்விட்டது. சிரியானாவில் புதியவர்களுக்குப் பஞ்சமில்லை.

பிறகுதான் முத்தோணி அறுப்பிற்குப் பின் இறந்து போனாள். அவளது உடலில் எல்லாவிதமான சிக்கல்களும் இருந்தன. இங்கே மருத்துவமனையில் அவளைக் காப்பாற்றி கிறித்துவத்தை நிரூபித்திருக்கலாம். ஆனால் லிவிங்ஸ்டோன் விதியால் ஏமாற்றப்பட்டார். சூழ்நிலைகள் அனைத்தும் அவரது முதுமையைப் பார்த்து எக்காளமிட்டுச் சிரித்தன. ஆனால் தேவனின் ஆன்மா அவருக்குள் இன்னமும் இருப்பதை அவர் நிரூபிப்பார். வயது ஒரு பிரச்சனை அல்ல. இந்த இருள் இளவரசனை எதிர்த்து அறியாமைக் காட்டு

தர்பாரை வீழ்த்த உண்மையில் கிறிஸ்துதான் போராடுகிறார். லிவிங்ஸ்டோன் வெறும் கருவிதான். கிறிஸ்துதான் அவரது வடிவில் உலாவுகிறார்; போதிக்கிறார். அறுப்பு சடங்கை முற்றிலுமாய்த் தூக்கி எறிவார். அங்கே ஜோசுவாவும், கபோனியும் உதவுவார்கள் அவர்களைப் பயன்படுத்துவார்.

அந்த நேரம் பார்த்துதான் ஒரு கிறித்துவத் தாதி உள்ளே நுழைந்தாள். தனது அலுவலகத்தில் இருந்த அவர் அவளைப் பார்த்து லேசாய் அதிர்ந்தார். மார்த்தா அவளது பெயர். அவரது முறைகளைக் கடுமையாக விமர்சிப்பவர்களில் ஒருத்தி.

‘மன்னிக்க வேண்டும்..புனித தந்தையாரே’

‘சொல்லுங்கள்...’

‘இறந்த அந்தப் பெண் குழந்தையை உங்களுக்குத் தெரியுமா?’

‘முத்தோணியா? இங்கே தேவாலயப் பள்ளியில் படிக்கிறானே வாய்யாகி அவனும் மற்ற பையன்களுமாகத் தூக்கி வந்தார்கள்.’

‘அவளது அப்பா யார் தெரியுமா..?அவள் யாருடைய மகள் என்பதை அறிவீரா?...’

‘அது... தெரியவில்லையே...’

‘அவள்... அவள்... யாருடைய மகள் தெரியுமா?’

‘யாருடைய மகள்...’

‘ஜோசுவாவின் மகள்’ மார்த்தா வெற்றிப் புன்னகையோடு கூறினார். அவளது விழிகளில் ஒரு புதிய மலர்ச்சி இருந்தது. ஒரு சிறு அமைதி.... பிறகு

‘ஆ...! புரிதல்... துயரப்படும் புரிதல்...இப்போது ஒரு புதிய யுத்தம் தொடங்கி இருந்தது’.

12

ஒரு சில வாரங்களிலேயே முத்தோணி என்கிற பெயர் அந்த மலையக மக்களின் பாரம்பரியச் சின்னமானது. அவளது பெயரைச் சுற்றி புதிய புதிய கதைகள் உயிர்த்தன. உண்மையில் அவள் காயத்தினால் மரணமெய்தவில்லையென்றும் அங்கே கிறித்துவ திருச்சபை ஆட்கள் அவளுக்கு விஷம் வைத்துக் கொன்று விட்டதாகவும் ஒரு சில மக்கள் நம்பினார்கள். அவளை அங்கே திருச்சபை மருத்துவமனைக்குத் தூக்கிச் சென்ற பையன்களில் ஒருவன் அதைக் கண்கூடாகப் பார்த்து விட்டான்.

மக்குயுவின் முதியவர்கள் ஒன்றுகூடி பொருத்தமற்ற சிலவற்றைப் பேசியவண்ணம் ஒருவர் முகத்தை ஒருவர் பார்த்துக்கொண்டு நின்றனர். அவர்கள் புரிந்து கொண்டனர் இந்தப் புதிய மதம் மலையகத்தை முழுவதுமாய் அசுத்தப்படுத்தி விட்டது. மலையகத் தெய்வமாகிய முருங்குவிற்கு ஏகத்திற்குக் கோபம் வந்திருக்க வேண்டும். வானிலிருந்து வரும் பேரிரைச்சலான இடி முழக்கத்தைக் கேளுங்கள். நெருப்புக்கீற்றாக கீழே ஆழத்திற்கு இறங்கும் மின்னல் பிழம்பைப் பாருங்கள். அவர்களுக்கு செச்சையும் அவரது வார்த்தைகளையும் அது ஞாபகப்படுத்தியது உண்மையில் அவர்கள் அவர் சொன்னதைக் கேட்டிருக்க வேண்டும். சிரியானாவில் அந்த வெள்ளைக்காரன் காலூன்ற அனுமதித்திருக்கவே கூடாத, மக்குயுவின் முடிவில் அரசாங்க சோதனைச்சாவடி மலையகத்தில் கட்டப்பட்டு விட்டது. வெகுவிரைவில் மக்கள் வழிகாட்டியே ஆக வேண்டியுள்ளது என்பது இப்போது ஊர்ஜிதமும் ஆகிவிட்டது.

இப்போது அவர்கள் என்ன செய்வார்கள்? எந்தச் செயலிலும் இறங்க இப்போது காலம் கடந்து விட்டிருந்தது. செச் கிட்டத்தட்ட தனது முடிவுக் காலத்தை எட்டி இருந்தார். வயிற்றில் கண்டிருந்த பெயர் தெரியாத ஒரு நோய் அம்மனிதரை வீட்டோடு கட்டிப்போட்டது. இது போதாதென்று இந்தக் கிறித்துவர்களின் பலம் வேறு. ஜோசுவா மற்றும் கபோனியால் வழி நடத்தப்பட்டு அவர்கள் கிட்டத்தட்ட மக்குயு முழுவதையுமே அவர்கள் தங்கள் மதத்திற்கு வளைத்துப் போட்டார்கள். இது ஒன்றும் பெரிய விஷயமல்ல என்று சில பெரியவர்கள் கூறினார்கள். ஆனால் ஒன்று புதிய மதத்திற்கு மாறினால் என்ன ஆகும் என்பதை முத்தோணியின் மரணம் காட்டி விட்டது. செச்சின் மகன்? பெரியவர்கள் அஞ்சினார்கள். செச் சிரியானா ஆட்களோடு அவனைக் கூட்டாளி ஆக்கி இருக்கவே கூடாது.

ஜோசுவாவின் தொண்டர்கள், அருட்தொண்டர்கள் கூடினார்கள். ஆண்டவரைப் பற்றிப் புகழ்ந்து பேசவும் பாடவும் செய்தார்கள். முத்தோணி மலையக மதத்தை அடைய நினைத்த சாத்தானின் வாரிசு. மலையகச் சடங்குகளைக் கடைப்பிடித்தால் என்ன ஆகும் என்பது இப்போது நிரூபணமாகி விட்டது. அவர்களது உன்னதத் தலைவர் ஜோசுவா எழுப்புதல் கூட்டங்கள் நடத்தினார். இன்னும் தீவிர வெறியோடு போதனைகள் வாசித்தார். அவரது கண்களில் வினோதமானதொரு புனிதத்தன்மை சுடர் விட்டுக் கொண்டிருந்தது. சிரியானாவிற்கு நேரில் சென்று திருச்சபையில் லிவிங்ஸ்டோனை சந்தித்து உள்ளூர்ச் சூழலை விளக்கினார். லிவிங்ஸ்டோன் உடனே புரிந்து கொண்டார். முற்றிலும் புதியதொரு தேவசெய்தியோடு திரும்பி வந்தார் ஜோசுவா. அறுப்புச் சடங்கு முழுதுமே சாத்தானின் வழி. எனவே அந்தத் தீய சடங்கோடு எவ்விதத்திலேனும் தொடர்பு வைத்திருந்த யாரும் கிறிஸ்துவின் தேவாலயத்திற்குள் நுழையலாகாது. ஜோசுவாவின் விழிகளில் தெரிந்த புதிய ஒளியின் ஜ்வாலை அவரைப் பின்பற்றியவர்களுக்குப் புதிய உத்வேகத்தை வழங்கியது. சிரியானாவிலும் மற்ற இடங்களிலும் இருந்த வெள்ளையர்கள் அவர்களுக்குப் பின்னால் பக்கபலமாக இருந்தார்கள். எல்லாவற்றிற்கும் மேலாக ஆண்டவரும் இருந்தார்.

வாய்யாகி சிரியானாவுக்குப் பள்ளிக்குத் திரும்பிச் செல்லவில்லை. அவனது தந்தை மிகவும் நோய்வாய்ப்பட்டுப் போனதால் அவரைத் தனியாக விட முடியாது. அவன் அச்சத்தோடு அவரை கவனித்தான். அவர் இல்லாத ஒரு வீட்டை அவனால் நினைத்துக் கூடப் பார்க்க முடியாது. அவன் என்ன செய்வான்? மலையக பிராந்தியம் செச் இல்லாமல் எப்படி காலம் தள்ளும்? நினைவு தெரிந்த நாளிலிருந்து தான் பார்த்து வந்த, ஆனால் விளங்கிக் கொள்ள முடியாமல் போன தனது தந்தையை அவன் காண முயன்றான். உங்களின் வெகு அருகில் நின்றன கூட வெகுதொலைவாய் உணர எப்போதும் எல்லாவற்றிற்கும் வெளியிலிருந்தே விமர்சன மனிதராக, ஆதர்ச புருஷராக இருக்க செச்சால் எப்படி முடிந்தது? மலையக மக்களைப் பற்றிய அவரது அக்கறைதான் காரணமோ? அல்லது வாழ்வின் ஒவ்வொரு நொடியையும் ஆக்கிரமித்த அந்தக் கிழவரின் கனவு காரணமா? தனது குழந்தைப் பிராயத்தில் நடந்த அந்த நிகழ்ச்சி அவனுக்கு இப்போது ஞாபகம் வந்தது. தனது தந்தையைப் புரிந்து கொள்ள அவருக்கு அவரது மனநிலைக்கு வெகு அருகில் போனது அப்போதுதான். செச் அந்தச் சிறுவனிடம் தன் தனது ஆன்மாவை ஒருநிமிடம் நிர்வாணப்படுத்திக் காட்டியது போல, தன்னை அவர் அவ்வளவு வெளியுலகிற்கு ஒருபோதும் காட்டிக்கொண்டதில்லை. இப்போது அந்த நிகழ்ச்சியை ஞாபகப்படுத்திக் கொள்வதே வினோதமான மனநிலையை ஏற்படுத்தியது. அது நடந்து காலங்கள் பல

உருண்டோடியது மட்டுமல்ல, அந்த நிகழ்வின் தெளிவும் மெல்ல மறைந்தும் வருகிறது அவனுக்கு.

திருச்சபை மக்குயுவையும் காமனோவையும் முழுமையாகவே துண்டாட வந்துவிட்டதோ? மிகுந்த ஆத்திரத்தோடு மலையகத்தின் இரண்டு பக்கங்களும் ஒன்றையொன்று வெளிப்பார்வை நோக்கிக் கொள்வதை அவனால் காண முடிந்தது. திருச்சபைக்காரன் தனது ஆட்களை முற்றிலும் தூண்டிவிடும் ஒரு பொழுதில் இரண்டும் நேருக்குநேர் மோதி களத்தில் இறங்கப் போகின்றனவா?

வாய்யாகியால் ஜீரணிக்க முடியாத அளவிற்கு வியப்பிலாழ்த்திய விஷயம் என்னவென்றால் முத்தோணியின் மரணம் ஏற்படுத்திய வெறுப்புணர்ச்சிதான். அது தன்மட்டில் மிகச் சாதாரண நிகழ்வாகவே இருந்தது. வரலாற்றில் மிகச் சாதாரண நிகழ்வாக இருப்பினும், நீண்டகால பின்விளைவுகள் கொண்ட மற்ற விஷயங்கள் போலவே அதுவும் காணப்பட்டது. எத்தனையோ பெண் குழந்தைகள் அறுப்பு வைபவத்திற்கு உட்படுத்தப்படுகிறார்கள். ஒன்றிரண்டு பேர் அவர்களின் முன்பு இறந்தும் இருக்கிறார்கள் என்றாலும், அது இதுபோன்று ஜனங்களுக்கு நடுவில் ஒருபோதும் வெறுப்பை ஏற்படுத்தவில்லை.

மேலும் மேலும் விரிசல்கள் விழுவதை வாய்யாகியால் பார்க்க முடிந்தது. லிவிங்ஸ்டோன் இப்போது கொண்டு வந்திருக்கும் இந்தப் புதிய கட்டம் கிறித்துவத்திற்கு மாறிய சிலரையும் சேர்த்தே பாதிக்கப் போகிறது. ஜோசுவா சொல்வது போல பழைய தங்கள் மரபுசால் சடங்குகளை முற்றிலுமாய் விட்டுவிட எல்லோரும் ஒப்புக் கொள்ள மாட்டார்கள்.

அப்படியான விரிசல்களுக்கு அவன் நீண்ட காலம் காத்திருக்க வேண்டி வரவில்லை. ஆனால் சற்றும் எதிர்பாராத ஒரு திசையிலிருந்து ஜோசுவாவிற்கு எதிர்ப்பு வந்தது. அதுவரை மக்குயுவின் கிறித்துவத்திற்கு இடதுகையாக இருந்த கபோனி முதலில் உடைத்துக் கொண்டு கிறித்துவ வழிபாட்டுப் பாதைக்குத் திரும்பினார்கள். ஜோசுவா மட்டும் உண்மைத் தொண்டனாய்த் தொடர்ந்தார். அவரும் அவரது ஆதரவாளர்களும் ஒருவரை ஒருவர் ஏதோ சந்தித்தே வெகுகாலமாகிய முதியவர்களைப் போல வெறியோடு அணைத்துக் கொண்டார்கள். இந்தப் பரபரப்பும் ஊரில் இரண்டு பிரிவினருக்கும் இடையே கோலோச்சிய பதற்றமும் வாய்யாகியை மிகவும் மனம் நோக வைத்தன. இவற்றில் அவனது இடம் எது? கடவுளே, அவன் தனது சொந்த மண்ணிற்கே அந்நியன் ஆனான்.

தொலைதூர மலைமுகடு ஒன்றிலிருந்து வாய்யாகி ஒருநாள் வீடு திரும்பிக் கொண்டிருந்தான். அங்கே ஒரு நண்பனைச் சந்தித்துத் தனது தந்தைக்கு உட்கொள்ள அறிவுறுத்தப்பட்ட ஒரு பச்சிலையை எடுத்து வரப் போயிருந்தான். வெள்ளையர்களின் மாத்திரைகள் எதையும் செச்

தொடமாட்டார். அப்படி வாய்யாகி அந்த விஷயத்தைக் கேள்விப் பட்டான். கிறித்துவப் பாதையைக் கைவிட்டு மலையக மரபிற்கு திரும்பியவர்கள் மற்றும் கிறித்துவ மதத்திற்கு மாறாதவர்களின் குழந்தைகளும் சிரியானா பள்ளியைவிட்டு உடனே வெளியேற்றப் பட்டார்கள். கிறித்துவக் குழந்தைகளுக்கு மட்டுமே இனி அந்தப் பள்ளி. அப்படியே யாராவது ஒரு சிறுவனோ சிறுமியோ பள்ளியில் சேர வேண்டுமாயின் அவர்கள் அகதியாக இருக்கலாம். இருப்பினும் அறுப்புச் சடங்கைக் கைவிட்ட குழந்தையாக இருக்க வேண்டும். அவ்வளவுதான் தன் படிப்பு முடிந்தது என்பதை வாய்யாகி உணர்ந்தான். இது கடைசி வருடம், இதை முடித்துவிடலாம் என்று தான் அவன் நினைத்திருந்தான். படிக்க வேண்டும் என்பதில் அவனுக்கு, கொள்ளைப் பிரியம் இருந்தது. செய்தி அவனுக்கு மனச் சங்கடத்தைக் கொடுத்தது. முகத்தைத் தொங்கப் போட்டுக் கொண்டு எரிச்சலோடு அவன் வீடு திரும்பி இருந்தான். தனது குடிலில் போய் தனிமையில் அடைந்து கொள்ளத் துடித்தான்.

வீட்டருகே வந்தபோது அம்மா வெளியிலேயே நிற்பதை வாய்யாகி கண்டான். அவளது விழிகளில் கண்ணீர் வழிந்தோடிக் கொண்டிருந்தது. அதிர்ச்சியில் உடனடியாக அவன் தன்னை மறந்தான். அம்மா கண்ணீர் விட்டு அவன் பார்த்ததே கிடையாது.

‘என்ன...என்ன ஆயிற்று...அம்மா?’

அவனை ஆரத்தழுவி அவள் கதறி அழுதாள். ‘என்னம்மா?’ அவன் அச்சத்தோடு கேட்டான். அப்பாவின் குடிலிலிருந்து பெரியவர்கள் சிலர் வெளியில் வருவதை அப்போதுதான் அவன் கவனித்தான். கையிலிருந்த பச்சிலையை எரிச்சலோடு தூக்கியெறிந்து விட்டு அந்தக் குடிலுக்குள் கடைசியாக உயிரோடு இருக்கும்போது ஒரு முறையாவது சில நொடிகளாவது அப்பாவின் முகத்தைப் பார்த்துவிட வேண்டுமென்று அவன் ஓடினான்.

13

ட்ரிப்... ட்ரிப்...! தகரக் கொட்டகையின் மேற்கூரை முழுதும் ட்ரிப்... ட்ரிப் பெரிய மழை நீர்த்துளிகள் ஒன்றையொன்று போட்டிப் போட்டுக் கொண்டு வேகமாய்க் கொட்டின...மண்ணை நோக்கி அங்கே நீர்ப்பெருக்கு சிறு துளைகளை ஏற்படுத்தியது. துளைகள் பெருகிக் குழியாகி, குழிகள் பெருகி ஒரு ஓடையைப் போல.... ட்ரிப்... ப்ளக்... சளக்...! அகண்ட அந்த நீர்த்திவலை கண்ணாடியிலேயிருந்தது. தனது உடன்பிறந்தோர் மிகுந்த பொறுமையோடு ஏற்படுத்திய அந்த நீர்த் துளையின் அகண்ட குழியில் போய் அதுவும் விழுந்தது. அது மண் குழியில் போய் விழுந்த வேகத்தில் அழுக்கு சேற்றுநீர் வெளியே தெரிந்தது. இப்படித் தெறித்த சேறும் அதன் நீருமாய்ப் பொறுமையற்ற கூம்பு வடிவ குட்டித் தூண்கள் புதிய உற்சாகத்தோடு தலை நிமிர்ந்தன. மழையோ மேலும் வலுத்து சில காததூரம் கடந்து எதையுமே பார்க்க முடியாத வண்ணம் அனைத்தையும் மறைக்கும் வண்ணம் நீர்த் தொடர்ச்சியைக் கொட்டித் தீர்த்தது. இப்போது வெளியே குதிக்கும் கூம்புகளின் வேகம் அதிகரித்திருந்தது. இப்போது சொட்டுவது நின்று ஒரு நீர்ப்பெருக்கு சர்ரென்று கூரையைப் பிய்த்துக் கொண்டு கீழே கொட்டியது. நீர்ப்பெருக்கு பந்தயம் மறுபடி தொடங்கிவிட்டது.

ஜன்னலின் சட்டத்தை அழுத்திப் பிடித்தபடி தன் உடல் எடை முழுவதையும் இடது காலில் தாங்கியபடி, வெளியே மழையை வெறித்தபடி தனது அலுவலகக் கதவருகே வாய்யாகி நின்றிருந்தான். மழையை ஒருவித ஆத்மார்த்த உணர்வோடு அவன் பார்த்துக் கொண்டே இருந்தான். ஒரு அவசர ராணுவ முகாம் போன்ற முறிந்த தோற்றத்தோடு மண்சுவர்களின் பலவீனமான பக்கவாட்டுடன் கழிகள் பட்டை மூங்கில்களுடன் தகர்த்தனர். யான அது இருப்பதே கொட்டும் மழையில் புலப்படுத்துவதாய் இல்லை. மூன்றாண்டுகளாக அங்கே இருந்து வரும் அதன் எல்லாமும் மட்டும்தான் பள்ளிக்கூடம். அவனது அலுவலகம் மற்றும் நான்கு வகுப்பறைகளாகப் பிரிக்கப்பட்ட அந்தச் சிறிய மண்கட்டடத்தின் உள்ளே என்ன நடக்கிறது என்பது அனைத்தும் வாய்யாகிக்கு மட்டுமே நன்றாகத் தெரியும். மேலே வேயப்பட்ட காய்ந்த சருகுக்கூரை மழையைத் தாக்குப் பிடிப்பதாய் இல்லை. பல்வேறு கீற்றுத் துளைகளின் வழியே உள் ஒழுகிக் கொண்டிருக்கும் அந்த இடத்தை அவன் கற்பனை செய்கிறான். அறிவுப்பசியோடு எப்படியும் கல்வி கற்க வேண்டுமென்று வரும் குழந்தைகள் அந்த மாதிரி கஷ்டங்களை அனுபவித்தே ஆக வேண்டி இருந்தது. இப்போது வகுப்பறை மூலையில் ஒன்றையொன்று கட்டிக் கொண்டு அவை முடங்கிப் போயிருக்கும். மழைக்கு அஞ்சி அதிர்ஷ்டம்

மிக்க ஒரு சில குழந்தைகளுக்குத் தலைமீது போட்டுக் கொள்ள ஏதாவது கிடைத்திருக்கும்.

அந்த அலுவலகத்தில் வாய்யாகியின் சக ஆசிரியர்களான கமாயுவும் கினுத்தியாவும் ஏதோ ஒன்றைப் பற்றி உரக்க விவாதித்துக் கொண்டிருந்தார்கள். மரபுப்படி அந்த போடோ வகை முக்காலிகளில் அவர்கள் உட்கார்ந்திருந்தார்கள். ஆசிரியர் அறையும் அலுவலகமும் ஒன்றேதான் என்பதால் அவர்கள் அங்கே அமர்ந்திருந்தார்கள். எப்போதெல்லாம் தங்களுக்குள் மோதிக் கொள்ள அவர்களுக்கு ஏதாவது கிடைத்ததோ அப்போதெல்லாம் அவர்கள் இங்கே அலுவலக அறைக்கு வந்து விடுவார்கள். அரசியல், மதம், பெண்கள் மற்றும் எதைப்பற்றி வேண்டுமானாலும் அவர்கள் விவாதித்தார்கள். தரையில் அந்த இரண்டு மூலைகளில் பயன்பாட்டுப் பள்ளி எழுது பொருட்கள், பலகைகள் போடப்பட்டிருந்தன. அலுவலக அறைதான் பள்ளியின் பொருள் கிடங்காகவும் இருந்தது. பள்ளியின் சாதனங்களும் அங்கே குவிக்கப்பட்டிருந்தன. ஒரு ஒழுங்குக்கு உட்பட்டு பொருட்களை அடுக்கி வைப்பது நீண்ட கால சாத்தியமற்றதாக இருந்தது.

உறங்கும் சிங்கங்களான மலையகத்தை நினைத்து வாய்யாகி மனம் குழம்பிய அந்த வேளையில் மழை மேலும் மேலும் வலுத்துக் கொண்டிருந்தது. தனித்து வெளியுலகத் தொடர்பின்றி அது இருப்பதாக யாருமே இப்போது கூறிவிட முடியாது. வெள்ளை நாடு பிடிப்பவர்களின் முழு ஆதிக்கத்திற்கும் அந்தக் மலையகத்தின் மூலை முடுக்கெல்லாம் வந்து விட்டதால் சிரியானாவுக்கும் அந்தக் கண்காணிப்பு சோதனைச் சாவடிக்கும் கட்டுப்பட்ட இடமாகி விட்ட பிறகு கிக்குயுவின் மற்ற இடங்களுக்கும் இதற்கும் எந்த வித்தியாசமும் இல்லை. அவனது தந்தை ஒரு காலத்தில் எச்சரித்ததைப் போலவே வெள்ளையர்களின் ஆதிக்கக் கரங்கள் நீண்டவையாக இருந்தன. இப்போது மலையகம் கிட்டத்தட்ட அவர்களது முழு கட்டுப்பாட்டில் வந்து விட்டது. அன்றாட உணவுக்குப் பணம் தேவைப்படாத அந்தப் பகுதியில் பலரும் வெளி வயல்களிலெல்லாம் போய் உழைத்து பணம் ஈட்டி வரியும் கட்டத் தொடங்கி விட்டிருந்தார்கள்.

'இது கொடுமை...இது கொடுமை' கினுத்தியா கூறிக்கொண்டிருந்தான். 'வெள்ளைக்காரர்கள் போய் விட வேண்டும்...எங்கிருந்து அவர்கள் வந்தார்களோ அங்கேயே போய்விட வேண்டும்....நமது நிலத்தில் மலையகத்தில்...அமைதி....பழைய அமைதி...திகழ வேண்டும் மீதிப் பேச்சு மழையின் ஓசையில் கரைந்ததோ ஏதோ வாய்யாகியின் மனப் போக்கை அப்படியே அறிந்தவன் போல பேசினான் கினுத்தியா....

கினுத்தியா சாதாரணமாக அமைதியாகவே இருப்பான். ஆனால் உரையாடல்களின் போது அதிலும் குறிப்பாக விவாதங்களின் போது அந்த விழிகளில் ஒருவித உணர்ச்சிப் பிரவாகத்தை நாம் காணலாம். பிறகு காற்றில் கைகளை அசைத்தபடி மிக ஆழமாய் அவன் பேசுவான்.

நன்கு கொழுத்திருந்த தோள்களுடன் குட்டையாய் வளர்ந்திருந்த அவன்; அமைதியான அசைவுகளை விட உரக்கப் பேசி தனது கருத்துகளைப் பதிப்பவனாக இருந்தான். இந்த அலுவலக அறையில் நடந்த அரசியல் உரையாடல்கள் மலையகமெங்கும் நடப்பவைகளின் எதிரொலியாகவே இருந்தன. ஏதாவது செய்தாக வேண்டும் என்பதற்கான தேவை அதிகரித்துக் கொண்டே இருந்தது. வெள்ளையர்கள் ஆக்கிரமிப்பு செய்த நிலங்களை விட்டுப் பல நூற்றாண்டுகளாகத் தாங்கள் வசித்த நிலத்தைக் கைவிட்டுப் பலர் வெளியேறவும் மற்றவர்கள் அங்கே வெள்ளையர்களுக்காக வயல் கூலிகளாக வேலை செய்யவும் வேண்டியிருந்த அந்துப் புதிய சூழலுக்குப் பிறகு, ஏதாவது செய்தாக வேண்டிய கட்டாயம் முன்பு எப்போதும் இல்லாத அளவிற்கு அதிகரித்திருந்தது.

சிரியானாவோடான தொடர்பை முற்றிலும் துண்டித்துக் கொண்டது நிலமையை மேலும் மோசமாக்கி விட்டது. மக்கள் அநீதியை அதன் வலியை உணர்ந்தார்கள். ரொம்ப காலம் பொறுத்து விட்டோமென்று சிலர் கருதினார்கள். செச்சின் எச்சரிக்கைகள் இப்போது நியாயப்படுத்தப்பட்டன. உண்மைதான் அப்போதே ஏதாவது செய்திருக்க வேண்டும். சின்னச் சின்ன அமைப்புகள் மலையகமெங்கும் இப்போது தோன்றின. எல்லாவற்றிலும் வாய்யாகி தீவிரமாய்ச் செயல்பட்டான். ஏற்கனவே ஒரு தலைவனாக அங்கே எந்தக் கேள்விக்கும் இடமின்றி அவன் ஏற்கப்பட்டிருந்தான். அவர்கள் சின்ன விஷயங்களுக்குக் கூட அவனிடம் வந்து கொண்டிருந்தார்கள். ஜோசுவாவின் ஆட்களுக்கும் அவனை விட்டு உடைத்துக் கொண்டு வந்தவர்களுக்கும் இடையே பிளவு அதிகமாகிக் கொண்டே வருவதைக் கண்டு வாய்யாகிக்குக் கவலையாக இருந்தது.

கினுத்தியாவுக்காக வாய்யாகியின் இதயம் உருகியது. ஆனால் கமாயுவோடு அதே நெருக்கத்தை அவன் உணர முடியாது. கமாயு ஜோசுவாவிடமிருந்து உடைத்துக் கொண்டு வந்தவர்களது தலைவரான கபோனியின் மகன் என்பதால் மட்டுமல்ல...கமாயுவின் விழிகளில் எப்போதுமே ஒருவகை பகை உணர்வும் காழ்ப்புணர்ச்சியும் தன்னை நோக்கி உள்ளது என்பதை அவன் கண்டான். மெல்லிசாக உயரமாய் அவன் இருந்தான். ஆனால் சிறுவனாக இருந்தபோது பலரும் எதிர்பார்த்த அளவிற்கு உயரமாகவில்லை. அவன் பார்வையிலிருந்த காழ்ப்புணர்ச்சி மட்டும் மாறவே இல்லை. கமாயுவுக்கு வாய்யாகியின் மீது அளவற்ற வெறுப்பு இருந்தது. இளைஞன் ஒருவன் தலைமை அந்தஸ்திற்கு உயரும்போது சக வயதுள்ளவர்களுக்குப் பொறாமை இருப்பது தவிர்க்க முடியாதது என்றாலும், அதைவிட நல்ல தலைவராகத் தன்னால் இருக்க முடியுமென்று ஜம்பம் பேசும் அதைவிட வயதானவர்கள் பார்வையை என்னவென்பது? கமாயு மிகவும் சுத்தமானவன். தலைமுடியை நெருக்கமாக வெட்டி

உடம்பெங்கும் அவன் ஏற்படுத்தியிருந்த முரட்டுத்தூய்மை ஏதோ ஒரு விதத்தில் மனிதத்தன்மை அற்றதாக இருந்தது.

மழை மேலும் வலுத்து அவ்விடத்தை மேலும் ஆக்கிரமித்தது. உக்கிரமான அந்த விவாதம் தொடர்ந்தது. வாய்யாகி மலையகத்தையும் மழையையும் பற்றிய நினைவுகளை விட்டு வெளியே வரவேண்டி இருந்தது.

'உங்கள் தந்தையை எடுத்துக் கொள்வோம்'

'நாம் பேசிக் கொண்டிருப்பது என் தந்தையைப் பற்றி அல்ல..' கமாயு ஆத்திரத்தோடு இடைமறித்தான். கினுத்தியாவின் முகம் அப்படியே வாடுவதை வாய்யாகி கண்டான். அறையில் ஒருவகையான பதற்றம் நிலவியது. பிறகு சட்டென்று கினுத்தியா சிரித்தான். உடனே கமாயுவும் சிரித்தான். பல ஆண்டுகளுக்கு முன் இதே அப்பா பிரச்சனைக்காக அவர்கள் அடித்துக் கொண்டார்கள்.

'கமாயு... கொஞ்சம் பொறுமையாக இருக்க வேண்டும் நீ' வாய்யாகி கேட்டுக் கொண்டான். அவனுக்கும் சிரிப்பு வந்தது. கினுத்தியா உடனே பேசத் தொடங்கினான்.

'ஒரு உதாரணத்திற்கு உன் தந்தையை எடுத்துக் கொள்வோம்... ஒரு உதாரணத்திற்குத்தான்...

'சரி நீ விரும்பவில்லையென்றால் நான் என் தந்தையை எடுத்துக் கொள்கிறேன்... ஒரு உதாரணத்திற்கு...அவர்தான் எங்கள் குடும்பத் தலைவர் அல்லவா... கரன்ஜாவோ அல்லது ஜுகுனாவோ... யாரோ எங்கள் வீட்டிற்கு வந்து கொஞ்சம் நாள் தங்குகிறார்கள்.... நாங்களும் அந்த விருந்தினருக்காகப் பணிவிடை அனைத்தையும் செய்து இடம் கொடுத்துப் பார்த்துக் கொள்கிறோம் என்றும் வைத்துக் கொள்வோம். கொஞ்ச நாட்களில் அவர் என் தந்தையைத் தீர்த்துக் கட்டிவிட்டு எங்கள் சொத்துக்களுக்கு உரிமை கொண்டாடி அதை எடுத்துக் கொள்கிறார் என்றும் வைத்துக் கொண்டால், அதற்கு சட்டப்படி அவர் தகுதியானவரா? வாய்யாகி நீ என்ன நினைக்கிறாய்? அவருக்கு அடி பணிய என் மனம் இடம் தருமா? நிலைமை கட்டுக்கடங்காமல் போகும்போது நான் எப்படி சும்மா இருக்க முடியும்? அநீதிக்கு எதிராக நான் எழுவேன். போராடத் துடிப்பேன். அவரை மட்டுமல்ல அவரால் செய்யப்படும் அனைத்தையுமே எதிர்த்து நான் பொங்கி எழுவேன். சிரியானா திருச்சபையை எடுத்துக் கொள்வோம். கடவுளின் ஆட்களாக அவர்கள் சந்தடி தெரியாமல் வந்தார்கள். அவர்களுக்கு நாம் ஒரு இடம் கொடுத்தோம். இப்போது என்ன நடக்கிறது? தங்களது வெள்ளைச் சகோதரர்களை வரும்படி கூறி அவர்கள் இந்த நிலம் முழுவதையும் எடுத்துக் கொள்ளக் கூறினார்கள். நமது மண் படையெடுப்பிற்கு உள்ளாகி விட்டது. நம்மிடமிருந்து அதை மிகவும் எளிதாக அவர்கள் சூறையாடி விட்டார்கள்... மக்குயுவின் பின்னால்

இருக்கும் வெள்ளை அரசாங்கத்தின் சோதனைச்சாவடி ஒன்று போதும். நமது சுதந்திரத்திற்கு அதுவே மரண சாசனத்தை எழுதி விட்டது... இப்போது இந்தக் குடிசை வரி வேறு...'

அவனுக்குச் சோர்வு ஏற்பட்டது. தன்னைச் சுற்றி துயரத்தோடும் தீர்மானத்தோடும் மற்றவர்களின் எண்ண ஓட்டத்தை எதிர்பார்த்து அவன் ஏக்கமுற்றான். மழையின் குளிர்ச்சியிலும் அவனுக்கு வியர்த்தது. பிறகு பெரிய மூச்சுகள் வெளிப்பட்டன. மீண்டும் உணர்ச்சி வசப்பட்டான். கையைக் காற்றில் 'அய்யஹோ' என்று காட்டி மேசையை மடாரென்று தட்டினான். ஒரு பெரிய அரசியல் பேரணியில் உரை நிகழ்த்துவது போல அவன் சுற்றிலும் பார்வையை ஓட்டினான். கினுத்தியாவை இவ்வளவு உணர்ச்சிப் பெருக்குள்ளவனாக வாய்யாகி பார்த்தது இல்லை. சிரியானாவில் கல்வி கற்றுக் கைவிடப்பட்டவர்கள் அதனை இத்தனை உக்கிரத்தோடு ஏன் எதிர்க்க வேண்டும்? அவனது தந்தை எந்தத் திருச்சபையை வாழ்க்கை முழுவதும் திட்டித் தீர்த்தாரோ அதே திருச்சபைக்குத் தனது மகனையே பள்ளிக்கல்விக்கு அனுப்பிய அவரைப் போலத்தான் இவர்களும். இதுதான் வாழ்வின் முரண் போலிருக்கிறது. கினுத்தியா பேசப் பேச வாய்யாகிக்குள் ஏதோ ஒருவித ஆழமான எண்ணம் மேலோங்கத் தொடங்கியது...உண்மையில் கினுத்தியா முழு கிக்குயு மலையகத்திற்கும் சேர்த்து...உறங்கும் சிங்கங்களை முன்வைத்துப் பேசுகிறான். வாய்யாகி தனது உணர்வுகளை அடக்கி கல்வி போதிக்க மேற்கொள்ளப்பட்டிருக்கும் முயற்சிகளை நினைத்துக் கொண்டான். மலையகத்து ஒட்டுமொத்த மக்களின் காத்திருப்பையும் நம்பிக்கையையும் நிறைவேற்றும் ஒரே வழி கல்வியளிப்பதுதான். சிரியானா சேர்த்துக் கொள்ளவில்லையென்றால் போகட்டும். மலையகப் பள்ளிகள் குழந்தைகளின் அறிவுப்பசி போக்கும். இந்தக் கல்வி நிலையங்கள் விஷயத்தில் தான் மேற்கொண்ட முயற்சிகள், செய்யவிருக்கும் வேலைகள், ஏற்படுத்திக் கொண்டுள்ள திட்டங்கள் குறித்து வாய்யாகி நினைவலைகளில் தொலைந்து போனான்.

'வாய்யாகி... புதிதாக உருவாகும் கியாமாவைப் பற்றி...சொல்?'

கமாயு தான் இதைக் கேட்டது. தன் நினைவுகளிடமிருந்து திரும்பியிருந்தாலும் வாய்யாகி இன்னமும் மழையைத்தான் பார்த்துக் கொண்டிருந்தான். இந்த மழை ஒரு பெரிய வரம். உண்மையில் காய்ந்து பஞ்சமும் வறட்சியும் வரப் போகிறதென்று ஊரே நடுங்கிக் கொண்டிருந்த ஒரு காலகட்டத்தில் கடவுளாய்ப் பார்த்து அனுப்பிய ஆசீர்வாதமாய் மழை வந்துள்ளது. ஓடைகள் இணைந்து புற்களைச் சில்லிட வைத்து இலைகள், கிளைகள் என ஓடி வேர்களைச் சிலிர்க்க வைத்து மண்ணை வருடியபடி ஹோனியாவில் கலந்தன ஒரு வெள்ளம் போல; இதுதான்: ஹோனியா நதி இரண்டு கரைகளுக்கும் இடையே எப்போதும் உற்சாகத்தோடு ஓடிக் கொண்டே இருக்கும் அதன் ரகசியம் இதுதான்.

கண்முன்னே அந்தச் சிறிய கால்வாய் எதையோ பரபரப்பாக முணுமுணுத்தபடி தனக்குத்தானேயோ அல்லது மண்ணோடோ உரையாடியபடி ஓடியதைக் கண்டான். 'நோவாவின் வெள்ளம்' வாய்யாகியின் மனம் நினைத்தது.

கினுத்தியா பேசினான்.

'ஆமாம். நான் அப்படிப்பட்ட கியாமா சபையைப் பற்றி யோசிக்கிறேன்... மலையகத்தின் மரபுகளைக் காப்பாற்ற கண்காணிக்க நமது மலைச்சாதி அதிகார அமைப்பு ஒன்று தேவைதான்'

இந்த வகை கியாமாவைப் பற்றி வாய்யாகியின் காதில் கூட செய்திகள் விழுந்தன. கபோனிதான் அந்த யோசனையின் கர்த்தா என்பதையும் அவன் அறிவான். அந்த கியாமாவின் தலைமையில் தனக்கும் பங்கு வந்து விடுமோ என்று அவன் அஞ்சினான். மலையகத்தின் மூலை முடுக்கைக் கூட விடாமல் முழுமையாக கியாமா பரவி தனது அதிகாரத்திற்குக் கீழே மலையக மக்களின் சடங்குகள் அனைத்தையுமே கொண்டு வந்து விடும். பெரிய ஆர்வம் எங்கும் இருந்தது. ஆனால் அவன் கல்வியின் மீதே தனது முழு கவனத்தையும் செலுத்திட விரும்பினான். கியாமா அவனை ஈர்க்கவில்லை. லிவிங்ஸ்டோன் எப்போதும் சொல்வதைப் போல கல்விதான் மதிப்பு மிக்கது. மாணவர்கள் தங்களைச் சுற்றி நடக்கும் அரசியல், அரசாங்க விஷயங்களை விட்டு ஒதுங்கி கல்வியில் முழுக் கவனம் செலுத்த வேண்டும். அதே எண்ணம் வாய்யாகிக்கும் அப்படியே இருந்தது.

மழை தொடர்ந்தது. கதிரவனால் வெப்பமேற்றப்பட்டு காய்ந்த புற்கள் மேல் பெய்த மழை அவற்றை தகர்ப்பது போன்ற வேகத்தோடு இருந்தது. அது என்ன? திடீரென்று மழைநீர் தனது ஓட்டத்தில் என்ன செய்தது என்பதை வாய்யாகி கண்டான்.

மண்ணை எடுத்துக் கொண்டது...

பூமியிலிருந்து அரிப்பை ஏற்படுத்தி மண் விழுங்கியது...

நிலத்தைத் திருடிக்கொண்டு ஓடுகிறது நீர்.

மலையகத்தின் ஒவ்வொரு பகுதியும் அதற்காகத்தான் பதறின. உண்மையில் உறங்கும் சிங்கங்களால் இப்போது உறங்க முடியவில்லை. எல்லா இடங்களிலிருந்தும் மண் களவாகிக் கொண்டிருந்தது. மண், மண் என்று அவை பதறுகின்றன. மலைச்சாதி முழுமைக்கும் மண் முக்கியம். அதனால்தான் கினுத்தியாவும் அவனையொத்த மற்றவர்களும் வெள்ளைக்காரனின் ஆக்கிரமிப்பைக் கண்டு அஞ்சினார்கள். கியம்பு, நையரி மற்றும் முருங்காவுக்கு என்ன ஆனதென்று நினைத்து அஞ்சினார்கள். சிரியானா வந்த புதிய ஆக்கிரமிப்பாளர்களுக்கு அதே முகம் இருந்தது. முகோ-வா-இபிரோ சொன்னது சரிதானா என்று வாய்யாகி அய்யமுற்றான். ஒருநாள் வெள்ளைக்காரன் போய்விடுவான். அந்த நொடியில் வாய்யாகிக்கு அவனது தந்தை

கூறியதும் கடவுளின் ஒற்றைத்தூதன் மலையகத்தை மீட்க வந்த மீட்பரையும் நினைவிற்கு வந்தது.

திடீரென்று அவன் ஆத்திரமடைந்தான். வெள்ளையர் மீதல்ல; கினுத்தியா மீதல்ல. அவனது கோபம் மழை மீதுதான். மழை இங்கிருந்து மட்டுமல்ல...அனைத்து இடங்களிலிருந்தும் மண்ணை எடுத்துச் சென்று கொண்டே இருந்தது. அதனால்தான் நிலம் பல இடங்களில் எந்தப் பயனுமற்று மடிந்தது. ஒரு நொடி மழையோடு யுத்தத்தில் இறங்கிட அவன் துடித்தான். ஓடிய நீர்த்திவலைகள் மண்ணாகிப் போய்க்கொண்டிருந்தன. அவன் மனம் மாறினால் மனம் விட்டுச் சிரிக்க எத்தனித்தான். இங்கும் இந்த இயற்கை நிகழ்விலும் அவன் முரணைக் கண்டான். மழை வந்து மண்ணில்தான் விழ முடியும். அந்த வரவு வரமாகவும் அமையலாம். சமயத்தில் அது சாபமாகவும் போகலாம். இந்த வாய்யாகி உணர்ச்சிகளின் அடியொற்றிய மனப்போக்கோடு வாழும் ஒரு மனிதன்.

மழை நின்றது. சிறு நீர்ப்பெருக்குகள் மண்ணை இன்னமும் கூட எடுத்துச் சென்று கொண்டிருந்தன. சரி கிளம்ப வேண்டியதுதான். அன்றைய முழு மதியமும் வீணாகிப் போனது. வேறு வழியில்லை. எப்போதுமே இப்படித்தான். ஊர்ப் பெரியவர்களிடம் மேற்கூரைக்கு என்ன செய்ய வேண்டும் என்பதை அவன் வாய்யாகி முடிவு செய்வான்.

'பிள்ளைகளை அனுப்பி விடுவதே நல்லது எனறு தோன்றுகிறது.' வாய்யாகி மற்றவர்களைப் பார்த்துக் கூறினான். 'கமாயு.. அவர்களிடம் கொல்த்து சாதனங்கள் கடப்பாறை.. பூசும் கட்டட மண் தள்ளி ஆகியவற்றை எடுத்து வரச் சொல்வாயா... மழை பெய்திருக்கிறது அவர்களுடன் ஓட்டைகளைக் கொஞ்சம் சுண்ணாம்பு, மண்கலவை தயாரித்து நாளையே பூசி விடலாம்.'

கட்டடத்திற்கு அது மிகவும் தேவைப்பட்டது. நின்றிருந்த இடத்தில் கூட அங்கங்கே பெரிய ஓட்டைகள், விரிசல்கள்.

தொங்க விடப்பட்டிருந்த செவ்வக இரும்பு சுத்தியலால் 'மணி' அடிக்கப்பட்டது. சற்று நேரத்தில் கலகலவென்று குழந்தைகளின் ஒய்யாரக் கூச்சல் எங்கும் கேட்டது. அன்றைய நாளின் பள்ளி முடிவுக்கு வந்தது.

'மரியோஷோனி' என்றழைக்கப்பட்ட வாய்யாகியின் பள்ளிக்கூடம் மலையகம் முழுவதும் பெயர் பெற்றிருந்தது. இப்போதே அதற்கு ஒரு வரலாறும் இருந்தது. சிரியானாவிடமிருந்து உறவை முறித்துக் கொண்ட பிறகு அம் மக்களால் அந்த மண்ணிலேயே உருவாக்கப்பட்ட முதல் பள்ளிக்கூடம் அதுதான். அது எல்லாம் வாய்யாகியின் யோசனை. ஆனால் இவ்வளவு விரைவில் அந்தப் பள்ளி அமைந்து இத்தகைய வெற்றியும் எப்படி வந்ததென்று அவனுக்கே புரியவில்லை. தனது சக்திக்கே அப்பாற்பட்ட ஏதோ விதியின் செயல் என்றே அவன் கருதினான். அடுத்தடுத்து சம்பவங்கள் ஒரு தொடர்ச்சியாக மலையின் எப்போதும் போலான நிலையையே மாற்றி விட்டது. முதலில் அறுவடை வந்தது. பிறகு முத்தோணியின் மரணம். பிறகு சிரியானா திருச்சபையின் சட்டதிட்டங்கள் மிகவும் கடுமையாக்கப்பட்டு அப்பகுதி குழந்தைகளைப் பள்ளிக்குச் சேர்த்துக் கொள்ள மறுத்தல்.. என வரிசையாய்ச் சம்பவங்கள். அறுப்பு வைபவத்தை முற்றிலுமாய்க் கைவிடாத பெற்றோர்களின் குழந்தைகள் துரத்தப்பட்டார்கள். மலையகமெங்கும் பதற்றமும் பரபரப்பும் ஏற்பட்ட அந்த நாட்களை வாய்யாகி மறக்க மாட்டான்.

அவனது தந்தையின் மரணம் அவனை அப்படியே நிலைகுலைய வைத்திருந்த சமயம் அது. வெளியே காட்டிக் கொள்ளவில்லை. எதிர்பார்க்கப்பட்டதுதான் என்றாலும் செச்சின் மரணம் அவனை அதிர்ச்சியடைய வைத்தது. இன்னும் கொஞ்ச நாட்களாவது அவர் வாழ்ந்திருக்க வேண்டுமென்று தோன்றியது. ஏதோ போதையில் தள்ளப்பட்டவனைப் போல வாய்யாகி செய்வது இது என ஒன்றுமறியாது திரியத் தொடங்கினான். திடீரென பெரிய மனிதன் ஆகி விட்டிருந்தான். தன்னைத்தானே அவன் பார்த்துக் கொண்டாக வேண்டும். ஆலோசனைகளுக்குக் கூட ஒரு ஆள் கிடையாது. அப்படிப்பட்ட ஒரு மனநிலையில் இருந்தபோதுதான் அவனுக்குப் பள்ளியை குறித்த இந்த யோசனை தோன்றியது. வயதில் சிறியவனான அவன் என்ன செய்ய முடியும்? ஆனால் இனி சிரியானாவுக்குத் திரும்பச் செல்ல முடியாதென்றால் அவன் மக்களுக்காகச் சேவை செய்யும் நாள் வந்துவிட்டது என்றுதான் அர்த்தம்.

உள்ளூர் மக்கள் தங்களுக்குத் தாங்களே கல்வி கற்க உதவிக் கொள்வது என்பதில் திருச்சபையையொத்த ஒரு தெய்வீகப் பொதுநோக்கம் இருந்ததை அவன் கண்டான். ஏராளமான நம்பிக்கையோடும் ஆவலோடும் அவன் தன் தொலைதூரப்

பார்வையைச் செப்பனிட்டு உழைத்தான். மலையகத்தின் ஒவ்வொரு வாழிடத்துக்கும் - ஒன்று கூட விடாமல் - அவன் விஜயம் செய்தான். உறங்கும் சிங்கங்களின் மக்களை எழுப்பிட கிட்டத்தட்ட ஒவ்வொரு வீட்டு வாசலையும் அடைந்தான். விரும்பி முன்வந்த மக்களை அவன் கண்டான். ஆம்! மலையகம் மெல்ல விழித்தெழவே செய்தது. மரங்கள், பறவைகள் அவன் நடந்த பாதையில் பெரிய புற்கள் கூட அவனை, ஊருக்காக உழைப்பதை கல்விக்கண் திறப்பதையே வாழ்வின் பெரிய நோக்கமாகக் கொண்டு வாழத் தொடங்கியவனாக அவனை அறிந்திருந்தன.

ஆனால் இது ஏதோ ஒரே ஒரு இடத்தில் நடந்து விடவில்லை. அந்த எழுச்சி விரைவில் எங்கும் பரவியது. கிக்குயு வாழிடம் முழுவதையும்....கெரியகாவிலிருந்து கபெட் வரை எங்கும் கல்வி குறித்த எழுச்சி பரவுவதை வாய்யாகி கண்டான்.

காளான்களைப் போல பள்ளிகள் முளைத்தன. புற்கூரை வேயப்பட்ட ஒற்றைக் கீற்றுக் கொட்டகையே போதும். அது பள்ளியாகி விட்டிருந்தது. அங்கங்கே அது முளைத்தது. வெள்ளையனின் மந்திரத்தையும் அதிகாரத்தையும் ரகசியத்தையும் அறிந்து கொண்டு விட மக்கள் காட்டும் தாகம், ஈர்ப்பு என்ன என்பதைக் காட்டியபடி அதோ அவை நின்றன. ஒரு சிலரே வெள்ளைக்காரர்களைப் போல வாழ விரும்பினார்கள். ஆனால் எல்லோருமே இதை விரும்பினார்கள். இந்த மந்திர மாயாஜாலத்தைக் கல்வியை இப்படி எடுத்த வேகத்தில் ஒன்று படுதல் என்பது மலையகத்தின் ஒற்றுமையைப் பறை சாற்றியது. தங்களது கற்பனையைக் கொண்டு தாங்களாகவே ஒன்றை உருவாக்கும் வெறிதான் இதன் வெற்றிக்கு அடித்தளம்.

ஆனால் சாதாரண விஷயமல்ல. அதில் அதற்கு மேலும் ஒரு விஷயம் இருந்தது. அறுப்பிற்கான ஆயத்தச் சடங்கு என்பதே மிகவும் முக்கியத்துவம் வாய்ந்தது. உடலின் மலையக அடையாளம் அது. ஆண்குறியின் தோல் இழத்தல், பெண் பிள்ளைகளின் முனை கீறுதல். அதுதான் மலையக மக்களை ஒன்று கூட்டுவதாக இருந்தது. அதுதான் அந்தச் சமூகத்தின் அடித்தளமாய் இருந்தது. ஆண்டு முழுவதும் அதன் தயாரிப்பிற்காகவே செயல்பட்டது. மனிதனின் வாழ்விற்கே அதுதான் அர்த்தத்தைக் கொடுத்தது. அந்தச் சடங்கை முடிவுக்குக் கொண்டு வந்து முற்றிலும் கைவிடுவது என்றால்...மலையக அடையாளம், அங்கீகாரம், இணக்கம், பெருமை அனைத்துமே போய் விடும். ஓலம் மிகுந்த அழைப்பு தொடங்கியது. கிக்குயு காரிங்கா மலையக சாதியின் தூய்மையைப் போற்றுவோம். டுட்டிக் வெண்டா இரிகு. இது ஆன்மாவின் ஓலம். ஆன்மாவின் விருப்பம் அழைப்பு.

பள்ளிகள் விரைவில் இதில் மிகுந்த ஆர்வம் காட்டிய பிள்ளைகளால் நிரம்பி வழிந்தன. வகுப்புகள் இட நெருக்கடியோடு நெருக்கி அடித்துக் கொண்டு பிள்ளைகளால் நிரம்பிட வகுப்பெடுக்க சிரியானாவில்

கைவிடப்பட்ட படித்தவர்கள் ஆசிரியர் ஆகி, அவர்கள் முன் உட்கார்ந்திருக்க அவர்களது வார்த்தைகளைப் பருகிடத் தவித்தபடி பிள்ளைகள் இருந்தன. அளவிட முடியாத தாகத்தோடு பிள்ளைகள் ஏராளமான அறிவோடும் முற்றும் அறிந்த ஞானத்தோடும் வீடு திரும்ப வேண்டுமென்று தாய்மார்களும் தந்தையர்களும் காத்திருந்தார்கள். கண்களில் கண்ணீர் மல்க, கன்னங்கள் ஈரமாகி வரும் குழந்தைகளைப் பார்க்க பெற்றவர்களுக்குப் பெருமை தாங்க முடியவில்லை.

'அடி வாங்கினாயா? அழாதே நீ ஆண்பிள்ளை...அவர் உனது ஆசிரியர்...' அவர்கள் சமாதானம் கூறினார்கள்.

'நல்ல ஆசிரியர்... நன்றாக உதைக்கிறார்... குழந்தைகள் வழிக்கு வருகின்றன' அவர்கள் புகழ்ந்தார்கள்.

ஆசிரியர் கிராமத்தின் வழியே வரும்போது....

'ஆசிரியரே...'

'ம்....சொல்லுங்க....'

'நல்லா அடிங்க.... அவர்கள் நன்றாகப் படிக்க வேண்டுமென்று நாங்கள் விரும்புகிறோம்...'

தங்களது பெற்றோர்களின் ஆர்வம் பிள்ளைகளையும் சேர்ந்தது. அந்த மலையகத்தின் எதிர்கால நம்பிக்கையே தாங்கள் தான் என்பதை அவையும் உணர்ந்திருந்தன. இந்தப் புதிய மாற்றங்கள் பற்றிய கவலையே இல்லாமல் தங்களது பழைய நிலை மாறாது பிடிவாதமாய் இருந்தவர்களும் இருக்கவே செய்தார்கள்.

மரியோஷோனியின் தலைமை ஆசிரியன் வாய்யாகி. அங்கே அவன் காலையில் சென்று விடுவான். எல்லாம் முடிந்த பின் மாலையில் வீடு திரும்புவான். கிட்டத்தட்ட தினமுமே அப்படித்தான் நடந்தது. அதை அவன் விரும்பினான். நடை கல்வியோடு தொடர்புடைய பல பிரச்சனைகளை நினைத்தபடி தீர்த்து வைக்க உதவியது. எல்லாருக்குமே ஏதாவது செய்ய வேண்டும் என்று அவன் விரும்பினான்... ஆத்மார்த்தமாய் உழைக்க வேண்டும். மக்களைப் பிரித்து ஒருவர் மீது ஒருவருக்கு வெறுப்பு ஏற்படுத்தும் முத்தோணியின் மரணம் போன்ற விஷயங்கள் தொடர்ந்தன. அவை அவனைக் கவலையடைய வைத்தன.

ஜோசுவாவினால் வழிநடத்தப்பட்ட கிறித்துவர்கள் இருந்தார்கள். ஜோசுவா ஆட்கள் என்றே அழைக்கப்பட்ட அவர்களது வீடு...மக்குயு அப்புறம் இந்த மலையக மண்ணின் பழைய மரபுப்படி வாழ்ந்த மலை சாதி மக்கள் இருந்தார்கள். அவர்களுக்குக் காமனோ தான் அடித்தளம். மற்ற மலையக வசிப்பிடங்கள் பிறவற்றிலும் கிட்டத்தட்ட இதே நிலைதான் இருந்தது. சின்னச் சின்ன விஷயங்களுக்கும் அவர்கள் மிக மோசமாக உக்கிரத்தோடு அடித்துக் கொண்டார்கள். அமைதியே

உருவாய் இருந்த அந்த மலையகத்தில் கூச்சல் குழப்பம் கூக்குரல்... அய்யோ அந்த இரைச்சலில் வாய்யாகி போன்றவர்களின் இடம் எது? அவன் யார் பக்கம் என்பதை விட அவன் பக்கம் யார் உள்ளனர் என்பதைத்தான் அவன் பார்க்க விரும்பினான். அவன் மட்டுமென்ன வெள்ளையர் தம் கல்வியைக் கற்கவில்லையா? அது அந்தக் கிறித்துவ மதத்தின் ஒரு பகுதிதானே. ஆனால் அதனிடமிருந்து திரும்பி வந்த கபோனியாலும் அவரது ஆட்களாலும் காமனோ குழுவுக்குத் தற்காலிகமாய் பலம் அதிகரித்திருந்தது. வாய்யாகி இவற்றிற்கெல்லாம் வெளியே தான் இருப்பதாக உணர்ந்தான். சண்டையிலிருந்து முற்றிலுமாக விலகி தனியனாக...

தனித்திருப்பதாய் இருப்பினும் அவனுக்குப் பெருமையாக இருந்தது. மலையகத்தில் விழிப்பை ஏற்படுத்த சிறிய அளவில் தான் என்றாலும் தானும் காரணமாய் இருந்ததற்காக அவனுக்குப் பெருமை. உறங்கும் சிங்கங்களை அவன் அசைத்திருந்தான். இந்தச் சண்டை, வெறுப்புணர்ச்சி என்று எல்லாவற்றையும் களைந்தெறிய ஒற்றுமையை நிலைநாட்ட அவனது உள்ளம் தவித்தது.

அவன் செய்தது போதாது என்றே தோன்றியது. இன்னும் வேலை முழுமையை எட்டவில்லை என்றும் தோன்றியது. அவனுக்கு ஒரு முழுமையை வழங்கிடும் வேலை இன்னும் ஏதோ இருக்கிறது. அது அவனது எண்ணத்திற்கே அப்பாற்பட்டு எங்கோ இருக்கிறது. இந்த மண்ணின் ஒருவித அடையாளமாய் அவன் மாறிட....குழப்பம் அவளை யோசிக்க விடவில்லை. அவனது சக்திக்கு அப்பாற்பட்டு அது கிடக்கிறது. இப்போது வாய்யாகி நெடிதுயர்ந்து வளர்ந்த முழுமையான ஆண்மகன். உடல்வாகு 'அடேயப்பா' என்று யாவரையும் கவர்ந்தது. ஆனால் இதுகூட கவர்ந்த விஷயமல்ல; அவனை நோக்கி யாவரையும் ஈர்த்தது அவனது விழிகள்தான்; வழக்கம் போல் அவற்றில் துயரம் ததும்பியது. ஒரு ஜீவஒளி அவற்றில் பரவி கட்டளைகளுக்கு யாரையுமே அடிபணிய வைத்தது. இன்னமும் முழுமையான ஏதோ செய்ய மிச்சமிருக்கிறது என்று அவனது விழிகளே அனைவருக்கும் பறைசாற்றிக் கொண்டிருந்தன.

சிலசமயம் அந்த ஏக்கமே அவனைக் கடுமையாக உழைக்க வைத்தது. பல வேலைகளை இழுத்துப் போட்டுக் கொண்டு அவன் செய்வான். வாய்யாகி எந்தக் கடினமான வேலையையும் செய்யும் திறமை பெற்றிருந்தான். இதற்காகவும் அவனது மனோ தைரியத்திற்காகவும் மலையகம் முழுதும் அவனது புகழ் பரவியிருந்தது. அவனது தந்தையினுள் இருந்த அதே ஆன்மா அவனுக்குள் புகுந்திருக்கலாம்.

இவ்வளவு சின்ன வயதில்...இதுதான் மக்களுக்குப் புதிராக இருந்தது. இத்தனை பெரிய ஒரு விஷயத்தைத் தலைமை ஏற்று அதை நிர்வகிப்பது என்றால்...அது ஏதோ ரொம்பப் பெரிய விஷயமாகவே இருந்தது.

'அது வெள்ளைக்கார படிப்பு படித்ததால் இருக்கலாம்'

'இல்லை.... அவன் சிறுவனாக இருக்கும்போது பார்த்திருக்கிறாயா?'

'ஆமாம்...எப்போதும் துருதுருவென்று ....தைரியமாய் ஏதாவது செய்து கொண்டு...'

'எல்லாம்...அவன் வந்த பரம்பரை அப்படி...அவனது தந்தையை ஞாபகம் இல்லையா உனக்கு...?'

'ஆமாம்... அவர்கூட.....'

வாய்யாகி மலையகத்தின் சிறப்பம்சமாகத் தொடங்கினான். காமனோவின் பெருமைக்குரிய மண்ணின் மைந்தன். குழந்தைகளுக்கு 'அவன் போல நீ ஆக வேண்டும்' என்று காட்டிட ஒரு உதாரண புருஷனாக. மக்கள் அவனை மலையக சாதியின் வெற்றி மகனாகக் கண்டார்கள்.

15

அவனால் உறங்க முடியவில்லை. மேற்கூரை பொத்தல்கள் வழியே நிலாஒளி தரையில் விழுந்து எங்கும் வியாபித்தது. எந்தப் பொருளுமே தெளிவாகத் தெரியாத அந்த இருட்டில் வெறுமனே எதையாவது பார்த்துக் கொண்டிருப்பதில் பயன் ஒன்றும் இல்லை. யாரிடமாவது பேச வேண்டுமென்று வாய்யாகி விரும்பினான். அதுதான் அவனை மனபாதிப்பு அடைய வைத்திருந்தது. தனது நிராசைகளை, திட்டங்களை, நோக்கங்களை யாரிடமாவது கொட்டித் தீர்க்க வேண்டும். கல்வி சம்பந்தமான அவனது யோசனைகள் அவன் கொடுக்க விரும்பிய வாக்குறுதிகள். அதனை நிறைவேற்றும் அம்சங்கள். இருமுறை தன் தாயிடம் அவன் பேச முயன்றான். ஒருமுறை முழுமையாகவே ஆனால் அவளது குரலில் இருந்த அன்னியம், நடுக்கம் அவனைக் குழந்தையாகவே பாவித்த அவளது அணுகுமுறை, தான் பேசுவது பொருத்தமே இல்லாத விஷயங்கள் என்று எண்ண வைத்து விட்டது. அவளது குரலின் நடுக்கம் இந்த அளவுக்கு அவனுக்குள் சந்தேகங்களை ஏன் கிளப்பியது என்று தெரியவில்லை. எதற்காகத்தான் ஏங்குகிறான்? அவனை எப்போதும் சோகத்தில் ஆழ்த்திக் கொண்டிருக்கும் இந்த எண்ண முறிவு எதனால் ஏற்பட்டது. அவனுக்கே பிடிபடவில்லையா? இருந்தும் அவனது நம்பிக்கைகள், அவாக்கள் அவனை வேட்டையாடத் துடித்தன. வாழ்க்கையெங்கும் அவை அவனைத் துரத்தின.

யோசிக்க விரும்பவில்லை அவன். ஆனால் நினைவுகள் அவன் இதயமெங்கும் வெள்ளம் போல ஓடிவந்து நிரம்பிக்கொண்டே இருந்தன. பழைய வினோதமான அத்தியாயங்கள் வாழ்க்கைப் புத்தகத்திலிருந்து திடீரென்று திறந்து கொண்டன. சிறுவயதிலேயே இறந்து விட்ட அவனது தங்கையோடு மட்டுமே அவன் நெருக்கமாக எல்லாவற்றையும் பகிர்ந்தான். அவளை அவன் மிகவும் நேசித்தான். அன்பு, பாசம்....கொண்டு அவள் மீது வாஞ்சையோடு மிகவும் நெருக்கமாய் இருந்தான். மலையகத்தையும் அதன் மக்களையும் கூட தான் நேசிப்பதாக அவன் கருதினான். ஆனால் அவளால் தர முடிந்ததை அவர்களால் அவனுக்குத் தர முடியவில்லை. அவன் அப்போது மிகவும் சிறுவனாய் இருந்தான். இரண்டாம் பிறப்பு சடங்கிற்குப் பல பருவங்கள் முன்னால் நடந்த விஷயங்கள் அவை. இப்போது ஏன் நினைக்கிறான் என வியந்தான். ஆனால் அவள் இறந்து விட்டாள். இந்தப் புவியில் மரணம் அனைத்தையுமே முடித்து வைத்து விடுகிறது. புதைக்கப்பட்ட பிறகு நீங்கள் ஆன்மாவாக

உலாவுகிறீர்கள். தனது தங்கையும் ஒரு ஆவி மாதிரி சுற்றுகிறாளோ என்று வாய்யாகி நினைத்தான். நல்ல உள்ளம் கொண்ட குழந்தை ஆன்மாவாக... அவனை கவனிக்கிறாளோ...இங்கேதான் இருக்கிறாளோ... சுற்றிலும் நோக்கினான் அச்சத்தோடு.. ஒரு வித குற்ற உணர்வோடு...

வாய்யாகி மனிதனுக்கு அப்பாற்பட்ட சக்திகளை நம்பினான். மலையக மக்கள் நம்பிய அனைத்தையுமே அவன் நம்பினான். சிரியானா திருச்சபை அவனிடம் இவ்விஷயத்தில் எந்த மாறுதலையும் கொண்டு வரவில்லை. அவனது தந்தை வெள்ளையர் தம் கல்வியால் கெட்டுப்போய் விடக்கூடாது என்று அவனை எச்சரித்திருந்தார். ஒருவேளை... சமயங்களில் அவன் வியந்தபடி அய்யமுற்றான்... அவன் இப்போது பரப்பி வரும் கல்வி மலையகத்தைக் 'கெட்டுப் போய்விட' வைத்து விடுமோ?

அவன் உறங்க விரும்பினான். திரும்பித் திரும்பிப் படுத்துக் கொண்டு எப்படியோ கண்களை மூடியபடி தன்னை யோசனைகளிடமிருந்து தனிமைப்படுத்திக் கொள்ள அவன் முயன்றான். அவன் நினைத்தான் வெள்ளைக்காரன் வந்ததில் ஏதோ விளக்க முடியாத ஒரு விஷயம் இருந்தது. முதலில் அவன் வந்தபோது எந்த எதிர்ப்புமே இல்லை. இப்போதோ மலையகம் முழுவதையுமே அவன் ஆக்கிரமித்து தனது பலத்தால் அதன் இதயத்தையே கைப்பற்றுகிறான். அவனது ஆளுமை அழிவுதான். முத்தோணியின் மரணம் அதன் உச்சமாய் நடந்து விட்டது. அவள் மரணத்தை மிகவும் தைரியமாக எதிர்கொண்டு விட்டாள். இந்தப் பிரச்சனைக்குத் தன்னையே பணயம் வைத்துத் தீர்வு கண்டு ஒளியை அவள் அடைந்திருந்தாள். அல்லது அடைய முயற்சித்திருந்தாள். அவளது மரணத்திற்குப் பிறகோ எல்லாமே மிகவும் மோசமாகி விட்டிருந்தது. அது பல வகைப்பட்டு பலரைப் பல திசைநோக்கி அழைப்பு விடுக்க வைத்து பலரின் நேர்மையையும் வெளிச்சத்திற்குக் கொண்டு வந்து விட்டது. தைரியமாய் காரியத்தில் இறங்குவதில் எல்லோரும் முத்தோணி போல ஆகிவிட முடியாது. வாய்யாகி இவற்றில் தன்னைப் பொருத்திப் பார்த்து வியப்புற்றான். இதில் இரு பக்கத்திற்கும் இடையே அமைதியை ஏற்படுத்தி இந்த இருளில் ஒளியைக் கொண்டு வர முயல்கிறானா?

தனது சகோதரியின் உருவம் முத்தோணியின் உருவம் மற்றும் பலரின் உருவங்கள் வரிசையாக வந்து போயின. சில நிழல்களுக்கு சரியான உருவமே இல்லை. மிக வேகமாய் அந்த மாய உருவங்கள் வந்து போயின. சில ஒன்றையொன்றும் ஒன்றில் ஒன்றுமாய் இணைந்தன. சிலசமயம் அங்கே ஏதுமே இருக்கவில்லை. ஒரு நொடி அவன் வாழ்வே ஒரு ஒற்றை வெள்ளைக்கோடாகிப் போனது. ஆனால் ஒரே ஒரு நொடி மட்டுமே பிறகு புகை மூட்டமா பனிமூட்டமா என்று தெரியாத வெள்ளை மூட்டம் அனைத்தையுமே மறைத்தது.

விளங்கிக் கொள்ள முடியாத இருளாக அது இருப்பதை அவன் கண்டான். நீண்ட நேரம் அப்படியே கிடந்தான். இதிலிருந்து மீளும் வழி என்ன...எதைத்தான் யோசிப்பது என்று அறியாது அச்சமுற்றான் வாய்யாகி.

இப்போது பனிமூட்டம் கலைந்து மெல்ல ஏதோ ஒன்று ஏதோ ஒன்றாக மாறத் தொடங்கியது. திரைவிலக வாய்யாகி பொறுமையாகக் காத்திருக்கிறான். ஆனால் அந்தப் பனித்திரை விலகவே இல்லை. அந்த உருவம் அங்கிருந்தது. அவனால் அதை விலக்கவும் முடியவில்லை. அதனை முழுமையாகப் பார்க்கவும் முடியவில்லை. உற்று அதைக் காண அவன் பெருமுயற்சி செய்தான். விழித்துக் கொண்டிருக்கிறானா உறங்கி விட்டானா... அய்யோ... அவனுக்கு சிலிர்ப்பு ஏற்பட்டது. அந்த உருவம் ஒரு பெண் என்பதை அவன் கண்டான். யார் என்றுதான் தெரியவில்லை.

அதுவும் பிறகு மறைந்து விட்டது. அவனால் இன்னமும் கூட உறங்க முடியவில்லை. இருட்டு உத்தரத்தைப் பார்த்துக் கொண்டு படுக்கையின் மேல் உட்கார்ந்திருப்பதில் பயனில்லை.

படுக்கையை விட்டு வாய்யாகி எழுந்தான். அவன் எழுந்ததும் அது கிறீச்சிட்டது. தனது உடைகளை எடுத்து உடுத்திக் கொண்டவன்...ஏதோ தனது பெண்ணைச் சந்திக்கப் புறப்பட்ட ஒரு காதல் மகனின் சாயல் தனக்குள் ஏற்பட்டுள்ளதாக உணர்ந்தான்....ச்சீ என்று மனம் எதிர்ப்பு வெளியிட்டது. தனது குடிசையை விட்டு வெளியே வந்தான். மக்குயுவுக்குச் சென்று அங்கே கமாயுவைச் சந்திக்க வேண்டும். அல்லது யாரையேனும் தன்னைப் புரிந்து கொள்ளும் ஒருவனை மனம் விட்டு பேசத் தகுதியான யாரோ ஒருவனை அவன் சந்திப்பான்.

நிலவும் கண்விழித்திருந்தாள். பளிச்சென பார்த்தபடி இடங்களை ஒளிரச் செய்தாள். அந்த முன் இரவில் முழு மலையகமே வெள்ளை வெளேரென்று பளிச்சிட்டது. பகல் வெளிச்சத்தில் சாதாரணமாய் பட்டவை கூட அந்த இருளின் மெல்லிய ஒளியில் ஒருவித விசேட அமைப்பைப் பெற்றுப் பிரகாசித்துக் கவர்வதாய் இருந்தது. அந்தக் கவர்ச்சி அச்சமுற வைத்தது. எதையாவது கேட்க முடிகிறதா என வாய்யாகி முயன்றான். அவனால் நிசப்தத்தை மட்டுமே கேட்க முடிந்தது. மலையகப் பாதையில் நடக்க நடக்க...நிலா ஒளியும் அந்த நிசப்தமும் ஒன்றாகி உயிர் பெற்று சுவாசிப்பது போலிருந்தது. பிரபஞ்ச வெளியில் தானும் ஒரு அங்கமாகி தன் சகோதரி மற்றும் தனது தந்தையின் உலாவும் ஆன்மாக்களோடு இரண்டறக் கலந்து விட வாய்யாகி விரும்பினான். ஆனாலும் தயக்கம் அவனை ஆட்கொண்டது. யாரிடமாவது பேசிக் கொண்டிருக்க வேண்டும் எனும் அவனது அவா இப்போது அதிகரித்து விட்டிருந்தது. நிலவின் ஒளிர்வு இப்போது மிருதுவாய்ப் பட்டது. வாய்யாகி அவளது மந்திர சக்திக்கு கட்டுப்பட்டவன் போலானான். நிலவை வாரி அணைத்துக் கொண்டு

தன் உள்ளே அவளது சுவாசத்தை உணர அவன் துடித்தான். உண்மையிலேயே அவன் அவளுக்காகத்தான் காத்திருக்கிறான். இந்த நினைவு வந்ததும் அவனது தசை நார்கள் உள் உடலுக்குள் நிலவின் நிர்த்தாட்சண்ய ஒளிக்கற்றைகள் முன் மகுடிக்கு மயங்கிய பாம்பு போல நர்த்தனமிடுகின்றன.

மீண்டும் அவனுக்குள் பரிதவிப்பு ஏற்பட்டது. தனிமையின் தீ நாக்குகள் சுடுவதைக் கண்டான். அது அவனுள் முழுமையாய்ப் புகுந்து கொண்டு இதோ இதோ என்று உப்பிக் கொண்டிருந்தது...எப்போது வெடித்துச் சிதறுமோவென அவனுள் ஏதோ ஒன்று உப்பிக் கொழுத்தது. பரிதவிப்பு, வாழ்க்கை எந்தத் திருப்தியுமற்று ஒரு பரிதவிப்பாக ஆகிக் கொண்டிருக்கிறதா என்ன? இப்படி ஒரு வெற்றிடமாகி உள்ளே இருக்கும் ஆட்கொல்லி உறங்க விடாது ஒருவனைத் துரத்துவதா வாழ்க்கை தெரியாது. இதுபோன்ற நினைவுகளுக்கெல்லாம் இடமில்லை. வாய்யாகி வெறுமனே கேள்வி களற்று அப்படியே வாழப் பிறந்தவன். நாளொரு மேனியும் பொழுதொரு வண்ணமும் மலையக மக்களுக்காகத் தனது நிமிடங்களை அர்ப்பணித்தவன். அவனுக்குத் தனது எண்ணங்கள் முக்கியமே அல்ல. பிறரது அவாக்களைப் பூர்த்தி செய்வதே அவனது வாழ்வின் நோக்கம். மக்களுக்காக அவனுக்குள் இருக்கும் அனைத்தையுமே கொடுத்து கட்டாந்தரையாகக் கடவன் அவன். இருந்தும் இந்தப் பூதாகர மன உளைச்சல் இன்று அவனை விடுவதாக இல்லை.

தனக்கு என்ன தேவை என்று திடீரென்று தனக்குத் தெரிந்து விட்டது போல் அவன் உணர்ந்தான். விடுதலை! ஓட வேண்டும் எங்காவது சுதந்திரமாய் ஓடி சுற்றித் திரிய வேண்டும்... ஒரு ஆன்மாவைப் போல எந்த நோக்கமும் இல்லாமல்...அப்படியே சுற்றிச் சுற்றி அக்கடா என்று திரிய வேண்டும். அவனுக்கு என்று எல்லாம் இருக்கும். அப்போது ஒவ்வொரு மரமும் ஒவ்வொரு மலரும் அவன் அவற்றின் அங்கமாக இருப்பான். அல்லது அவன் நிலவுக்குப் பறந்து விடுவான். இது ரொம்ப ரொம்ப எளிய சாத்தியம் போல தோன்றவே அவன் வானில் நிலாவை நோக்கினான். அவனது இதயம் அவளுக்காக ஏங்கித்....துடித்தது. ஆனால் அவனால் ஓட முடியவில்லை. பறக்கவும் முடியவில்லை.

சற்று நேரம் இந்தச் சிந்தனைகளினூடாக உலாவிய வாய்யாகி விரைவில் ஹோனியா நதியில் இருந்தான். அங்கே வெட்டுக்கிளிகள் இரவுக் காப்பாளர்கள் போல நதியை வட்டமிடுவதை அவன் கண்டான். நதியின் அமைதி சலசலப்பு அவனது இதயத் துடிப்பில் எதிரொலித்தது. பிடிப்பற்று துடித்துக் கொண்டிருந்த இதயம் இப்போது அமைதிக்குத் திரும்பி மெல்ல....பழைய நிலைக்குத் திரும்பியதை அவன் உணர்ந்தான்... ஆஹா...வாய்யாகிக்கு இப்போது மனஅமைதி கிடைத்தது. அந்த இளைப்பாறுதல் நெகிழ்ச்சியை ஏற்படுத்தியது. அதனூடாக நிலாஒளியில் பளபளத்த நதியைப் பாலத்தின் வழிகடந்து மலைச்சரிவில் அவன் ஏறத்

தொடங்கினான். கால்நடைகளின் பாதைகளது வழியே ஜோசுவாவின் கிராமமான மக்குயுவை நோக்கி அவன் நடந்தான்... அங்கே அவன் கமாயுவைச் சந்திப்பான். அவனது வாழ்க்கையும் கமாயு மற்றும் கினுத்தியா ஆகியோரது வாழ்வுகளும் ஒரே வழியில் கிட்டத்தட்ட ஒரேவிதமான சம்பவங்களுடன் செல்வது வினோதமான விஷயம்தான். பாலகப் பருவத்தில் கால்நடைகளை அவர்கள் ஒன்றாகவே மேய்த்தார்கள். சிரியானாவிலோ அவர்கள் ஒன்றாகவே கல்வி கற்றார்கள். வாய்யாகியின் அறுப்பு ஆயத்த சடங்கு சிலகாலம் அவர்களைப் பிரித்தது. சிரியானாவிடமிருந்து உடைத்துக் கொண்ட கொஞ்சம் நாட்களில் கமாயு அறுப்பு ஆயத்தச் சடங்கு செய்து கொண்டான். இப்போதோ அங்கே மரியஷோனியில் அவர்கள் மீண்டும் இணைந்தார்கள். கொஞ்சநேரம் ஆனதும் கமாயு மற்றும் கினுத்தியாவினதுமான வாழ்க்கை மற்றும் பள்ளி என்று பலவிதமான யோசனைகளில் வாய்யாகி மூழ்கினான்.

‘ஹோ...!’ திடீரென அப்படியே நின்று எதிரில் பார்த்தான். கிட்டத்தட்ட ஒரு பெண் மீது மோதியிருந்தான். நல்லவேளை வாய்யாகியால் குரல் எழுப்பி எதையும் பேச முடியவில்லை. அவன் முன்னே அங்கே நியம்புரா நின்று கொண்டிருந்தாள். அவனுக்கு ரொம்பவும் என்னவோ போலாகிவிட்டது.

‘ஓ...ந்...நீ...ங்களா?’ அமைதியைத் தவிர்க்கவென்று சம்பிரதாயத்திற்கு அவன் பேசியிருந்தான்...

‘அது.... நீங்களென்று தெரியவில்லை...நான் எதிர்பார்க்கவில்லை....’ அவள் தயக்கத்தோடும் பதற்றத்தோடும் தனது தோள்களின் மேல் பின்னால் திரும்பிப் பார்த்தபடி அவசரமாய்ப் பேசினாள், ‘மன்னித்து விடுங்கள்... நான் பலவித சிந்தனைகளோடு.. வந்து கொண்டிருந்தேன்...’

வாய்யாகி நியம்புராவை அடிக்கடி பார்த்தது கிடையாது. பார்த்தபோதும் அவர்கள் புதியவர்கள் போல பார்த்தும் பார்க்காது போய்விடுவது தான் வழக்கம். வாய்யாகிக்கு அந்தப் பழைய நாள் ஒன்று ஞாபகத்திற்கு வந்தது. இதே ஹோனியா நதியிலிருந்து பெரியதொரு பாத்திரத்தில் தண்ணீர் எடுத்துக் கொண்டு எதிரில் வந்து கொண்டிருந்தாள் அவள். பெரிய மண்திட்டு ஒன்றில் அவன் உட்கார்ந்திருந்தான். அவனை வெகுஅருகில் கடந்து அவள் செல்ல வேண்டி வருவதைக் கண்ட அவன் அவசரமாய் அச்சத்தில் புதரின் மறைவுக்குப் போனான். அவள் மறையும் வரை அங்கேயே இருந்தான். அவள் போனதும் அப்பாடாவென்று இருந்தது. பல பருவங்களுக்கு முன் நடந்த நிகழ்ச்சி. அதன் பிறகு அவளைப் பற்றி நினைக்கவும் அவனுக்கு நேரமில்லை. இந்த இரவு வரை.... திடீரென்று அவன் முன்தோன்றி தெளிவு பெறாமல் போன பனித்திரை உருவம் அவனது நினைவிற்கு வந்தது.

நியம்புரா இப்போதும் தனது தந்தைக்குப் பயந்தாள். அங்கே அவனோடு நிற்பதைக் கண்டால் அவருக்குக் கட்டாயம் கோபம் வரும். அவளோ பெரும்பாலும் தனிமையில் இருந்தாள். முத்தோணியின் மரணம் அவளிடமிருந்து அவளது ஒரே நெருங்கிய சகாவைப் பிரித்து எடுத்துக் கொண்டு போய் விட்டது. நதிக்கு அவள் தனியாகவே சென்றாள். தேவாலயத்திற்குத் தனியாகவே சென்றாள். மலையகத் தோழிகள் ஒன்றிரண்டு பேர் உண்டு. ஆனால் முத்தோணியின் இடத்தை யார் தான் நிரப்ப முடியும்? அவளோடு உலாவிய இடத்தைப் பகிர்ந்து கொண்ட ரகசியங்கள்... எண்ணங்களின் நினைவு வரும்போதெல்லாம் நியம்புரா அழுவாள். அவளுக்குப் பிரிவின் வலி தாங்க முடியாது. கதறுவாள். இதயம் உலர்ந்து தண்ணீர் வழிந்து ஓடும். சிலசமயம் ஹோனியாவுக்கு ஓடுவாள்...சலசலக்கும் நதியையே வெறித்தபடி இருப்பாள். சற்று நேரத்தில் கொஞ்சம் மன அமைதி பெற்று வீடு திரும்புவாள். இபோது நதிதான் அவளது சகா...குறிப்பாக ஞாயிற்றுக் கிழமைகளில்...தந்தையை நினைத்தால் அவளுக்குக் கோபம் வந்தது...அவரைத் தனது தங்கையின் மரணத்தோடு வைத்து அவள் பார்த்தாள். இருந்தாலும் முத்தோணி செய்தது தவறு தான்...அறுப்புச் சடங்கு ஒரு பாவச்செயல் என்றும் அவள் நம்பினாள். சொர்க்கத்திலிருந்து வரும் தண்டனைதானா மரணம். பாவத்தின் சம்பளமா...? ஆனாலும் தங்கையின் மரணத்தை எப்படி தாங்குவாள்...அவள் அப்பாவி. ஆனால் அதே சமயம் அவள் பாவம் செய்திருக்கக் கூடாது.

‘நியம்புராவிடம் சொல்... நான் இயேசுவைப் பார்க்கிறேன்’ இந்தக் கடைசீ வாக்கியத்தை அவள் எப்போதும் ஞாபகம் வைத்திருந்தாள். அந்தச் சொற்களின் ஊடே அவள் உழன்று கொண்டிருந்தாள். இந்த வாக்கியத்தைத் தன்னிடம் எடுத்து வந்து சேர்ப்பித்ததற்காக அவள் வாய்யாகிக்குக் கடன் பட்டுள்ளாள். அவனை நினைத்து அவள் அதிசயித்தாள். அவளால் அவனைப் புரிந்து கொள்ள முடியவில்லை. சிரியானாவிலேயே கல்வி கற்றிருந்தும் கூட...சிரியானாவிடமிருந்து உடைத்துக் கொண்டு வந்தவர்களை அவன்தான் வழிநடத்துகிறான். இந்த இளைஞன் தான் பள்ளிக்கூடங்களை ஏற்படுத்தி நடத்துகிறான் என்பதுதான் இங்கே எல்லாருக்கும் தெரியுமே! மரியோஷோனி எல்லா இடங்களிலும் பிரசித்தி பெற்றிருந்தது. நியம்புராவிற்கு அவனைப் பார்க்கையில் பெருமையாக இருந்தது. அவர்கள் எதிரெதிரே வந்தபோதெல்லாம் அவன் பேசாமல் கண்டும் காணாதவனைப் போல ஓடிவிடுவான். அவன் அவளது தந்தைக்குப் பயந்து தான் அப்படி செய்திருக்க வேண்டும். அவனிடமிருந்து அவள் எதையும் எதிர்நோக்கவில்லை என்றாலும், முத்தோணியின் மரணத்தைப் பற்றி யாரிடமாவது புரிந்து கொண்ட ஒரு ஆத்மாவிடம் பேசிட அவள் ஏங்கினாள். அவளது தங்கையோடு நெருக்கமாய் இருந்த ஒரே நபர் இந்த வாய்யாகி தான். உண்மையில் வாய்யாகியை நினைவில் கொண்டு

வராமல் முத்தோணியை நினைத்திட அவளால் முடிந்ததே இல்லை. சிலசமயம் அவன் தங்கள் பக்கத்தைச் சேர்ந்தவனாக இருந்திருக்கக் கூடாதா என அவள் ஏங்கி இருக்கிறாள். இளைஞன், பலசாலி எவ்வளவோ அறிந்து வைத்திருந்தான். அவனிடம் அவள் பற்பல விஷயங்கள் பேசி இருக்கவும் முடியும். அவர்கள் பலமுறை எதிர்எதிரே வந்ததுண்டு. எப்போதும் அவன் பேச்சைத் தொடங்கட்டும் என்றே அவள் காத்திருந்தாள். அவனோ...சம்பிரதாய விசாரிப்போடு அவசரமாய் அச்சத்தில் இருப்பவனைப் போல கடந்து போய் விடுவான். ஒரு வேளை தான் ஜோசுவாவின் மகள் என்பதால் தன்னிடம் பேச அவன் மறுக்கிறானா என்றும் அவள் அஞ்சினாள்

தனது தோள்களின் வழியே அவள் மீண்டும் தனது வீடு இருக்கும் திக்கை கண்டாள். வாய்யாகியின் குரலுக்கு அவள் இரங்கினாள். போவதா...நின்று விடுவதா என்று குழம்பி,

'ந்...நான் கமாயுவைப் பார்க்க வந்தேன்...'

'நான் ஜொஹானாவை... இரவு வீட்டிற்கு வரச் சொல்லுமாறு என் தந்தை சொல்லச் சொன்னார்...'

அங்கே கொஞ்சம் அமைதி, பிறகு இருவரும் சிரித்தனர். வாய்யாகியின் இதயம் வேகமாய் அடித்துக் கொண்டது.

'அப்போ... இருவரும் சேர்ந்தே போகலாமே...' அவன் கருத்துத் தெரிவித்தான். இருவருமாக அருகருகே மெல்ல நகர்ந்தனர். என்ன பேசுவது என்று வாய்யாகிக்குத் தெரியவில்லை. அவன் இந்தப் பெண்ணைப் பற்றி யோசித்துக் கொண்டிருந்தான். அவர்களது முதல் சந்திப்பிற்கு முத்தோணிதான் காரணம். அப்போது நியம்புரா சற்றே உயரமான நல்ல தனங்களைக் கொண்ட பெண்ணாக இருந்தாள். இப்போது இந்த நிலா ஒளியில் அவன் அங்கே சர்வ லட்சணங்களும் பொருந்திய ஒரு இளம் பெண்ணைக் கண்டேன்.

'அங்கே...நீ...நீங்கள் என்ன செய்யப் போகிறீர்கள்?' அவள் கேட்டாள்.

வாய்யாகி யோசித்தான். ஆமாம் என்ன செய்யப் போகிறான் உண்மையில் இப்போது தான் அவனுக்கு புரிந்தது. அவன் கமாயுவைப் பார்க்க வரவிலலை. இப்போது சந்திக்கத் தேவையும் இல்லை. அவர்கள் இருவரும் ஒன்றாக நடப்பதைப் பார்த்தால் ஜனங்கள் என்ன சொல்வார்கள் என அவனும் யோசித்தான். மேலேயோ நிலவு வெளிச்சமிட்டுக் காட்டியது குற்றமல்ல. மதங்களை... மரபுகளை... சடங்குகளைக் கடந்து மனித இனத்தைச் சேர்ந்த இரண்டு பேர் எனும் முறையில் அவர்கள் இடையே ஏதோ ஒரு புதுவித பரிமாற்றம் நடந்து கொண்டிருந்தது.

'சும்மா கமாயுவையும் அவர்களது குடும்பத்தையும் பார்க்கச் செல்கிறேன்' சட்டென்று நியம்புராவிற்கு லேசாகக் கோபம் வந்தது.

அவள் நினைத்தாள்...அவன் கபோனியைச் சந்தித்துத் தங்களது நடிவடிக்கைகளைப் பற்றி உரையாடப் போகிறான்.

அவர்களது வழிகள் பிரியும் ஒரு இடத்திற்கு அவர்கள் வந்து விட்டிருந்தார்கள். அந்த இடத்திற்கு வந்ததும் ஏதோ ஒருவிதமாய் கட்டுண்டவர்களைப் போல அவர்கள் நின்றார்கள். உண்மையில் நிலவின் மந்திர ஒளிதான் நகர முடியாது அவர்களை அங்கே நிலைகொள்ள வைத்திருந்தது. நிலாமகளின் இசைவின் சடங்கு நடனமிட வாய்யாகி துடித்தான். அவனது மனம் வேகமாய் அடித்துக் கொண்டது. இருளை விரட்டும் அதிர்வுகள் அவை இயற்கையின் மந்திரப் புன்னகையில் போல அழகின் சிகரமாய் நிலாஒளியின் வெள்ளத்தில் அமைதியே வடிவாக நியம்புரா நின்றிருந்தாள்.

தன் மனதில் கொழுந்து விட்டெரியும் ஆத்மார்த்த பேராசை அடங்க வேண்டுமென்றால் அவளைத் தொட வேண்டும்...லேசாக அவளது கைகளையோ அல்லது தலைமுடியையோ...லேசாகவாவது... வாய்யாகி யோசித்தான். ஆனாலும் அவன் தன்னைக் கட்டுப்படுத்திக் கொண்டான்...மனம் நிலையின்றி இப்போது தளும்பியது. தன்னெங்கும் ஒருவித சலசலப்பை அமைதி இன்மையை அவன் உணர்ந்தான்.

'இப்போதும் பள்ளியில் பாடம் நடத்துகிறீர்களா...?'

'ஆமாம்...'

'உங்கள் பள்ளியை நான் பார்த்ததே கிடையாது'

'கட்டாயம் ஒருநாள் நீ வரவேண்டும்...பள்ளிவிடும் நேரத்திற்கு மதியம் நாளையே நீ ஏன் வரக்கூடாது...உனக்கு நான் பள்ளியைச் சுற்றிக் காண்பிப்பேன்...'

அது சரியான நேரம். ஆசிரியர்களும் குழந்தைகளும் போய் விட்டிருப்பார்கள். அவள் ஒப்புக் கொண்டாள். குலுக்கல் ஏதுமின்றி அவர்கள் விடைபெற்றார்கள். அங்கேயே நின்று தான் கை மறையும் வரை வெறித்துக் கொண்டிருக்கவென்று அவனை நிறுத்தி விட்டு அவள் சென்றாள். கொஞ்சம் தப்படிகள் தான் தனது வழியில் நடந்த அவன் அப்படியே நிறுத்தி விட்டுச் சட்டென்று தான் வந்த வழியே திரும்பினான். வேறு யாரையுமே அன்றிரவு சந்திக்க அவன் விரும்பவில்லை.

16

நான்கு மணி. இன்னமும் அவள் வரவில்லை. பள்ளி சற்றேறக்குறைய வெறிச்சோடிப் போனது. பள்ளிக் கட்டடத்தில் காலை முதலே சுவர்களில் ஈரமண் பூசிடும் வேலையைக் குழந்தைகளே செய்ததால் அன்று வாய்யாகி அவர்கள் சற்று முன்னதாக வீடு திரும்ப அனுமதி வழங்கினான். சுவர்களின் வெடிப்புகளும் ஓட்டைகளும் சீர்செய்யப்பட்டிருந்தன. அச்சுவர்கள் புதியவை போலத் தோற்றமளித்து அந்தக் குடிலே மரியாதைக்குரிய பார்வை பெற்றது மேற்கூரையை தவிர. பெற்றோர்கள் கூடும்போது மேற்கூரை குறித்துப் பேசிட வாய்யாகி முடிவு செய்திருந்தான். அந்தக் கூட்டம் மிகவும் பெரியதாக இருக்கும். மற்ற மலை கிராமங்களிலிருந்தும் மக்கள் கட்டாயம் வருவார்கள். மரியஷோனி அந்த மலையகத்தின் புதிய பேரலையாக உருவாகிக் கொண்டிருந்தது. இளையவனாக இருந்தாலும் வாய்யாகி அந்த மலையகம் முழுமைக்குமான, அதனைத் தட்டியெழுப்பக்கூடிய கல்வி இயக்கத்தின் தலைவனாகவே போற்றப்பட்டான். கூட்டத்திற்கான நாளும் ஏற்கனவே குறிக்கப்பட்டிருந்தது.

வாய்யாகி காத்திருந்தான். மெல்ல அவனது மனம் பரபரத்தது. ஒருவேளை அவள் வராமலும் போகலாம். தான் அவமானப்படுத்தப் பட்டதாக உணர்ந்தான். என்ன செய்வதென்று தெரியவில்லை. அன்று நாள் முழுவதுமே அவர்களது சந்திப்பைத் தவிர அவன் வேறு எதையுமே யோசிக்கவில்லை. காலடி சத்தங்கள் கேட்டபோதெல்லாம் அது அவள் தான் என்று அவன் நினைத்தான். ஒரு தலை தென்பட்டால் போதும் அவனது இதயம் படபடவென அடித்துக் கொண்டது. அப்படி ஒரு எதிர்பார்ப்பு, அவனது உணர்வுகள் அனைத்தும் அப்படி ஒரு வலி மிகுந்த பதற்றத்தில் இருந்தன.

அவள் வரவில்லை. அவனால் அதற்கு மேல் காத்திருக்க முடியாது. மிகுந்த ஏமாற்றத்தில் ஆத்திரம் வந்தது அவனுக்கு. பலமுறை பேச்சுவாக்கில் கமாயு குறிப்பிட்டதைப் போலவே அவள் வெளியில் உணர்வுகளைக் காட்டிக் கொள்ளாத மர்மமான பெண்ணாகத்தான் இருக்க வேண்டும். அப்போது அவன் அதை நம்பவில்லை. ஆனால் இப்போது அது உண்மையாகவே இருக்க வேண்டுமென்று அவனுக்குத் தோன்றியது. என்ன ஒரு கர்வம் பிடித்த பெண்! அது அவனது தந்தை ஜோசுவாவினால் தான்... ஜோசுவாவின் மகள் எனும் கர்வம் அல்லது அவன் யோசிக்கக்கூட இல்லை... இப்படியும் இருக்கலாம். ஏன் இருக்கக்கூடாது...ஜோசுவாவுக்குத் தெரிந்தால் ஆபத்து என்று அவள் நினைத்திருக்கலாம் அல்லவா? அது ஏன் அவனுக்குத் தோன்றவில்லை.

திடீரென்று அவர்களுக்கு இடையே ஒரு பெருத்த இடைவெளியை அவன் உணர்ந்தான். காமனோவையும் மக்குயுவையும் பிரிப்பது போலவே பெரிய இடைவெளி அது. அவன் வீட்டுக்குப் புறப்பட்டான்.

அம்மாவின் குடிசையும் மற்ற இரண்டு கூடாரங்களும் அங்கே வருடக்கணக்கில் இருந்து வந்த அதே பாணியில் நின்றன. அப்பாவின் குடில் மரபு வழக்கப்படி அவரது மரணத்திற்குப் பிறகு - கொளுத்தப் பட்டுவிட்டது. தனது வசிப்பிடத்தைத் தந்தை நினைவின்றி வாய்யாகியால் யோசித்துப் பார்க்க முடிந்ததே இல்லை. அவனது தந்தை பசுக்களில் பால்கறக்கும் வரை பறவைகள் இரை தேடக் கிளம்பும் வரை வெளியிலேயே அமர்ந்திருப்பார். சிலசமயம் அந்தக் குடும்ப மரத்தடியில் இருட்டும் வரையில் உட்கார்ந்திருப்பார்.

குடிசைகளைச் சுற்றிலும் புதர்கள் தொலைவில் கீழான சமவெளிகள் வரை காடுகளை நோக்கிச் செல்கின்றன. காடுகள் மலைச்சரிவை முற்றிலும் நிறைத்தபடி கீழே ஹோனியா நதி வரையில் ஓடின. அதனைத் தாண்டி காமனோவைப் பார்த்தபடி வியாபித்திருந்ததுதான் மக்குயு, பல்வேறுவிதமான குடிசைகள், குடியிருப்புகளோடு மக்கள் வாழ்வைப் பறைசாற்றும் பல அமைப்புகள் தென்படுகின்றன. தொலைவிலிருந்து பார்த்தால் வாய்யாகியின் குடிசை ஏதோ அடர்ந்த புதர்காட்டில் இருப்பதுபோல உங்களுக்குத் தோன்றும். உண்மையில் முழுபிராந்தியமுமே காட்டுப்புதர்கள் அல்ல. மரங்களால் மறைக்கப்பட்ட சிறிய பல விளைச்சல் ஷம்பாக்கள் உண்டு. இப்போது மழையும் பெய்வதால் பட்டாணியும் பீன்சும் தானியங்கள் சிலவும் விரைவில் கிளம்பி நல்ல விளைச்சலைக் கொடுத்து மலையகத்தை அச்சுறுத்தும் வறட்சியைக் கட்டாயம் விரட்டும்.

'ந்ஜாகி' தான் நீண்டகால மழை கொண்டுவரும் பருவம். எல்லா மக்களுக்கும் அதுவே மிகவும் பிடித்தமானதொரு காலம். 'ந்ஜாகி' பருவம் நன்றாக இருந்தால் அறுவடை சிறக்கும் என்றெல்லாம் நம்பினார்கள். பட்டாணியும் பீன்சும் முளைத்து நிலமனைத்திற்கும் இளமையையும் வளமான நிறங்களையும் தந்தது. சூரியஒளி வரும் நாட்களிலோ புத்திலைகளும் பலவண்ண மலர்களும் உங்கள் இதயத்தில் எதிர்பார்ப்புகளின் உற்சாகத்தை விதைத்திடும். அச்சமயங் களில் பெண்கள் ஷாம்பாக்களில் வயல் வேலை செய்வார்கள்...வயல் வேலை அல்ல.... அவர்கள் ரகசிய மொழியில் பயிர்களோடு உரையாடுகிறார்கள். அப்பெண்கள் மலையகப் பாடல்கள் பாடுவார்கள்... பலரும் பாடல் புதியதாய்ப் புனைவார்கள். குழந்தைகள் கூட பயிர்களும் இன்னபிற தாவரங்களும் மரங்களும் அந்த இசைக்கு அடிபணிந்து...காற்றின் மெல்லிய உணர்வில் சிலிர்த்து தாய் மனங்களைப் புரிந்து கொண்டவை போல நடந்து கொண்டன. பெண்களின் மலர்ந்த முகங்களை வைத்து நீங்கள் சொல்லலாம்;

அவர்கள் மகிழ்ச்சியாக இருக்கிறார்கள். பெண்கள் மட்டுமல்ல, ஆடுமாடுகள் கூட வாழ்வை மிகுந்த பிரயாசையோடு அணுகுவது போலிருக்கும். பலவகையில் விதவிதமான வால்களால் காற்றைச் சிலிர்க்க வைத்துக் குதித்தோடி அவை மகிழ்ச்சியை வெளிப்படுத்தின. குழந்தைகளிடம் மகிழ்ச்சி கரைபுரண்டது... மிகவும் வயதானவர்களோ கைக்குழந்தைகளைப் பார்த்துக் கொண்டார்கள். கொண்டாடினார்கள்... இங்கும் அங்கும் ஓடி தேனீக்களின் சுறுசுறுப்போடு ஆனால் எந்த நோக்கமும் இன்றி குழந்தைகள் கும்மாளமிடுவதை நீங்கள் பார்க்கலாம். ஆனால் அந்த வயல் வெளிகளில் பூக்களையும் பயிர்களையும் எவ்விதத்திலும் பாதித்துவிடாமல் அவர்கள் ஓடினார்கள்...ஆடினார்கள். தனது தாயைப் பின்னொற்றி ஓடி வாரிகி மரத்தில் ஏறிக் குதித்து தான் விளையாடியதை வாய்யாகி நினைத்துப் பார்த்தான். அபூர்வமாக ஏதோ ஒரு கைவிடப்பட்ட குழந்தையின் அழுகைச் சத்தம் வந்து அந்நிலத்தின் அமைதியைக் குலைக்கும். பெரிய குழந்தைகளான சிறுவர்களையும் சிறுமியர்களையும் பார்த்துத் தாய் வயற்புறத்திலிருந்து கேட்டுக் கொள்வாள்... ‘குழந்தையைப் பார்த்துக் கொள்ளுங்கள்’

மாலையிலோ அனைவரும் வீடு திரும்பினர்; தந்தையும் மகன்களுமாகக் கால்நடைகளைக் கட்டி வந்திருப்பார்கள் வயற்புறத்தில் கிடைத்ததை இரவு சமைக்கக் கொண்டு வருவாள் தாய். மாலைக்கு சாப்பிட வீட்டுப் பெண்பிள்ளைகள் என்ன சமைக்கிறார்கள் என்பதை ஆவலோடு எதிர்பார்த்தபடியே அவர்கள் உட்கார்ந்திருப்பார்கள். பையன்கள் தான் அதிகம் பேசிடுவார்கள். வீட்டின் தலைமகனான பெரியவர் எப்போதும் குடும்ப மரத்தின் அடியில் இன்னமும் இருட்டாகாவிட்டால், ஏதாவது பிரார்த்தனை செய்து கொண்டோ அல்லது வந்து உடன் உட்காரும் ஒள்றிரண்டு பெரியவர்களோடு பேசிக்கொண்டோ இருப்பார்கள்.

ஆனால் சமீபகாலமாக மாற்றங்கள் தென்படுகின்றன. பருவகாலங்கள் பொய்த்தன. எப்போதும் போலான மழை இல்லை. மாதக்கணக்கில் வெப்பம் தகித்த சூரியஒளியால் புற்கள் கூட வறண்டன. மழை வந்தபோதோ மழைநீர் மண்ணை அடித்துச் சென்றது. மக்களின் வேண்டுதல்களையும் கூக்குரலையும் மண் சட்டை செய்ததாகவே தெரியவில்லை. வெள்ளைக்காரதுரைகளும் மக்குயுவின் மலையக மதத்தைக் கை விட்டவர்களுமே இப்படி ஆகி இருக்க வேண்டும்.

சில நிமிடங்களுக்கு வாய்யாகி வெளியே தலைநீட்டினான். உண்மையில் சாகாமல் இருந்திருந்தால் தனது தந்தை இப்போது எப்படி தோற்றமளிப்பார் என்று தோன்ற அதனைக் கற்பனையில் வடிக்க முயன்றான். வாய்யாகி அவரைப் புரிந்து கொள்ளவே இல்லை. பழைய புனிதர்களின் உண்மை அர்த்தத்தைப் பலமுறை மர்மம் என்றே அவன் எண்ணினான். வாய்யாகிதான் தனது மக்களை மீட்க வந்தவனென்று செச் உண்மையிலேயே நம்பினாரா? அவன் வாய்யாகி

வெள்ளையர்களை விரட்டிட வந்துள்ளானா? அவன் பிறப்பினது கடமை அதுதானா? அதுதான் முக்திக்கான பாதையா? ஜோசுவாவோடு சேர்ந்து கொண்டு மக்களின் ஒரு பெரும் பிரிவே புதிய மதத்தைப் பிடிவாதமாகத் தழுவிய போது ஒரு மீட்பரால் என்ன செய்ய முடியும்?

ஆம். தான் இன்னும் கொஞ்சம் அவரைப் புரிந்து கொள்ள முயன்றிருக்க வேண்டுமென்று வாய்யாகி விரும்பினான்.

பின் எப்போதும் வாய்யாகி கபோனியை நினைப்பான். அவரை எப்படி எடை போடுவதென்றே புரிந்தது இல்லை. அவர் ஜோசுவாவின் மிகவும் பற்றுள்ள தொண்டராக இருந்தார். ஆனாலும் நேரம் வந்தபோது முதலில் உடைத்துக் கொண்டு வெளியே வந்தவர்களில் ஒருவர். செச் காலமான பிறகு மலைகளின் தலைமையை ஏற்க அவர் வந்து விட்டார். அவர் அந்த மீட்பராக இருக்கலாம். தன்னை கபோனி அப்படித்தான் எடுத்துக் கொண்டாரா என்னவோ!

மீட்பர் வருகை குறித்து...மலையக மதத்தின் ஒப்பற்ற அந்த நம்பிக்கை சீலரின் தோற்றம் குறித்துத் தன்னை விட்டால் கபோனிக்கு மட்டுமே தெரியும் என்று செச் அவனிடம் சொல்லவில்லையா?

கபோனி பள்ளி நிர்வாகக் குழுவின் உறுப்பினராக இருந்தது மட்டுமல்ல, வாய்யாகி எந்த யோசனை கூறினாலும் அதைக் காழ்ப்புணர்ச்சியோடு எதிர்ப்பவராக இருந்தார். பள்ளிகளில் கழிவறைகள் கட்டப்பட வேண்டுமென்று வாய்யாகி ஒருமுறை கூறியபோது உடனடியாக கபோனி உரத்த குரலில்.. 'புதர் மறைவே சரியான போதுமான இடம்' என்று மறுத்தார். கூட்டத்திலிருந்த ஒன்றிரண்டு பெரியவர்களின் தலையீட்டால் கழிவறைகள் கட்ட உத்தரவானது. அந்தக் கூட்டத்தில் இறுதிவரை கபோனி ஏதும் பேசவில்லை.

வாய்யாகி மிகவும் அச்சமுற்ற விஷயமே கபோனி அடிக்கடி அவனது வயதை, இளமையை ஞாபகப்படுத்தியதுதான்.

'சின்னப் பையனே...நாங்கள் முதியவர்கள்... பல்வேறு அனுபவங்களைப் பெற்று விட்டோம்...' அவனை முற்றிலும் நிராகரிக்க அவர் பயன்படுத்தும் இறுதி வாசகம்... மற்ற பெரியவர்கள் கூட அவரை மரியாதை நிமித்தமாக குரு என்றே அழைத்தனர்.

இருட்டியபோது வாய்யாகி குடிசைக்கு உள்ளே சென்றான். 'நியம்புரா ஏன் இப்படி செய்துவிட்டாள்?' இதைத்தான் திரும்பத் திரும்ப யோசித்தான். ஆனால் ஜோசுவாவையும் அவர் முத்தோணியை எப்படி நடத்தினார் என்பதையும் நினைத்தபோது அவளை மன்னித்தான். அதுசரி அவன் முதலில் அந்த பயத்தில் இருந்து வெளிவந்து விட்டானா?

அவனது இதயத்தில் கபோனி தன்னை ஜோசுவாவின் மகளோடு நின்று கொண்டிருப்பதைப் பார்த்துவிடக் கூடாதே எனும்

பதற்றத்தோடு இருந்தான். இதை மீண்டும் மீண்டும் பரிசீலித்துதான் மலைச்சாதி மக்களின் அடிமையாக, அஞ்சி நடுங்கும் அடிமையாக ஆகிவிட்டதாக ஆச்சரியப்பட்டான். அவனது சுதந்திரம் பறிக்கப் பட்டுவிட்டது. ஆனால் அதைத்தானே அவன் விரும்பினான்? சேவை! சேவை! தனது தந்தையைப் போல... தனது முன்னோர்களைப் போல மலையக மக்களுக்காகவே வாழ்வை அர்ப்பணிக்கும் சேவை. விதி அவனை இத்தனை உயர்ந்த இடத்திற்கு எடுத்து வந்து விட்டுள்ளது. நல்லது. மலையகத்தினைத் தூணாக இருந்து தாங்கிட அழைப்பு வந்துள்ளது என்றால் அவன் தயார் தான். அவனது தந்தையால் அனைத்தையுமே முன் அனுமானிக்க முடிந்தது.

அவரை நினைத்து வாய்யாகி மிகவும் பெருமைப்பட்டான். தனியொரு மனிதராக இருந்து மக்களது உணர்வுகளையும் துக்கங்களையும் தனது குரலாகக் கொண்டிருந்த அந்த மாமனிதரை நினைத்துப் பெருமையோடு அவன் கண்கலங்கினான். இப்போதான சூழ்நிலையின் தாக்கத்தில் அவரது நினைவு அவனுக்குப் பெருமையின் உச்சத்தைக் கொடுத்தது. அந்த நினைவு வந்துவிட்டால் போதும்.... அவன் உழைப்பான்....மலையக மக்களுக்காக ...இந்தப் பாவப்பட்ட ஜனங்களுக்காக எதையும் செய்வான் வாய்யாகி.

அவனது குடிசையில் அதிகம் ஒன்றும் இல்லை; ஒரு முரட்டுப் படுக்கை, ஒரு மேசை மற்றும் ஒரே ஒரு நாற்காலி. குளிர் நிறைந்தது குடிசை. தனிமையின் அடையாளம் எதிலும் கோலொச்சியது. இருட்டில் வாழ்வைத் தேடும் மர்ம மனிதனைப் போல விளக்கைத் துழாவி ஏற்றினான். லேசாக நடுக்கம் ஏற்பட்டது. ஆனால் இதயத்தில் கொழுந்துவிட்ட வெப்ப உணர்வுகள் அவனை அவனது நிலையை சரி செய்தன.

பெரியவர்களோ அவனது தேவைக்கு ஏற்ப வருவாயை ஏற்படுத்தித் தரவில்லை. அவனுக்கு இதையெல்லாம் பற்றிக் கவலையில்லை. அவனது தியாகத்தின் ஒரு பகுதி இது. பின்னர் ஒருநாள் அதற்காகப் பாராட்டப்படுவான். நன்றிப்பெருக்கோடு நினைக்கப்படுவான். வாய்யாகிக்கு அதுதான் சம்பளம். தொடங்கியதைத் தயக்கமின்றி அவன் தொடருவான். பள்ளிகள் மேலும் பள்ளிகள். தந்தை சொன்னதைப் போலவே வெள்ளைக்காரர்களின் கல்வியை மக்களுக்கு எடுத்து வருவான். பள்ளிக்கூடங்கள் எவ்வளவு திறக்கப்பட்டாலும் திருப்தி அடைய மாட்டான். பின்னாட்களில் அவன் ஒரு கல்லூரியை ஏற்படுத்தி திருத்தந்தை லிவிங்ஸ்டோன் அடிக்கடி உயர்வாகப் பேசும் வகை கல்வியைச் சாதிப்பான். மேலும் பல ஆசிரியர்கள் அவனுக்கு நைரோபியிலிருந்து கிடைக்கலாம். நைரோபி தொலைவில் இருந்தது. மிக மிகத் தொலைவில்! அவன் அங்கே போனதே இல்லை. இருந்தும் எல்லாத் திட்டங்களும் எதிர்காலத்திற்கானவை. இப்போதைக்குத் தனது பள்ளி வளர்ந்து உயர்ந்து மற்ற பள்ளிகளுக்கெல்லாம் ஒரு

முன் உதாரணப் பள்ளியாகத் திகழவென்று உழைப்பான். அந்தச் சிறிய தீபம் காற்றில் படபடத்தது. சுவரில் பெரிய நிழல்களை ஏற்படுத்தியது. அடியிலோ விளக்கு இருளோடு இருந்தது. புகை மேலே சென்றது. மேலே மேலே அதனை ஏதோ ஒரு கனவில் இருப்பவை போல வெறித்தான். தனது சுண்டு விரலை அந்த தீபத்திற்கு அருகே எடுத்துச் சென்று அதனைத் தொட முயன்றான். உடனே எடுத்துக் கொண்டான். நெருப்போடு விளையாடுவது தவறு. அவனுக்குக் கோபம் வந்தது. எந்தக் காரணமுமற்ற ஆத்திரம்...யாரோ கதவைத் தட்டினார்கள். '...உ...உள்ளே...வாருங்கள்....?'

கதவு திறந்தது.

'ஹாய்...கினுத்தியா!'

'வாய்யாகி'

'ஏன் ஒரு மாதிரியாக இருக்கிறாய்'

'அதெல்லாம் ஒன்றுமில்லை'

ஒரு நிமிடம் கினுத்தியா அவ்விடத்தில் நின்றான். பிறகு குறுக்காக நடந்து படுக்கையின் மீது உட்கார்ந்தான். வாய்யாகி அவனைக் கண்டான். கினுத்தியாவோ அவனது கண்களை நேரடியாக சந்திப்பதையே தவிர்த்தான்.

'எங்கிருந்து வருகிறாய் கினுத்தியா?'

'வீட்டிலிருந்து'

'எப்படி இருக்கிறது...மலையகம்? அனைத்தும் அமைதியாக இருக்கும் என்றே நம்புகிறேன்.'

'ம்...எல்லாம் வழக்கம் போல....உன் தாய் எப்படி இருக்கிறார்?'

'இன்னும் போய்ப் பார்க்கவில்லை...நமக்கு சாப்பிட என்ன வைத்திருக்கிறார் என்று போய்ப் பார்க்கலாம்.'

வாய்யாகியின் தாய் வசித்த கிட்டக் குடிசைக்குப் போனார்கள். கினுத்தியாவின் வரவு அவனுக்கு எந்த ஆச்சரியத்தையும் ஏற்படுத்த வில்லை. அவர்கள் அடிக்கடி இப்படி சந்திப்பது உண்டுதான்.

'நீயும் கியாமாவில் இருக்கிறாய் என கேள்விப்பட்டேன்.'

'எனக்குத் தெரியாதே....யார் சொன்னது உனக்கு?'

உண்மைதான் யாருமே அதுபற்றி வாய்யாகிக்குச் சொல்ல வில்லை.

'பள்ளி விட்டுச் சென்றபோது கபோனியிடம் கேள்விப்பட்டேன்.. பெரியவர்கள் உன்னை அலுவலர்களில் ஒருவராக்கப் போகிறார்கள்... ஆனால் கபோனி மிகவும் கடுப்பாக இருக்கிறார்..மலையக ரகசியங்களுக்குள் நுழையுமளவு இன்னும் உனக்கு வயதாகவில்லை என்று யாவரிடத்திலும் அவர் கூறுவதை நான் கேட்டேன். கினுத்தியா

நிறுத்தினான். பிறகு இதை விடவும் கண்டிப்பான குரலில் அருகே வந்து ஆழமாகப் பார்த்தபடி கூறினான், 'கபோனிக்கு உன்னைப் பிடிக்கவில்லை போலிருக்கிறது. மிகவும் எச்சரிக்கையாக இரு... நான் மட்டும் நீயாக இருந்தால் மிகவும் எச்சரிக்கையாக இருப்பேன்.'

வாய்யாகிக்கு சிரிப்பு வந்தது. ஆனால் அடக்கிக் கொண்டு கபோனி தன் மீது கோபப்பட்டு தனக்கு எதிரியாக ஆனது ஏன் என்று யோசித்தான்...அவருக்கு அவன் எந்தக் கெடுதலும் செய்தது இல்லை.

தாய் சமைப்பதை முடித்திருந்தாள். எல்லாமே அந்த இடமே சோகமாய் இருந்தது. கினுத்தியா இதுகுறித்து கவனத்தை ஈர்த்தான். பிறகு இருவரும் அமைதியாக உணவு அருந்தினார்கள். வாய்யாகி சற்றுத் தள்ளி அமர்ந்த தனது தாயைக் கண்டான்.

அவன் அவள் மீது ஏகத்திற்குப் பாசம் வைத்திருந்தான். அவன் அவளது ஒரே குழந்தை. தன்னால் அவளோடு நீண்ட நேரம் இருக்க முடியவில்லையே என்பதுதான் அவனுக்குக் குற்ற உணர்ச்சியை ஏற்படுத்துவதாய் இருந்தது. ஆனால் அவன் குழந்தையாக, சிறுவனாக இருந்தபோது அப்படி அல்ல. குளிர்க் கணப்பிற்கு அருகே அவளோடு நீண்ட நேரம் இரவில் அவன் கழிப்பான். நிறைய கதைகள் சொல்வாள்.

உணவு அமைதியாக அருந்திய பிறகு அவர்கள் திரும்பவும் வாய்யாகியின் குடிசைக்குத் திரும்பினார்கள். அவன் சொன்னான்:

'நீ தவறாகப் புரிந்து கொண்டிருக்கிறாய் என்றே தோன்றுகிறது. அவர் என்னை ஏன் வெறுக்க வேண்டும்? நான் அவருக்குக் கெடுதல் எதுவும் செய்தது இல்லை'

'பொறாமை'

பிறகு நீண்ட நேரம் அவர்கள் அமைதியாக இருந்தார்கள். அவர்கள் நிறைய சாதாரண விஷயங்கள் குறித்துப் பலவாறு அளவளாவினார்கள்... பள்ளி...ஊர்...இப்படி...

கிளம்பும் முன் கினுத்தியா திடீரென்று வாய்யாகியிடம் சொன்னான். 'கமாயு சொன்னான் நேற்று இரவு உன்னை மக்குயுவில் பார்த்தது போல இருந்ததென்று...'

வாய்யாகி பதில் கூறவில்லை.

17

போதனை செய்யும்போது மட்டும் ஜோசுவாவின் குரல் வியத்தகு முறையில் ஏதோ அற்புதம் போல சிலிர்க்க வைத்தது. பைபிளின் மறை வாசகங்கள் வழியே அவரை அடைந்த தேவ செய்திகளும் நடத்தை விதிகளும் சமூகத்தை நெறிப்படுத்தும் ஈடுபாட்டை அடைந்தன. அவரது தேவாலயம் எப்போதும் நிரம்பி வழிந்தது. புதிய அந்த மதத்தைப் பின்பற்றிய ஆண்டவரின் குழந்தைகள் அனைவருக்குமே அவர்தான் ஒரே ஆன்மிக குருவாக இருந்தார். இன்று அவர் இடிமுழக்கம் செய்தார். 'யாருமே உரிமை பாத்தியதை ஆனார்கள் இல்லை... தேவசபை ஒருவருக்கு என்று இல்லவே இல்லை.' அனைவரையும் செவி மடுக்க வைக்கும் அந்த கணீர் குரலில் பிசிறு எதுவும் இல்லை. தனது மந்திர சக்தி எதையுமே அது இழந்து விடவும் இல்லை.

ஜோசுவாவிடம் அனைவருமே பாராட்டும் விஷயம் அவரது மதப்பற்று. புதிய மதத்திற்கு மாறியது முதல் அவர் லிவிங்ஸ்டோனுக்கும் அவரது கடவுளுக்கும் மிகவும் உண்மையானவராக உழைத்தார். ஜோசுவாவின் மத நாட்டமும் பிடிப்பும் ஏற்ற இறக்கங்கள் இன்றி சீரானவையாகச் சிறப்பெய்தின. முத்தோணி அவரை எதிர்த்துக் கொண்டு கிளம்பிச் சென்று இறந்தது மனிதரை இடி போல தாக்கியபோதும் அதைச் சற்றும் வெளிக்காட்டிக் கொள்ளவில்லை. அது எப்படி ஆயினும் அவர் அவளைத் துறந்தார். அவரைப் பொறுத்தவரை அப்படி ஒருத்தி இருந்திருக்கவில்லை. தேவனின் திருச்சபைவாதி ஒருவர் சாத்தானின் குழந்தையைக் குறித்து செய்ய என்ன இருக்கிறது?

உண்மையில் அந்தச் சோதனையிலிருந்து ஜோசுவா மேலும் அதிக மதப்பற்றாளராக வெளியே வந்தார். இப்போதோ அவர் மேலும் ஆழமாகவும் வெறியோடும் போதனை செய்தார். மலையகத்தின் பங்குத்தந்தை என்கிற முறையில் தேவாலயத்தின் அதிகாரத்தையும் மரியாதையையும் தனது பலமனைத்தையும் திரட்டி அவர் பரப்பி வந்தார். மலைசாதி மக்களின் அனைத்துப் பூர்வீக சம்பிரதாயங்களும் சடங்குகளும் மோசமானவையாக இருந்தன. அதுவே இறுதியானது. அந்த முடிவில் மாற்றம் எதுவும் இல்லை. சமாதானம் எதுவும் இல்லை. எனவே ஜோசுவா பக்திப் பண்ணிசை பாடியபடி தேவ வார்த்தைகளை ஜெபித்தபடி நிலைத்தார். இருப்பவர்களிலேயே மிகவும் பிடிவாதமான நிலையான சித்தாந்தவாதி அவர்தான். செச் கூட எத்தனையோ புதிய மதத்தை எதிர்த்த போதும் மிகவும் கண்மூடித்தனமாக மலையக

வாழ்வைக் கடைப்பிடித்தபோதிலும் தனது மகனை சிரியானாவுக்குக் கல்வி கற்க திருச்சபைப் பள்ளிக்கு அனுப்பியதன் மூலம் தனது பிடிவாதத்திலிருந்து இறங்கி வந்தார். ஆனால் ஜோசுவா அந்த அளவு சமரசம் கூட செய்து கொள்ளவில்லை.

அவரது வழிபாட்டுப் பேருரையை செவிமடுத்தபடியே வாய்யாகி கபோனியைப் பற்றியும் புதிய கியாமாவைப் பற்றியும் யோசிக்கலானான். ஜோசுவாவோ பேசிக்கொண்டே இருந்தார். ஒரு இடத்தில் குரல் எழுப்பும் ஒரு இடத்தில் இறங்கும் 'பாவம் செய்திட்ட அனைத்து ஜனங்களுமே இறைவனின் வல்லமை வேண்டி ஜபத்தில் ஈடுபட வேண்டும்.'

ஆம்! அந்தக் குரலில் தெளிவு இருந்தது. அவரது வயதையொத்த யாருக்குமே இல்லாத தெளிவு அது. சூரிய ஒளி மிகுந்த உக்கிரத்தோடு ஒளிர்ந்து பளபளத்த அந்தப் பாதி துருவேறிய மக்குயு தேவாலயத்தின் மேற்கூரை தகடுகள் அங்கங்கே வீறல் விட்டிருந்தன. முழு பிரார்த்தனைக் கூட்டமும் ஆழ்ந்த அமைதியோடும் பரபரப்போடும் இருந்தது. அந்த தேவ மைந்தனின் தங்களது ஒற்றை மேய்ப்பனின் பிசாசு கூட ஒன்றும் செய்ய முடியாத அந்தப் பாறை மனிதனின் ஒவ்வொரு சொல்லையும் செவிமடுக்க அவர்கள் விரும்பினார்கள்.

பின்னால் உட்கார்ந்திருந்த வாய்யாகியால் அங்கிருந்து ஜோசுவாவை நன்றாகப் பார்க்க முடிந்தது. தான் ஏன் அங்கே சென்றோம் என்று தான் அவனுக்குத் தெரியவில்லை. எதுவோ அவனை அங்கே, அந்த இடத்திற்கு அழைத்துப் போயிருந்தது. அவனுக்கே அது ஆச்சரியமாகத் தான் இருந்தது!

'கடவுள் என்று ஏதுமற்ற நாட்டில் கடவுளை மாற்ற முடியாது. என் மக்களோ தங்களது ஆன்மாக்களின் மாறுதலால் ஜெபமகிமை பெற்றார்கள்...எது மகிமையற்றதாக இருந்ததோ தேவ வலிமையினால் அதை விட்டெறிந்தது..புதிய ஏற்பாட்டிற்கு வந்தார்கள். உங்கள் கைகளில் உள்ள அந்த ஏற்பாட்டில் கீழ்க்கண்ட வாசகத்தினை... மறைவாசகத்தினை நாம் காண்கிறோம். முதலில் ஆண்டவரின் ராஜ்ஜியத்தில் இடம் தேடுங்கள் என்றார் இயேசு'

வாய்யாகி யோசித்தான். 'இந்த ஆள் ஜோசுவாவுக்கு பைபிள் அத்துப்படி ஆகியுள்ளது. தனது சொந்த வாசகங்களை பைபிளின் பொன்மொழிகளோடு சேர்த்துச் சேர்த்துப் பேசுவதில் அவர் பெரிய ஆளாகத்தான் இருக்கிறார்.'

'எனவே என் சகோதரர்களே...சகோதரிகளே...இன்று உங்களை அழைக்கிறேன். இயேசுவிடம் வாருங்கள்..அவர் பக்கம் நில்லுங்கள். அதோ சிலுவையை ஏந்தி அதில் அறையப்படவென்று போகிறார்...கைவிடப் போகிறீர்களா அவரை.... பீட்டரைப் போல அவரை மறுக்கப் போகிறீர்களா? புவியில் வாழ்க்கை சோதனைகளில்

ஒன்று... கடினங்கள் கொண்டது. இரவிலே கூட சாத்தான் வருவான்... வீட்டிலிருக்கும்போது...உங்கள் அறைக்குள் புகுவான்... இந்த தேவாலயத்திற்குக் கூட வருவான்... எங்கே வேண்டுமானாலும் வருவான்... உங்கள் காதுகளில் ரகசியமாக 'ந்ஜொரோஜ் ஜோசுவா' அவன் சொல்வான்... பழைய ஏற்பாடுகளுக்குத் திரும்பிச் சென்று வாருங்கள்...' என்பான். 'என் பின்னே வாருங்கள் என்பான். ஞாபகம் இருக்கட்டும் அந்தக் குரலுக்குச் செவிமடுத்து விடாதீர்கள்... நாம் ஒரே மூச்சில் ஒரே இதயத்தோடு புதிய ஜெருசலேத்திற்குச் செல்வோம்... உங்கள் இதயம் நம்பிக்கையைக் கைவிடாமல் இருக்கட்டும்... நீங்கள் தேவனை நம்புங்கள்... என்னை நம்புங்கள்...எனது தந்தையின் இல்லம் பல்வேறு அறைகளால் ஆனது. இல்லை என்றால் நானே கூறி இருப்பேன். சென்று உங்களுக்கென்று ஒரு அறையைத் தயார் செய்திருக்கிறேன்.'

'அந்த இடம் இப்போது உங்களுக்கும் எனக்கும் தயாராக உள்ளது...நம்பிக்கை வைத்துக் காத்திருந்த பக்தர்களுக்கு...ஓ...சகோதரனே இக்குரல் உனக்குக் கேட்கிறது என்றால் மனம் இறங்குவாயாக. இதயங்களை இளகச் செய்து வையுங்கள்'

ஜோசுவா ஒரு முறை சுற்றிலும் பார்த்தார். ஒரு நிமிடம் வாய்யாகியை அவர் கவனித்தது போலிருந்தது. இல்லை. ஒரே பார்வையில் அவர்கள் அனைவரையும் அவர் கண்டார். ஒளியைத் தேடிக் கண்டுபிடித்து வெளிச்சத்தில் நடப்பவர்களைக் குறித்து அவர் பேசினார். ஒரே சமயத்தில் இரண்டு பாதைகளின் வழியேயும் நடக்க முயன்றவர்களைக் குறித்து அவர் திடீரென்று பேசினார். எப்படி இரண்டே கால்களோடு இரு பாதையிலும் ஒரே சமயத்தில் போக முடியும்? இரண்டு மத வழிகளையும் கலக்க முடியுமா?

'என் சகோதர சகோதரிகளே..சமரசம் என்பதே கிடையாது. நமது தேவனாகிய கிறிஸ்து சிலுவையில் அறையப்பட்டபோது...சமரசம் செய்து கொள்ளவில்லை. அவர் இரண்டு பாதைகளைக் கலந்தது இல்லை...ஒளி பார்வை வழியில் முடிவாக நின்றார்'

வாய்யாகிக்கு சங்கடமாக இருந்தது. கபோனியை போன்ற ஊரில் பெரிய மனிதர்கள் எங்கு அமர்வது என்று இப்போது வாய்யாகி குழம்பி வந்திருக்கிறான். அதுசரி அவனைப் போன்றவர்களின் கதி என்ன? அவன் யார் பக்கம்? மக்குயுவிற்கும் காமனோவிற்கும் நடுவே அவன் இருக்கவென்று ஒரு இடமும் இல்லை. இடைப்பட்ட இடமென்று எதுவும் இல்லை. இரண்டு மலையகங்களையும் ஒன்றிணைக்க முடியாதா? மலையகங்கள் இரண்டும் இணைந்தால் வெள்ளையர்கள் ஓடுவது உறுதி...ஆனால் தற்போதைக்குத் தனது நிலை என்னவென்று வாய்யாகி அறிய மாட்டான். தன்னைத் தானே இன்னும் உணர்ந்தான் இல்லை. தனது ஆன்மாவின் இருண்ட பகுதி ஒன்றை ஜோசுவாவின் வார்த்தைகள் தட்டி எழுப்புவதை அவன்

உணர்ந்தான். அது அவனுக்கு அளவிடற்கரிய அச்சத்தை ஊட்டியது. ஜோசுவா மதமாற்றத்தைப் பற்றி பேசினார். புதிய மனிதன், புதிய ஜந்து, புதிய வாழ்க்கை, அவர் தனது குரலை உயர்த்தினார். அவர் ஏசித் தீர்த்தார். அவர் வார்த்தைகளால் சுட்டார். அவர் எச்சரிக்கவும் செய்தார். மீண்டும் வாய்யாகிக்குக் குற்ற உணர்வு ஏற்பட்டது. எது பற்றிய குற்ற உணர்வு இது? ஒளியைப் பின்பற்றாததற்காகவே...தனது தந்தையின் ஈனக்குரலை மீறியதற்காக (மலையகத்திற்கும் மலையகத்தின் சடங்கு சம்பிரதாயங்களுக்கும் ஒருபோதும் துரோகம் செய்யாதே). இருந்தும் அவன் ஜோசுவாவின் தேவாலயத்தில் இருந்தான். ஜோசுவா முடித்தார். சற்று நேரம் அந்தப் புதிய தேவாலயம் முழுதும் ஆழ்ந்த அமைதி நிலவியது. பிறகு காத்திருந்தது போல தானாகவே தேவ இசை ஆரம்பமானது.

யுஹோராரோ, ம்வெகா நியுயு
நியுகி லைட்குகு குவிட்டு
யுஹோராரோ, ம்வெகா நியுயு
வா முஹேநோக்கியா விட்டு...
நல்ல செய்தி இது
நமது இடம் தேடி வந்த
நல்ல செய்தி இது
யேசு கிறித்துவைப் பற்றியது அது!

வாய்யாகி வெளியேறினான். பாட்டுகள் ஒலித்த போது வெளியேறியதில் மகிழ்ச்சி, நிம்மதி. ஏதோ இடையில் புகுந்தது போலவும் ஒரு உளவுப் பேர்வழி போலவும், தன்னை உணர்ந்தான். ஆனால் இதயத்தில் பெரிய பாதிப்போடு அவன் வெளியே வந்தான். பாடல் செவிகளில் ஒலித்தபோது தன்னைத் தாண்டிய ஏதோ ஒன்றுக்கான ஒருவித ஏக்கம் அவனுக்கு ஏற்பட்டது. அவனை முழுமை அடைய வைக்கும் ஏதோ ஒன்று தேவையாய் இருக்கிறது. அவன் ஏன் வந்தான்?. ஒரு மலைக் கிராமத்திலிருந்து மற்றொன்றிற்குச் செல்லும் வழியில் தான் இருந்தான் என்பதே உண்மை. ஆனாலும் அவன் உள்ளே இருந்திருந்தான். உள்ளே செல்லும் எந்தத் திட்டமும் இல்லையாயினும் அது நடந்து விட்டது. ஆனால் உள்ளே செல்ல வேண்டும் எனும் உந்துதலுக்கும் நியம்புராவுக்கும் சம்பந்தம் இல்லை என்றே அவன் சமாதானம் கூறிக்கொண்டான். அது உண்மை என்றால் அவள் அந்த தேவாலயத்திற்குள் இல்லை என்றதும் அவனுக்கு ஏமாற்றமாகப் போனது ஏன்?

வாய்யாகி இப்போது கியாமாவில் இருந்தான். பெரியவர்கள் சொல்லி அனுப்பியிருந்தார்கள். கியாமா இன்னும் தனது வேலையைத் தொடங்கவில்லை என்பதால் அது குறித்து அவனுக்கு அதிகம்

தெரியவில்லை. ஆனால் அது மலையக சாதியின் தூய்மை பேணல் குறித்தே இயங்கியது. உண்மையில் பெரியவர்கள் அவனை தேவாலயத்தில் கண்டால் அவன் துரோகம் செய்வதாகவே எண்ணுவார்கள். இருந்தும் அவர்களை வாய்யாகி கைவிடமாட்டான். இறுதி வரை அவர்களுக்காகப் பணி புரிவதென்றே அவன் தீர்மானமாக இருந்தான். தனக்கு இருக்கும் இந்தக் குறைந்தபட்ச அறிவைக்கொண்டு வெள்ளையர் தம் கல்வி முறையைக் கொண்டு மலையக சாதியை முன்னேற்றுவான்... மெல்ல மலையகம் விழிப்புணர்வும் பலமும் பெற்று வளர்ந்து ஆக்கிரமிப்பாளர்களையும் கிறித்துவ திருச்சபை வாதிகளையும் விரட்டும் மலையகம் முன்னேறி உயர்ந்து அங்கு மண்ணின் மகன்களும் மகள்களும் இந்தப் பாரம்பரிய இடத்தின் மகிமை கதைக்காமல் மண்ணை உழுது முன்னோர் வழியில் சீரும் சிறப்புமாக எந்தச் சடங்கிற்கும் குறை வைக்காமல் செழிப்பாக வாழும் அற்புத அறிவொளி நிலையை வாய்யாகி கற்பனை செய்தான். அனைவரும் அவனுக்குக் கடன்பட்டவர்களாகி பல சந்ததியினருக்கும் அவனது கதையைச் சொல்வார்கள். அவ்விதம் நினைக்கும்போது அவனுக்கு மிகுந்த பெருமையாகவும் இருந்தது. உண்மையில் அது உன்னத இலட்சியம். மலையகத்தை மீட்க அனுப்பப்பட்டவரின் வாழ்க்கை நோக்கம். ஆம், வாய்யாகி மேலும் மேலும் அதை நோக்கியே உழைப்பான். தன் வாழ்வின் நோக்கத்திற்காக அந்தப் புனித மீட்பிற்காக இவ்விதமான நினைவுகள் அவனை மனதளவில் மேலான ஸ்தானத்திற்குக் கொண்டு சென்றன. அந்தத் தொலைநோக்கு கிடைத்ததும் அவனது நடையில் மாற்றம் ஏற்பட்டது. நெஞ்சை நிமிர்த்தி மேலும் உத்வேகத்தோடு அவன் அடிகளை எடுத்து வைத்தான்...

"வாய்யாகி"

அவன் திரும்பினான். தொலைநோக்கு மறைந்தது!

"கமாயு...எப்படி இருக்கிறாய்!"

அவர்கள் கைகுலுக்கினார்கள்.

"நான் நன்றாகவே இருக்கிறேன்...நீ எங்கேயிருந்து வருகிறாய்...?"

"ஆ...அடுத்த மலையக கிராமத்திற்குக் கடந்து சென்று கொண்டிருக்கிறேன் கமாயு...அப்படியே இந்த மக்குயுவின் கிழவன் ஞாயிறுகளில் என்ன செய்கிறான் என்பதையும் கண்டேன்..."

"ஜோசுவா... வா?"

"ஆமாம்" சாலைக்கு அருகில் இருவருமாக அந்த மரத்தடியில் நின்றார்கள். கமாயுவை வாய்யாகி பார்த்துக்கொண்டு நின்ற அந்த நொடியில் அவர்களைக் கடந்து சென்றாள் நியம்புரா. சற்றுத் தொலைவில் தான் என்றாலும் வாய்யாகியின் இதயம் வேகமாக அடித்துக் கொண்டது. அவள் போவதையே அவன் பார்த்துக்கொண்டு நின்றான். அடுத்தப் பள்ளத்தாக்கு வரை அவள் மறைந்தபோது

அவனது பார்வை மீண்டும் கமாயுவின் மேல் விழுந்தது. கமாயு, நியம்புரா சென்ற திக்கையே ஒருவித ஈர்ப்போடு பார்த்துக் கொண்டு நின்றான். அதைக் கண்ட வாய்யாகிக்கு மிகவும் எரிச்சலாக இருந்தது. திடீரென கினுத்தியா கூறியது நினைவிற்கு வந்தது. கமாயு தன்னை நியம்புராவோடு பார்த்திருப்பானோ என்று அய்யமுற்றான்.

"நான் கிளம்புகிறேன் கமாயு" வாய்யாகி கூறினான். கமாயு பதிலேதும் கூறவில்லை. எதையோ யோசித்துக் கொண்டிருப்பவனைப் போலிருந்தான். கடைசியில் ஒருவழியாகப் பேசினான். 'அவளைப் பற்றி நீ என்ன நினைக்கிறாய் வாய்யாகி?'

"யாரைப் பற்றி"

"அந்தப் பெண்"

"எந்தப்...பெண்"

"ஏன்...நியம்புராவைத்தான் கேட்கிறேன்..அவள் போனதை நீ பார்க்கவில்லையா....?"

"ஓ...நான் கவனிக்கவில்லை...."

பொய் சொல்ல நேர்ந்ததற்காக வாய்யாகி தன்னை சபித்துக் கொண்டான். மிகவும் சுதந்திரமான சாமர்த்தியம் தனக்கிருப்பதை உணர்ந்தான். கமாயு இதை எல்லாம் கவனிக்கவில்லை...அவள் சென்ற திக்கையே பார்த்துக் கொண்டிருந்தான். அவனது நினைவுகள், "அ.. அவள்...மிகவும் அழகான பெண் என்றே தோன்றுகிறது" எனும் வாசகமாக வெளிவந்தது. திடீரென்று வாய்யாகிக்கு மிகவும் பொறாமையாக இருந்தது...நியம்புராவின் மீது.

அடுத்த பள்ளத்தாக்கில் அவனுக்காக அவள் காத்திருந்தாள். அவன் வந்து கொண்டிருப்பதைப் பார்த்தபோது அவளது இதயம் படபடவென்று அடித்துக் கொண்டது. அவனிடம் என்ன சொல்வது எனறு தெரியவில்லை. மரியஷோனிக்குச் சென்று பார்க்காதது அவள் மனதை உறுத்தியது. அவளுக்குப் போக விருப்பம்தான். ஆனால் அதில் ஆபத்துகள் அதிகம். அந்த நேரத்தில் அவளது தந்தை வீட்டிலேயே இருந்தார். நிலா ஒளியில் சந்தித்த அந்த இரவிலிருந்து வாய்யாகி அவளது மனதை முழுமையாக நிறைத்திருந்தான். அவனை நினைத்தாலே அவளுக்குச் சிலிர்த்தது. அவளது விழிகள் ஒளிர்ந்தன. மிரியாமுகூட ஒருமுறை 'என்னதான் கனவு காண்கிறாயோ' என்று கேட்டுவிட்டாள். தனக்கு என்ன ஆகிவிட்டதென்று புரியவில்லை. ஆனால் ஒன்று. தற்செயலாக ஏற்பட்ட அந்தச் சந்திப்பிற்குப் பிறகு அவள் முன்பு மாதிரி இல்லை. இந்த நதிகூட தரமுடியாத ஏதோ ஒன்றுக்கான ஏக்கம் தனக்கு ஏற்பட்டதை அவள் உணர்ந்தாள்.

கடந்த இரண்டு வாரங்களாக அவனைச் சந்திக்க அவள் விரும்பினாள். சும்மா நலம் விசாரித்துக் கடந்து போனால் கூட போதும். பள்ளிக்கு வந்து பார்க்க அவளால் முடியாமல் போனது.

இன்றோ அவள் தேவாலயத்திற்குச் செல்லவில்லை. இலக்கின்றி அங்கும் இங்கும் திரிந்தவள்...அவன் தனது பள்ளத்தாக்கிற்கு நடந்து வந்ததைப் பார்த்திருந்தாள். ஆனால் கமாயுவுடன் அவன் நின்று கொண்டிருப்பதைக் கண்டதும் பாதுகாப்பான தொலைவில் அவள் கடந்தாள்.

அவளைப் பார்த்ததும் வாய்யாகிக்கு மிகவும் மகிழ்ச்சி ஏற்பட்டது. அந்த இரவுக்குப் பிறகு அவளை அவன் பார்க்கக்கூட இல்லை. இப்போதோ அங்கே அவள் நின்றாள். அமைதியாகத் தனியாக நிலா ஒளியில் கண்டதுபோல இல்லை. எனினும் அவள் அவனுக்கு மிகவும் அழகாகவே தோன்றினாள். தயங்கித் தயங்கி அவன் அவளருகே சென்றான். அவளோ அவனைக் கண்டதும் புன்னகைத்தாள்...'அழகான புன்னகை' என்று அவன் நினைத்தான்.

"எ...எப்படி... இருக்கிறாய்...?"

"நன்றாக இருக்கிறேன்...நீ..."

"நானும்..."

அமைதி. இருவரும் நேரடியாகப் பார்த்துக் கொள்ளவில்லை.

"உனக்காகக் காத்திருந்தேன்"

"மன்னித்துவிடு...என்னால் வர முடியவில்லை" அவள் சற்றுத் தயங்கினாள்..."வீட்டில் நிறைய வேலை... நேரம் கிடைக்கவில்லை"

வாய்யாகி புரிந்து கொண்டான். அல்லது புரிந்ததாக அவன் நினைத்தான். அதற்கு மேல் வற்புறுத்தவில்லை.

"பரவாயில்லை... வேறொரு நாள்... முயற்சிக்கலாம்"

"ம்..தெரியவில்லை... முடியலாம்... வாய்ப்பிருந்தால்"

ஒரு நொடி அவளை நேரடியாகக் கண்டான். அவளோ அது வரை அவனையே பார்த்துக் கொண்டிருந்தவள் சட்டென திசை மாற்றினாள்...ஓ தன்னைச் சந்திக்கவே அவள் வந்திருக்கிறாள். வாய்யாகிக்கு உடனே தான் அவளைக் காதலிக்கும் உயிருக்கு உயிராக நேசிக்கும் விஷயத்தைக் கொட்டி விட வேண்டுமென்று பரபரப்பு ஏற்பட்டது. அவனால் முடியவில்லை. சட்டென்று விடைபெற்றுக் கொண்டு அவன் கிளம்பி விட்டான். அவளைத் தன்னோடு கட்டிக்கொண்டு அவளது காதில் பல விஷயங்களைக் கிசுகிசுக்க முடியாமல் அவன் தோற்றான்.

நியம்புரா வீடு திரும்பிய போது எதையுமே பார்க்காத குருடியாக ஆனாள். உடனடியாக வீட்டில் சமையலைத் தொடங்கினாள்....தாயும் தந்தையும் திரும்பிடும் நேரம் வந்துவிட்டது. கனவில் இருக்கும்... நடமாடும் ஒரு பெண்ணைப் போல முகத்தை வைத்துக் கொண்டு அவள் சமையலில் ஈடுபட்டாள்...வாய்யாகி ஏதும் அவளிடம் சொல்லவில்லை...இருந்தும் மனம் நிரம்பி வழிந்தது.

வீடு திரும்பிய தாய்...மகள் மிகுந்த சிலிர்ப்பில் இருப்பதைக் கண்டாள்...

“என்ன இது நியம்புரா...? உன் வயிற்றுவலி பறந்து விட்டதா?”

வயிற்று வலியைத்தான் காரணமாகக் கூறி தான் தேவாலயம் செல்லவில்லை என்பது சட்டென்று நியம்புராவுக்கு நினைவு வந்தது. “இல்லை...அம்மா...” அவள் பதிலளித்தாள்.

அது உண்மை இல்லை என அவளுக்குத் தெரியும்...மாலை வந்ததும்...உடல் நலமில்லை எனக் கூறி அவள் அன்று முன்னதாகவே படுக்கைக்கு...உறங்கச் சென்று விட்டாள்.

வாய்யாகி ஓய்வற்ற வாழ்வை வாழ்ந்தான். பாடம் நடத்துவதும் பள்ளிகளை நிர்வகிப்பதுமாகக் கழித்தவன் இப்போதோ கியாமாவின் உதவியாளன் ஆனபிறகு அதன் கூட்டங்கள் சடங்குகள் என்று ஒவ்வொரு மணி நேரத்தையும் சிந்திக்க நேரமின்றி நடவடிக்கைகளிலேயே கழித்தான். மலையகம் முழுமைக்கும் இப்போது அவன் அறிமுகமாகி இருந்தான். குழந்தைகளுக்கு அவனை நன்றாகத் தெரிந்திருந்தது. “எங்கள் ஆசிரியர்“ என்று அவர்கள் அவனைப் போற்றினார்கள். பெரியவர்களும் வயதான பெண்மணிகளும் கூட அவனை ‘ஆசிரியரே’ என்றார்கள். வெள்ளைக்காரர்களிடமிருந்து பெற்ற மந்திர சக்தியோடு அந்த மலையக மக்களை பலம் மிகுந்தவர்களாக அறிவார்த்துமானவர்களாக ஆக்கி அப்பகுதியையே புதிய ஒன்றாக ஆக்குபவனாக அவர்கள் அவனைக் கண்டார்கள். கியாமாவையும் நிர்வாகத்தையும் விட குழந்தைகளைக் கையாளவும் பாடங்கள் நடத்தவும் அவனே சுய விருப்பமும் கொண்டிருந்தான். இருந்தும் சில சமயங்களில் தேசப்பற்றும் உயர்ந்த சிந்தனைகளும் அவனுக்குத் தோன்றும். அந்தப் பொழுதுகளில் தன்னைப் பற்றிய மேலான சிந்தனைகள் அவனுக்கு ஏற்பட்டு மக்களுக்காக எதையும் செய்வது என்று தீர்மானித்தான்.

மலையகத்தின் எல்லாப் பக்கங்களிலிருந்தும் வாழிடங்களிலிருந்தும் பெற்றோர்கள் கூடும் பிரமாண்ட பெற்றோர் கூட்டத்திற்கான நாள் நெருங்கிக் கொண்டிருந்தது. மேலும் பல பள்ளிகளைத் திறக்க அனுமதி கோருவதென்று வாய்யாகி முடிவு செய்திருந்தான். ஆசிரியர்களை எங்கேயிருந்து அமர்த்துவது என்பது அவனுக்கே புரியாத ஒன்றாக இருப்பினும் புதிய பள்ளிகளைக் கேட்டு பெறும் அவாவை விட முடியவில்லை. சிரியானாவிலிருந்து சிலரைக் கட்டாயப்படுத்தி அழைத்து வர அவனால் முடியும்... ஏன் தேவையென்றால் அவன் நைரோபியும் செல்வான். மற்றொரு விஷயமும் அவனது மனதில் தோன்றியது. காமனோவும் மக்குயுவும் சச்சரவுகளை மறந்து ஒன்றுபடுவது அவசியம் என்று அவனுக்கு இப்போதெல்லாம் தோன்றாத நாளில்லை. மூதாதையர் காலத்திலிருந்து பின்பற்றப்படும் எதிர்ப்பு உணர்ச்சி கல்வியை வளரவிடாமல் செய்துவிடும். ஜோசுவாவின் ஆதரவாளர்களுக்கும் மற்றவர்களுக்கும் இடையே நல்லிணக்கம் ஏற்பட வேண்டுமென்று அவனுக்குத் தோன்றியது. அவர்களுக்கு இடையிலான பகையும் இடைவெளியும் அதிகமாகிக் கொண்டே வருவதைக் காணமுடிந்த அவன் அவர்களுக்கு மத்தியில் ஒரு பாலமாக இருக்க முயல்வான். வரும் கூட்டத்தில் அது

குறித்து அவன் ஒரு வார்த்தை குறிப்பிடுவது கூட மிகப் பெரிய உதவியாக இருக்கும். தனது நிலையை உணர்த்திட இதுவே தருணம். இது ஒரு திட்டமல்ல... முடிவு. முதலில் இது ஒருவகை இச்சையாகத் தோன்றி மெல்ல மனதில் தூரத்து எதிரொலியாக இன்று தேவை ஆகிவிட்டது. வளரும் அவனது பிரபல்யத்திற்கு அது ஊறு விளைவிக்காதா? இருந்தும் அவன் முயல்வான். இது குறித்துக் கேள்விப்படும் நியம்புரா தன்னை உயர்வாக நினைத்துப் போற்றுவாள் என்கிற ஒரு விஷயமும் அவனுக்கு மிகுந்த சிலிர்ப்பை ஏற்படுத்தியது.

புல்வெளி நிறைந்த பள்ளியின் அருகிருந்த அந்த வளாகம் முழுதும் பெண்களாலும் ஆண்களாலும் நிரம்பி வழிந்தது. அவர்கள் நாட்டின் பல இடங்களிலிருந்தும் வந்திருந்தார்கள். சிலர் குழந்தைகளின் வளர்ச்சி குறித்த ஆண்டறிக்கையைக் கேட்க வந்திருந்தார்கள். மற்றவர்களோ பிரசித்தமடைந்திருந்த மரியஷோனி, பள்ளியை ஒரு முறை காண வந்திருந்தார்கள். ஆனால் மற்றவர்களோ ஆசிரியரை நேரில் பார்க்கவே வந்திருந்தார்கள். அந்த இளைஞனைப் பற்றி அவர்கள் கேள்விப்பட்டிருந்தார்கள். அவனைக் காண வேண்டும், இந்த வாய்ப்பைத் தவறவிட்டு விடக்கூடாது. ‘ஆசிரியர்’ மலைக்கு மலை அவர்கள் கிசுகிசுத்தார்கள்... அந்தப் பெயர் ஒரே ஒருவரையேதான் உணர்த்தும்... அவர்களைப் பொறுத்தவரை ‘ஆசிரியர்’ என்றாலே அது வாய்யாகி ஒருவன் தான். ஒரு காய்ந்த காட்டுப்புதரில் தீ பரவுவது போல அவனது பெயரும் புகழும் ஒரு மலையக கிராமத்திலிருந்து மற்றதற்கு மிக வேகமாகப் பரவிக்கொண்டிருந்தது. தற்போது வெள்ளையர் தம் ஆதிக்கத்தால் முழுதும் சிதைந்து போய் விட்ட அந்தப் பழைய தூய மலையக அடையாளங்களை மீட்டு மீண்டும் மரியாதையை நிலைநாட்டும் ஒரே அடையாளமாக அவர்கள் வாய்யாகியைக் கண்டார்கள்.

பள்ளி மிகவும் தூய்மையாக இருந்தது. மக்கள் அதனை முழுவதுமாகச் சுற்றிப் பார்த்தார்கள்... தங்களது சொந்தப் பங்களிப்பை... அயல்நாட்டு நாகரிகத்தின் மீதான தங்களது எதிர்வினையை அங்குலம் அங்குலமாக அவர்கள் ரசித்தார்கள்.

நன்கு கட்டப்பட்ட மண்கட்டடத்தைப் பாராட்டியபடி பள்ளியை அவர்கள் சுற்றிப் பார்த்தார்கள். அந்த வளாகத்தைச் சுற்றி சுற்றுப்பாதை மற்றும் திறந்தவெளியில் குழந்தைகள் அமைத்திருந்த தோட்டம் உண்மையிலேயே பலரையும் கவர்ந்தது... அதிலிருந்த பூக்களைப் பூரிப்போடு மக்கள் பாராட்டுவதும் அதுவே அன்றைய பேச்சுகளுக்கு சுவாரசியத்தையும் கூட்டுவதாக அமைந்து போனது. பெற்றோர்கள் தாங்கள் சிந்திய வியர்வையின் நல்ல விளைச்சலாக அமைதியாகக் காத்திருந்ததன் வினைபயனாக அதைக் கண்டார்கள்... அவர்களது குழந்தைகள் அயல்மொழியைப் பேசி, அதைப் படிக்கவும் எழுதவும்

செய்தன. சிரியானா... மலையகத்தின் புராதன சந்ததியைச் சேர்ந்த குழந்தைகளைத் தனது பள்ளியில் சேர்த்துக் கொள்ள தடைபோட்ட போதும் இதைச் சாதிக்க முடிந்திருக்கிறது.

தனது ஆசிரியர் குழுவோடு வாய்யாகி ஒவ்வொன்றையும் மிகுந்த கவனத்தோடு செய்தான். மக்களோடு கலந்த அவன் அவர்களுக்கு இடங்களைச் சுற்றிக்காட்டி தனது திட்டங்களை ஆவலோடு விளக்கி எதிர்காலத்தில் பள்ளி வளர்ச்சியடைய அவர்கள் செய்ய வேண்டியவைகளைப் பிரசாரம் செய்ய வாய்ப்பைப் பயன்படுத்தினான். மக்கள் அவனை நெஞ்சாரப் பாராட்டினார்கள். தங்களோடு மிகவும் எளிமையாகக் கலந்து போய் தங்களில் ஒருவனாக ஆகிய அவன் சகஜமாக அளவளாவியது பலருக்கும் வியப்பை ஏற்படுத்தியது. ஒவ்வொருவருக்கும் வாய்யாகியிடம் செல்லவும் கேட்கவும் விஷயமிருந்தது. அவனது புன்னகை ஒவ்வொருவருக்குமானதாக இருந்தது. பலரையும் அவன் மகிழ்ச்சியடைய வைத்தான். ஆனால் அனைவரையும் அல்ல. இதுபோன்ற நேரங்களில் பொறாமையும் வயிற்றெரிச்சலும் பெரிதாய்த் தனது வேலையைக் காட்டத்தான் செய்யும்.

கபோனி எதையுமே விரும்பவில்லை. அவர் மலையக மக்களுக்காக எவ்வளவோ செய்திருக்கிறார். புதிய மதத்திலிருந்து உடைத்துக் கொண்டு வெளியேறும் தகர்ப்பு இயக்கத்தைத் தலைமையேற்று நடத்தியவர், பள்ளிகள் வர காரணமானவர், சிரியானாவின் தடையே அவரால் அவர் நடத்திய இயக்கத்தால் வந்ததுதான். மக்களின் ஒவ்வொரு துறைக்கும் அவர் தலைவர் இல்லையா? ஒன்றுக்கும் பிரயோசனமற்ற ஆர்வக்கோளாறு மிகுந்த, விடலைத்தனமான யோசனைகள் கொண்ட அற்பச் சிறுவனாகவே அவர் வாய்யாகியைக் கண்டார். இதுபோன்ற வயதும் அனுபவமும் மிக்கவர்களது முகத்திற்கு முன் வாய்யாகி சிறுவனாகவே தெரிந்தான். ஆனால் எல்லாமே இப்படி அல்ல. இயற்கைக்கு மாறான உண்மை ஒன்று உண்டு. இதே கபோனி தனது சொந்த மகனான கமாயு... வாய்யாகியின் இடத்தில் இருந்திருந்தால் ரொம்பவே திருப்தி அடைந்திருப்பார். கமாயு எந்த ஆசிரியனுக்கும் சற்றும் குறைந்தவனல்ல. தவிர அவன் வாய்யாகியை விட கட்டாயம் வயதில் மூத்தவன். எனவே அவன் கட்டாயம் இதை விடவும் நன்றாகத் தலைமையேற்க முடியும். வாய்யாகியின் வளர்ச்சி கபோனியை எந்த அளவிற்கு வெறுப்படைய வைக்குமென்று யாருமே கவனிக்க முடியவில்லை. மற்றொன்று கபோனிக்கு மலையக தெய்வச் செய்தியைப் பற்றி நன்றாகத் தெரியும். வாய்யாகி அந்த மீட்பராக அனுப்பப்பட்டிருக்க வாய்ப்பு அதிகம். அதை அவர் வெறுத்தார்.

கூட்டம் முன்னதாகத் தொடங்கப்படவே திட்டமிடப்பட்டிருந்தது. ஆனால் பெரியவர்கள் எப்போதுமே நேரமெடுத்துக் கொண்டார்கள். கூட்டம் மதியத்தில் தான் தொடங்கியது. அங்கு நிலவிய பேரமைதிக்கு

நடுவில் வாய்யாகி கூட்டத்தைத் தொடங்கினான். அவனது குரல் அமைதியாக இருந்தாலும் உள்ளே இதயம் வெகுவேகமாக அடித்துக் கொண்டது. தன் முன் தெரிந்த ஏராளமான விழிகளைக் காண அவனுக்கு லேசாக நடுக்கம் ஏற்பட்டது. சில வார்த்தைகளுக்குப் பிறகு குழந்தைகள் வரவேற்கும் முகமாக சில பாடல்கள் இசைப்பார்கள் என்று அவன் அறிவித்தான். பாடல்களை வாய்யாகி எழுதியிருக்கவில்லை. சிரியானாவில் கற்றபோது கிடைத்த தூரத்து கிராமத்தைச் சேர்ந்த சிறுவன் ஒருவனோடு கிடைத்த நட்பின் மூலம் வாய்யாகி கற்றுக் கொண்ட அந்தப் பாடல்களை குழந்தைகளுக்குக் கற்றுக் கொடுத்திருந்தான். அங்கே குழுமியிருந்த ஆசிரியர்களுக்கும் பெற்றோர்களுக்கும் பொதுஜனங்களுக்கும் அவை புதியதாக இருந்தன. உண்மையிலேயே இதயத்தை எழுச்சியுறச் செய்யும் உரம் அப்பாடல் வரிகளுக்கு இருந்தன.

அப்பா அம்மா
எனக்கு சிலேட்டும் பென்சிலும் தாருங்கள்
நான் கற்க விரும்புகிறேன்...
நிலம் கைவிட்டுப் போனது
ஆடும் மாடும் அங்கில்லை...
அங்கே மீதம் இருப்பது எது?
இப்போது நமக்கு மிச்சம் இருப்பது எது?
கல்வி கல்வி!
அப்பா உன்னிடம்... அப்பா
நிறைய ஆடும் மாடும் இருந்திருந்தால்
நான் வாளும் கேடயமும் கேட்டிருப்பேன்
இப்போதோ
வாளும் வேண்டாம் எனக்கு
கேடயமும் தேவையில்லையப்பா...
கல்வியெனும் வாளும் கேடயமும்
தாருங்கள்... எனக்கு

இந்தச் சொற்கள் சிலரைக் கண்ணீர் வடிக்க வைத்தன. குழந்தைகளின் குரல் அல்லவா? கிறங்கிப் போனார்கள். தந்தைமார்கள் அதிகம் உழைப்பது என உறுதி எடுத்தனர். அவர்கள் தங்களைப் பிழிந்து தருவார்கள். வெள்ளையன் மேலும் மேலும் நிலத்தை ஆக்கிரமித்து விட்டான். மலையக வாழ்முறையைச் சிதைத்தான். அடையாளங்களை நொறுக்கினான். இப்போது நிலைமைகள் மாறும். பல ஆண்டுகள் ஆகலாம். ஆனால் எங்கோ தொலைவில் வெளிச்சம் வந்து விட்டது. ஒரு மீட்பர் வந்து விட்டார். அவர் மக்களின்

விழிகளைத் திறந்து விட்டார். பார்வை இதோ வந்து விட்டது. உறங்கும் சிங்கங்களை அவர் எழுப்பினார். இனி அவை வெற்றியை முன்வைத்து கர்ஜிக்கும் குழந்தைகள் கல்வி கற்று வருகிறார்கள். இருந்தும் அவர்களின் குரல் ஓங்கி ஓங்கி ஒலித்தது.

அப்பா...

வாளோடும் கேடயத்தோடும் நடந்த

யுத்தங்கள் முடித்து விட்டன...

இப்போது மிஞ்சியது என்ன?

சிந்தனை யுத்தம்

மனப்போராட்டம்

நானும் நாங்களும்

கற்றிட விரும்புகிறோம்...

வயதான கிழவர்களும் மூதாட்டிகளும் இந்த இனிய சொற்களைக் கேட்க காதுகளைத் தீட்டிக் கொண்டனர். தங்களது கைகளை நெஞ் சிலோ கன்னத்திலோ வைத்தபடி அவர்கள் உன்னிப்பாக உணர்ச்சிப் பெருக்கோடு பாடல் வரிகளை ரசித்தனர். கபோனி உள்ளுக்குள் குமைந்து கொண்டிருந்தார். அவரது இதயமும் ஆன்மாவும் ஆத்திரத்தில் பற்றியெரிந்து கொண்டிருந்தன. யாரை ஒழித்துக்கட்ட நினைக்கிறாரோ அதே 'பையன்' அனைவரது மனதிலும் நீங்கா இடம் பெறப் பார்க்கிறான். தேவாலயத்தில் ஜோசுவாவோடு இருந்த பையன், ஜோசுவாவின் மகளோடு தென்பட்ட பையன் கூட்டத்தில் வைத்து இதைக் கிழிக்க கபோனி விரும்பினார். அவனை, அந்தப் 'பொடியனை' அவமானப்படுத்த வேண்டும்.

ஆனால் குழந்தைகளோ பலரது கூக்குரல்களைப் பாடலாக இசைத்தன. மாற்றம் இல்லாவிட்டால் முழுமையாக அழிக்கப்பட்டு விடுவோமென்று துயரத்தில் ஆழ்ந்த சந்ததிகளின் கூக்குரல் அது. அவர்கள் ஒரு செத்த விடியலுக்காகவா எழுச்சிகீதம் இசைத்தார்கள்? அழிந்து வரும் மலையக சாதிக்கான மரணகீதமா...? அல்லது வரவிருக்கும் விடியலுக்கான எழுச்சி ராகமா...? அவர்களது பாடல் எத்தகையது?. ஒரு துயரம் ஒரு ஒளி எல்லாம் அவர்களது விழிகளில் இருந்தது. மீட்பரின் விழியிலும் அதுவே எதிரொளித்ததை அவர்கள் கண்டார்கள்.

குழந்தைகள் பாடலை முடித்து விட்டு அமர்ந்தன. ஒரு மர்மமான அமைதி எங்கும் நிலவியது. பிறகு ஒவ்வொரு மூலையிலிருந்தும் திடீரென குரல்கள் மேலெழும்பின. அவர்கள் இப்போது எல்லோருமாகச் சேர்ந்து பாடினார்கள்.

'கிகுயுவும் மும்பியும்

கிகுயுவும் மும்பியும்

கன்னிநிலம் ஒன்றை

விளைச்சல் நிலம் ஒன்றை

நமக்கென விட்டுச் சென்றார்கள்...

வாருங்கள்... ஓ...

அனைவரும் வாருங்கள்

வாய்யாகி தான் பேசத் தொடங்கும்போது மீண்டும் மகிழ்ச்சி அடைந்தான். இதுதான் தனது திட்டங்களை அவன் வெளியிட சரியான தருணமாக அமைந்தது. அமைதியாகவும் தெளிவாகவும் பேசினான். அந்த பிரமாண்ட கூட்டத்தில் தன்னை மிகச் சாதாரணனாக உணர்ந்து அவன் பேசினான். மரியஷோனி குறித்த தனது திட்டங்களை விளக்கினான். பழசாகி விட்ட மேற்கூரைக்கு மேலும் ஒரு தகரப் பரப்பு தேவை. குழந்தைகளுக்கு சாய்வுமேசை, பென்சில் எழுத காகிதங்கள் தேவைப்படுகின்றன. அப்புறம் மேலும் சில பள்ளிகள் கட்டப்பட வேண்டும். இன்னமும் கூடுதலாக ஆசிரியர்கள் நியமிக்கப்பட வேண்டும். சரியாக விஷயத்தைச் சொல்லாமல் போய்விட்டோமோ என்று கலங்கியபடி அவன் அமர்ந்தான். ஆனால் கைத்தட்டல் அந்த சிறிய உரை எத்தனை ஆழமாகச் சென்று சேர்ந்து மக்களிடையே வரவேற்பைப் பெற்றது என்பதைத் தெளிவாக உணர்த்தியது.

மிக மிக விரைவின் கபோனி எழுந்து என்றார். புன்னகைக்கவில்லை. மாறாக மிகுந்த ஆத்திரத்தோடு சுற்றிலும் பார்த்தார். அவரது பார்வையில் நக்கலும் கிண்டலும் இருந்தன. கொடிய யுத்தம் தொடங்கி விட்டது. மனிதருக்கு நன்றாகப் பேசத் தெரியும். பேச்சைக் கேட்கும் கூட்டத்தை நன்கு அறிந்தவர் இந்தக் கபோனி. பழமொழிகள், மலையகக் கதைகள் என கேட்பவரைக் கிறங்க அடிப்பதிலும் சூரர். வயதானவர்களுக்குப் பழமொழி சிரிக்க வைக்கும் துணுக்குகள் என்றால் உடனே இறங்கி வந்துவிடுவார்கள். அவரை ஆதரிக்கத் தயங்கமாட்டார்கள். ஆனாலும் இந்தக் கபோனி தனது எல்லையை அன்று உணர்ந்தே இருந்தார். எனவே இந்த ‘ஜோசுவா’ விஷயத்தை அந்தக் கூட்டத்தில் இழுக்க வேண்டாமெனவும் தேவைப்பட்டால் பிறகு இறுதித் தாக்குதலுக்குப் பயன்படுத்தவும் அவர் முடிவு செய்திருந்தார்.

மலையகத்தின் வறுமையை அவர்களுக்கு அவர் நினைவுபடுத்தினார். வறட்சி மாதங்கள் மக்களைச் சாப்பிட எதுவுமற்றவர்களாக ஆக்கிவிட்டன. எதிர்பார்க்கும் பலனை அறுவடையும் தரப்போவது இல்லை. வெள்ளைக்காரர்களால் எடுத்துக் கொள்ளப்பட்டு விட்ட நிலத்தைப் பற்றியும் அவர் பேசத் தவறவில்லை. அவர்களுக்கு மத்தியில் புதிய வரிகளைப் போட்டுத் தடாலடியாக வசூலித்த அரசின் சுங்கச்சாவடிகளையும் சாடத் தவறவில்லை. இதையெல்லாம்

விட்டுவிட்டு ஏதோ சொர்க்கத்தில் வசிப்பதாகக் கருதிக்கொண்டு வாய்யாகி கட்டடங்கள் குறித்துக் கனவு காண்கிறான். மேலும் செலவு மேலும் ஆசிரியர்கள் என்றால் தாக்குப்பிடிக்க முடியாது. வெள்ளைக்காரனின் கல்வி தேவையா? அவனை ஓட ஓட விரட்ட வேறு வழிகளே இல்லையா? மலையகத்தில் மாவீரர்கள் இல்லையா? அவர் கபோனி, அவர்களைத் தளபதியாக இருந்து வழிநடத்துவார். புதிய கியாமாவை அவர் ஏற்படுத்தியதே அதற்குத்தான். வெள்ளையரின் ஆதிக்கத்திலிருந்து நாட்டை அவர் மீட்டார். இந்த மலையக சாதியின் தூய்மையையும் அறிவையும் அவர் மீண்டும் நிலைநாட்டுவார்.

'நமது மலையகத்தைச் சேர்ந்த நாம் ஆண்டுக்கணக்கில் அடைந்த அறிவும் கல்வியும் வெள்ளைக்காரனின் கல்வியைவிடக் குறைந்தது என்று கருதுகிறீர்களா?'

அவர்களது சுயமரியாதையின் மீது கைவைத்து அவர்களது ஆண்மையைத் தட்டியெழுப்பியபடி நேரடியாகவே கேட்டார். மண்ணின் மீதான அவர்களது பற்றின் மீது கைவைக்கத் தெரிந்தவர்.

'இளைஞர்களின் பேச்சைக் கேட்டு ஏமாறாதீர்கள்... குழந்தைகள்... தந்தையர்கள்... சிங்கத்தின் குட்டிகளுக்கு என்ன தெரியும்...? தலை பின்தொடர வால் முன் சென்று பார்த்திருக்கிறீர்களா?'

ஒருசிலர் கைதட்டினார்கள். பிறகு அங்கு அமைதி நிலவியது. கபோனியும் அவர்களது மனதில் குழப்பத்தை ஏற்படுத்தி இருந்தார். விரைவில் அவர்கள் பேசத் தொடங்கினார்கள். சிலர் கபோனி பேசியதில் உண்மை இருப்பதாக நம்பினார்கள். தாங்கள் கோழைகள் அல்ல என்பதை அவர்கள் அறிவார்கள். வெள்யைனை விரட்டிவிட்டுப் பழைய வழிகளுக்குத் திரும்புவது மிகவும் எளியது என்பதிலும் சந்தேகமே இல்லை. மற்றவர்கள் குறிப்பாக வயதில் இளையவர்கள் வாய்யாகியின் பக்கம் இருந்தார்கள். வாய்யாகியே முதலில் மிகவும் குழம்பிப் போயிருந்தான். இளைஞர்களின் வீரம் எனும் உயிர்ப்புள்ளியின் மீதே அவர் கை வைத்திருந்தார். வாய்யாகி எந்த வீரத்திற்காக அவர்களிடையே புகழ் பெற்றிருந்தானோ அதே வீரம் அவன் எழுந்து பேச மீண்டும் எத்தனித்த போது கைவிட்டு விடுமோ எனத் தோன்றியது. இப்போது பந்து அவனது பக்கம். அவன் உருட்டா விட்டால் எதுவுமே உருப்படாது. முதலில் அவன் யாரிடமும் எதுவும் பேசவில்லை. விழிகளால் அவர்களைக் கட்டிப் போட்டான். பிறகு வாயைத் திறந்து பேசத் தொடங்கினான். அவனது குரல் அவனது தந்தையினுடையது போலவே இருந்தது. இல்லை இல்லை... அது முற்காலத்தின் கிகுயு குமாரர்களின் குரலை ஒத்திருந்தது. அதோ மீண்டும் மீட்பரின் குரல். மக்களின் ஆன்மாக்களைத் தொட்டு வருடும் மந்திர வார்த்தைகள். தங்களது இதயங்களில் சுமையாய் இறங்கிய வார்த்தைகளைக் கண்ணீரோடு மக்கள் கேட்டனர். தனது

மந்தைகளிடம் பேசும் ஒற்றை மேய்ப்பனைப் போல அவன் ஒரு சொல்லைக்கூட அவமானப்படுத்திவிட பேசிடாமல் மிக்க எச்சரிக்கை உணர்வோடு இளகும் ஒரு குரலில் நெகிழ வைத்தான். எது எப்படியாயினும் கபோனியின் வாதத்தை அவன் எப்படி எதிர்ப்பான்? வாய்யாகி தான் அவர்களின் மகன் என்றான். அவர்கள் யாவருமே அவனது பெற்றோர்கள். தலைமையெடுத்துச் செல்ல அவன் விரும்பவில்லை. இளைஞர்களை வழிநடத்தப் பெரியவர்கள் இருக்கின்றனர். இளைஞர்கள் அவர்கள் சொல்வதை செவிமடுக்கத்தான் வேண்டும். அதுதான் மீட்பிற்கான பாதை. அதுதான் புத்திசாலித்தனம். அவன், வாய்யாகியும் பெரியவர்கள் சொல்வதைக் கேட்டான். அவன் விரும்புவது எல்லாம் மலையகத்திற்காகவும் மலையக மக்களுக்காகவும் அயராது உழைக்க வேண்டும். அவர்கள் முன்னேற வேண்டும். தனிமைப்பட்டு விடக்கூடாது. மிக வேகமாக வளர்ச்சி அடையும் நாட்டின் பிற பகுதிகளோடு ஒப்பிடும்போது அவர்கள் பின்தங்கிப் போய் அழிந்தே போய்விடுகிற அபாயம் உள்ளது... அவனது திட்டங்கள் ஏற்கப்படாவிட்டால் அவர்கள் கைவிடப்படுவார்கள்.

அப்படியே கல்வியறிவின் முக்கியத்துவம், அதனால் கிடைக்கப் போகும் நன்மைகள் என்று அவன் விரிவாகப் பேசிக்கொண்டே போனான். மக்களும் அறிவைக் குறித்து அவன் மேலும் மேலும் அவர்களுக்குச் சொல்ல வேண்டுமென்று விரும்பினார்கள். அவன் பேச வேண்டும்.... அவன் உரையை முடித்துவிட்டு உட்கார்ந்தபோது ஒரே குரலில் கூட்டம் ஆர்ப்பரித்தது... “ஆசிரியர்! ஆசிரியர்! ஆசிரியரைப் பேசவிடுங்கள்“ மேலும் சிலர் கூக்குரலிட்டார்கள். “எங்கள் குழந்தைகள் கல்வி கற்றிட வேண்டும்... வழிகாட்டுங்கள் ஆசிரியரே... நாங்கள் உங்களைப் பின் தொடர்வோம்.”

அதற்கு மேல் வாய்யாகிக்கு என்ன வேண்டும்? மகிழ்ச்சியும் நன்றியுணர்வும் பெருக அவன் மனதிற்குள் பெருமைப்பட்டான்.

அதன் பிறகு பேசிய ஒவ்வொரு பெரியவரும் ஆசிரியரும் அந்த ஆசிரியனுக்குப் புகழ்மாலையே சூட்டினார்கள். புதிய பள்ளிகளை ஏற்படுத்தவும் இருக்கும் பள்ளிகளைச் செப்பனிடவும் மலையகத்தில் பல கிராம மக்களையும் உள்ளடக்கிய பள்ளி மேம்பாட்டுக் குழுவும் தேர்ந்தெடுக்கப்பட்டது. அக்குழுவில் கபோனி இடம் பெறவில்லை.

“கமாயு... என் மகனே...”

“என்ன... அப்பா?”

“என் கால்கள்... அவை நடுங்குகின்றன... மகனே”

“ஏன் உங்களுக்கு... உடம்பு சரியில்லையா அப்பா”

“ஆம்... இல்லை... இருந்தும் என் கால்கள் அவை வலுவிழப்பது போல... என் கைத்தடியை எடுத்துக்கொள் மகனே... என்னை பத்திரமாக வீட்டில் சேர்ப்பாயா?”

வாய்யாகியின் பள்ளியில் ஆசிரியர்களில் ஒருவனான கமாயுவாகிய கபோனியின் மகன் அவரை மெல்ல வீட்டுக்கு அழைத்துப்போவதைச் சுற்றிலுமிருந்தவர்கள் கவனித்தார்கள். விரைவில் புன்னகையோடு அவர்கள் கிசுகிசுத்தார்கள்... "கபோனிக்கு உடம்பு சரியில்லை" உண்மையில் உடம்பிற்கு எதுவும் இல்லை. அவர் நலமாகவே இருந்தார். தோல்வியை எதிர்கொள்ள திராணி இல்லை. அனைவருக்கும் முன் நிகழ்ந்த அவமானம் இதைச் சும்மாவிடக்கூடாது.

"நான் அவனைக் கொன்றிருப்பேன்..."

"யாரை... அப்பா..."

இப்போது அவர்கள் ஒரு மலை உச்சியில் இருந்தார்கள். கபோனி தனது மகனை நேரடியாகப் பார்த்தார்.

"ஒன்றுக்கும் பிரயோசமில்லாதவனே" அவர் ஆத்திரத்தில் வெடித்தார்... "நீயெல்லாம் என் மகனா? இவ்வளவு வருடம் அவகாசம் இருந்ததே நீ... அவனை ஒழித்துக் கட்டி விட்டு முன்னே வந்திருக்கலாம்... அல்லவா? உன்னிடம் இல்லாத என்னடா... அவனிடம் உள்ளது?"

கமாயு பதில் சொல்லவில்லை. அவனுக்கும் கூட கசப்பான எண்ணங்களே இருந்தன. அவனும் அவனது தந்தையும் வாய்யாகியின் கரங்களால் எப்போதுமே கஷ்டத்தையே தான் அனுபவிக்க வேண்டுமா... என்ன?

சில மாதங்களில் பள்ளிக்கூடம் புதிது போல ஜொலித்தது. மற்ற பல மலையக வாழிடங்களில் பள்ளிகள் முளைத்திருந்தன. வாய்யாகியின் புகழ் பரவியது. முதியவர்கள் அவன் மீது நம்பிக்கை வைத்தார்கள். வீட்டிலும் வயல்வெளிகளிலும் அவனைப் பற்றி அவர்கள் நிறையப் பேசினார்கள். கபோனி கூட இந்த இளைஞனின் தலைமைக்குக் கட்டுப்பட்டதைப் போலத்தான் இருந்தது. அது நம்பிக்கை. அந்தத் தலைமைக்கு அந்தப் பிரதேசமே கட்டுப்பட்டது... எந்தக் கேள்வியும் கேட்கப்படவில்லை. சந்தேகத்திற்கே அங்கு இடமில்லை. இது இப்படித்தானா என யோசிக்க யாரும் இருந்திருந்தாலும் இப்படித்தான் என்பதாக இருந்தது அந்தத் தலைமை. அவன்தான் அவர்களை வழிநடத்திய தலைவன். அவனை அவர்கள் முழுமையாக நம்பினார்கள்... அவர்களை அவன் ஒருபோதும் கைவிடமாட்டான். கிகுயுவையும் மும்பியையும் முற்றிலுமாய்த் தகர்க்க வந்த வெள்ளைக்காரனை எதிர்க்க அவனுக்கு இணையாகத் தங்கள் பக்கம் நிற்க வாய்யாகி ஒருவனே அவர்களுக்கு இருந்தான். இப்போது மலையகம் அந்தப் புதிய மதத்தையும், வியாபாரிகளையும், அரசாங்கத்தையும் இன்னும் அம்மக்களைச் சுரண்ட வந்த அந்தக் கொடியவர்கள் அனைவரையும் விரட்டிட பலம் பெறுகிறது.

தன் மீது அவர்கள் வைத்திருந்த இந்த அசைக்க முடியாத நம்பிக்கையை மட்டும் வாய்யாகி உணர்ந்திருந்தால் மிகவும் பயந்து

போயிருப்பான். ஆனால் நல்ல வேளையாக அவன் அதை முழுமையாக அறியவில்லை. கல்வி மேம்பாடு குறித்த அவனது யோசனை இப்போது பூதாகரமாக வடிவெடுத்து இதைச்செய், அதைச் செய் என அவனை விரட்டியது. பிறகு கியாமா கூட்டமொன்றில் தான் எப்போதும் சாகும் வரை மலையக மக்களுக்கும் அதன் வாழ் வழிமுறைகளுக்கும் உண்மையாக நடந்து கொள்வோமென்று ஒரு உறுதிமொழியை சத்தியப் பிரமாணமாக எடுத்துக் கொண்ட போதும் கூட இது தனக்கு ஏதாவது ஒரு விதத்தில் பிறகு இடைஞ்சலாக இருக்குமா என்று வாய்யாகியால் பரிசீலிக்க முடியவில்லை. கபோனி என்பவர் இருப்பதாகவே வெளியே தெரியவில்லை. அவனால் பள்ளியென்று தாகத்தோடு வந்த குழந்தைகளையும் போதிப்பதையும் மட்டுமே பார்க்கவும் யோசிக்கவும் முடிந்தது.

இந்தத் தாகத்தை தீர்க்கும் கல்வித்தடாகம் அனைவரது தாகத்தையும் தீர்க்க வேண்டும் என்பதே அவனது குறியாக இருந்தது. ஜோசுவாவும் அவரது ஆதத்துவாளர்களும் கூட வந்து கை கோர்க்க வேண்டுமென்பதே அவனது விருப்பமாக இருந்தது. கல்வியே வாழ்க்கை இது முதலில் வரட்டும். கல்வி குறித்தே நினைத்தவன் மலையகத்தின் இரண்டு பிரிவினருக்கு இடையிலான ஒற்றுமையைக் குறித்து ஏதும் பேசாமல் விட்டுவிட்டோமே என்று குற்ற உணர்வோடு யோசித்தான்.

19

தன் வாழ்நாள் முழுவதையும் ஜோசுவா கிறிஸ்துவிடம் மேலும் மேலும் மக்களைச் சேர்ப்பிப்பதிலேயே செலவிட்டார். அந்த வயதிலும் அதீத ஆற்றல் மிக்கவராக அவர் இருந்தார். தான் வெற்றி அடைவதாகவே அவர் நம்பினார். உண்மையில் அவர் வெற்றி அடையவும் செய்தார். ஆரம்பத்தில் நூற்றுக்கணக்கான மலையகப் பெரியவர்களைக் கிறித்துவிடம் அவர் அழைத்து வந்தார். பலரும் ஞானஸ்நானம் செய்விக்கப் பெற்றார்கள். பல்வேறு மக்களும் அவர்களது பிள்ளைகளும் சிரியானாவுக்குச் சென்று வெள்ளைக்கார கல்வி கற்க அவர்தான் மூலகாரணம் என்பதை மறுக்க முடியுமா?

ஆனால் இப்போதோவிதி அவருக்கு எதிராகத் திரும்பி விட்டதாகவே பட்டது. அவரோடு மிகுந்த ஆர்வத்தோடு கிறித்துவிடம் சென்று விட்ட பலரும் மலையகத்தின் பழைய பாதைக்கே திரும்பி இருந்தார்கள். பலரும் இரண்டாவது முறை திருமணம் செய்து கொண்டு இரட்டைப் பெண்டாட்டிக்காரர்கள் ஆனார்கள். ஆனால் அது ஒன்றும் ஜோசுவாவுக்குப் பெரிய தவறாகத் தோன்றவில்லை. பழைய ஏற்பாட்டாளர்களில் ஆண்டவரோடு நடந்தவர்களும் தேவதைகளும் இரட்டை மனைவிகளைக் கொண்டிருந்தனர் என்பதைப் பலமுறை நினைத்து அவர் குழம்பி இருக்கிறார். ஆனால் தேவாலயத்தில் வெள்ளைக்காரர் இது தவறு, பாவம் என்று சொல்கிறார். எனவே அது ஒரு பாவமாகத்தான் இருக்க வேண்டும். வெள்ளைக்கார துரையை எதிர்த்து ஏன் எதற்கு என்று கேட்க ஜோசுவா எத்தனித்ததே இல்லை. இந்த மலையகத்திற்கே தேவனை, இயேசுவை அழைத்து வந்தவர் அவர்!

அறுப்புச் சடங்கு போன்ற மலையகச் சடங்குகளின் பழைய பாவங்களுக்குப் பலரும் திரும்பிச் சென்று விட்டதுதான் ஜோசுவாவை மிகவும் கவலையுற வைத்துவிட்டது. முத்தோணியின் எதிர்ப்பைக்கூட அவர் சமாளித்து மேலே வந்து விட்டிருந்தார். மலையகத்தின் புதிய இளம் தலைவனாக வாய்யாகி முளைத்தெழுந்ததுதான் எல்லாக் குழப்பங்களுக்கும் காரணம். இந்த வாய்யாகியின் முயற்சியால் மேலும் பல புதிய பள்ளிகள் இப்போது கட்டப்படுவதால் விரைவில் அங்கே சென்று வேறுவழி இல்லாமல் ஜோசுவாவின் மந்தையிலிருந்து ஆடுகள் பல சேர்ந்து விடும். இதற்கு பயந்துதான் ஜோசுவா திருச்சபை ஆட்களை நிர்பந்தித்து கிறித்துவக் குழந்தைகள் சிரியானா செல்லும் வரை கற்கவென்று சிறிய பள்ளிக்கூடங்களை ஆரம்பித்தார். ஒன்று மக்குயுவிலும் மற்றொன்று ந்ஜெனியாவிலுமாக இரண்டு. அவை

மெல்ல வளர்ந்து வருகின்றன. விரைவில் வாய்யாகியின் பள்ளிகளுக்குப் போட்டியாக அவை கிளம்பும்.

காமனோவில் கூடிய பிரமாண்ட கூட்டம் பலரையும் ஆச்சரியத்தில் ஆழ்த்தியே இருந்தது. சாத்தான் எத்தனை பலமானவன் என்பதை ஜோசுவாவுக்கு அது புரிய வைத்தது. பிசாசின் இருப்பிடமான காமனோவுக்குள் அத்துமீறி நுழைந்து கிறித்துவை நிலைநாட்டுவது மிகவும் அத்தியாவசியமாகி விட்டது. கிறிஸ்துவின் படைவீரன் எதற்கும் அஞ்ச வேண்டியது இல்லை. எனவே ஜோசுவாவைப் பின்பற்றுபவர்கள் மற்றும் விருப்பமுடைய எவரும் கலந்து கொள்ள ஒரு கூட்டம் காமனோவில் ஏற்பாடு செய்யப்பட்டது.

ஞாயிற்றுக்கிழமை ஊர்வலமும் நடந்தது. அருகிலிருந்த மலை கிராமங்களிலிருந்து கூட பல கிறித்தவர்கள் அதில் கலந்து கொண்டனர். கூட்டம் குறித்த செய்தி நன்றாகப் பரவி இருந்ததால் வெகுதொலைவிலிருந்தும் கூட கூட்டத்திற்குப் பலர் வந்திருந்தனர். அவர்கள் பஜனைப் பாடல்கள் இசைக்கவும், ஆண்டவராகிய இயேசுவை ஆராதிக்கவும் பிரார்த்திக்கவும் செய்தார்கள்.

ஜோசுவாவைப் பார்த்து அவர் தேவதை நாக்கோடு பேசியதாக பலர் பிறகு சொல்லும் வகையில் அவரது போதனை அன்று மிகவும் ஆழமாகவும் உரக்கவும் இருந்தது. தனது சக்தி அனைத்தையும் திரட்டி அவர் அன்று தேவச்செய்தியை வெளியிட்டார். ஒரு சிலரோ ஆண்டவரின் தேவதூதர் அவர் முன் தோன்றியதாக நம்பினர். வேறு சிலரோ மரியே வந்து அவரோடு பேசியதாக நினைத்தனர்.

ஒரு சிலர் மதமாற்றம் செய்யப்பட்டனர். அதுவே நல்ல தொடக்கம் தான். முதல்முறையாகக் காமனோவிலும் கூட ஜோசுவாவைப் பின்பற்றுபவர்கள் இருந்தார்கள். மேலும் பலரும் வந்து இணையக்கூடும் என்பதில் சந்தேகமேயில்லை. அங்கிருந்த பழம் பெருச்சாளிகளுக்கும் மலையகச் சடங்குகளின் தூய்மையை உயர்த்திப் பிடிப்பவர்களுக்கும் இதுவே ஒரு பெரிய சவாலாக அமைந்து விட்டது.

வாய்யாகி கூட்டத்தைக் கண்டான். மதமாற்றம் செய்யப்பட்டவர்கள் கூடி போற்றுதல் ஜெபம் செய்வதைக் கண்டான். அவனது குடிசையிலிருந்தே அவனால் அவற்றைக் காண முடிந்தது. அந்த வெளிப்படையான சவாலைக் குறித்து வாய்யாகியால் எதுவும் தீர்மானிக்க முடியவில்லை. உண்மையில் கிறித்துவ போதனையின் சில பகுதிகளை அவனே விரும்பியதும் உண்டு. அதிலிருந்த தியாக உணர்வு, நேசம் போன்றவை அவனது எண்ண ஓட்டங்களை ஒத்திருந்தன. கத்தமே தோட்டத்தில் இயேசு அனுபவித்த கொடுமைகளும் சிலுவையில் அடைந்த தியாகக் காயங்களும் எப்போதுமே அவனைக் கண்ணீர் வடிக்க வைத்தன. ஆனால் அவன் மலையைகச் சாதிக்கு துரோகம் செய்ய விரும்பவில்லை. உண்மையில் அவன் அதற்கு துரோகம் செய்யவில்லையா என்ன? ஜோசுவாவுக்கும் மற்றவர்களுக்கும்

நடுவே பாலம் அமைக்க அவன் விரும்பவில்லையா அது எதற்காக? இதை மட்டும் கேட்கவோ அல்லது இக்கேள்விக்கு பதில் கூறவோ அவன் விழைந்ததே இல்லை. உண்மையில் அவனது புகழை உச்சிக்கு உயர்த்திய அந்தப் பள்ளிக்கூட கூட்டம் நடப்பதற்கு முன்பே தனது ஒரே நோக்கமாகக் கூட இதை அவன் நினைத்தான். இந்த ஒரே ஒரு குறிக்கோளை முன்வைத்துத் தன்னை அதற்கென தயார்படுத்தியும் வந்தான். காமனோவுக்கும் மக்குயுவுக்கும் இடையிலான மோதலை முடிவுக்குக் கொண்டு வந்து மலைசாதியின் ஒற்றுமையை நிலைநாட்ட வேண்டும். இருந்தும் ஒரு சந்தர்ப்பம் கிடைத்தபோது அதை அவன் தவற விட்டான். ஆச்சரியம், கோபம் மற்றும் சிலிர்ப்பு போன்ற உணர்ச்சிகளுக்குப் பலியாகித் தான் நினைத்ததைக் கோட்டை விட்டான். அந்தச் சந்தர்ப்பம் வந்தது. அந்தோ அது கடந்து போய்விட்டது. அவன் மட்டும் உள்ளத்தளவில் அமைதி காத்திருந்தால் மலையகங்களின் ஒன்றிணைப்பைச் சாதித்திருப்பான்.

“அடுத்த முறை... மறுமுறை” என்று தனக்கான சந்தர்ப்பங்களின் போதெல்லாம் தன்னை நொந்து கொண்டு முடிவில் தீர்மானங்கள் இயற்றுவான் வாய்யாகி. ஆனால் ஒருவிதத்தில் அவன் மகிழ்ச்சி அடையவே செய்தான். உண்மையில் கல்விதான் அவனது குறிக்கோள். அவனது வாழ்வியல் இலக்கும் அதுவே. அதற்கு அவனுக்கு அனைவரது ஆதரவுமே தேவைப்பட்டது. ஜோசுவாவும் கபோனியும் உட்பட அவர்கள் அவனை ஒரு மீட்பர் என்றே அழைத்தனர். அவனது தந்தை கூட மக்களைக் காக்க மலையக மீட்பர் வருவது குறித்துப் பேசியது உண்டு. அந்த மீட்பர் யாரை மீட்க வருவார்? எதற்காக? எதிலிருந்து? அவர் மக்களை எதை நோக்கி முன் நடத்துவார்? இது போன்ற கேள்விகள் பலவற்றிற்கும் வாய்யாகிக்கு விடை தெரியவில்லை என்றாலும், ஒளியை நோக்கி மலையக மக்களை அவன் முன்நடத்தியே வருகிறான். நாட்டின் ஒளியே கல்வியாகத்தான் இருந்தது. அதுவே மக்களின் தேவையாக இருந்தது. கல்வி, பள்ளிகள், கல்வி தனது கல்வி எனும் வேலைக்கும் கியாமாவின் செயல்பாடுகளுக்கும் எந்தச் சம்பந்தமும் இருப்பதாக அவனுக்குத் தெரியவில்லை. எல்லா மக்களும் கல்வி அறிவு அடைய வேண்டுமென்றே அவன் விரும்பினான். ஒற்றுமையே அதற்கான பிரதான தேவை. ஆனால் சில நேரங்களில் அவன் மிகுந்த அச்சமுற்றான். ஜோசுவாவும் அவரைப் பின்பற்றுகிறவர்களும் இப்போது வெள்ளையர்களாகவே பார்க்கப்பட்டார்கள். இப்போது நேரடியாக ஜோசுவா பச்சையாக விடுத்துள்ள இந்தச் சவால், அய்யோ என்ன வேண்டுமானாலும் நடக்கலாம். இதை கியாமா எப்படி எதிர்கொள்ளும்? கியாமாவின் உள்வட்டம் கபோனியின் வழிகாட்டுதலின்படி என்ன முடிவு எடுத்தது? என்ன செய்யப் போகிறார்கள் என்பதை வாய்யாகி அறிய முடியாது. ஏனென்றால் அவன் கியாமாவிலிருந்து ராஜினாமா செய்து

விட்டிருந்தான். கியாமா மலையக ரகசியங்களைக் கட்டிக் காத்து வந்தது. வாய்யாகியின் இடத்தில் கமாயு நியமனம் ஆனான். அவன் பெயரை முன்மொழிந்ததே வாய்யாகிதான். இது என்ன? இது அவனுக்கே எதிராகத் திரும்பி விடுமா? வாய்யாகி அதைக் குறித்துக் கவலைப்படவில்லை. அவனது கவனம் எல்லாம் அவன் எடுத்துக்கொண்ட குறிக்கோளை நோக்கியே இருந்தது. மலைசாதியின் தூய்மையை கியாமா பார்த்துக் கொள்ளும்.

மீண்டும் வாய்யாகி அந்தக் கிறித்துவ ஒன்றுகூடலைக் கண்டான். மனித சலசலப்புகளை அவன் எப்போதும் விரும்பினான். இப்போது ஒரு நினைவு அவனுக்கு வந்தது. ஆம். நியம்புரா அங்கே இருக்கலாம். உடனே அவனது இதயம் படபடத்தது. அவளைப் பார்க்கப் போகும் எண்ணம் வரும்போதெல்லாம் அவன் சிலிர்த்தான். அவளைப் பற்றி நினைக்க நினைக்க அவன் மீது தனக்கு அளவற்ற அன்பும் காதலும் ஊற்றெடுப்பதை உணர்ந்தான் வாய்யாகி. இது அவனைப் பொறுத்தவரைப் மிகவும் வினோதமான விஷயம். எப்போதும் பெண்கள் குறித்து எந்த விருப்பமும் அற்றவன் இந்த வாய்யாகி. வாழ்க்கை குறித்த அவனது நினைவே அதிலுள்ள மலையகத்திற்காக உழைப்பது எனும் நோக்கம் தொடர்பானதுதான். எப்போதாவது தான் அவர்கள் சந்தித்தார்கள் என்றாலும், எப்படியாவது ஆனால் தன்னை பகிஷ்கரித்துப் பரிகசித்து விடுவாளெனும் அச்சம் அவனுக்கு எப்போதும் இருந்தது. இல்லை அவன் அந்த ஆபத்தான அடியை எடுத்து வைக்க மாட்டான். அவர்களுக்கிடையே ஒரு பெரிய இடைவெளியே இருந்தது. அவள் முன் நிற்கிறபோதெல்லாம் அவன் தன்னை ஒரு முட்டாளாகவே கருத வேண்டி வந்தது.

தனது குடிசையிலிருந்து வெளியே வந்த வாய்யாகி கூட்டம் நடப்பதற்கு எதிர்த்திசையில் நடக்கத் தொடங்கினான். சிறிது தூரம் நடந்த பிறகு இடதுபுறம் திரும்பியவன் ஹோனியா நோக்கி ஜோசுவாவை முன்வைத்துக் கூட்டத்தை நோக்கி வந்து கொண்டிருந்த சிலர் அவனைக் கடந்து சென்றார்கள். மீண்டும் இடப்புறம் திரும்பி அவன் நதியோடு நடந்தான். சூரியன் உச்சியில் இல்லை. மரங்களின் நீண்ட நிழல்கள் மண்ணில் விழ ஹோனியா ஓடிக்கொண்டே இருந்தது. ஏதோ தீர்மானமான இடத்தை முன்வைத்துச் செல்வதைப் போல அவன் நிதானமாய் நடந்தான். திடீரென நடை தடைப்பட்டது. இதயம் படபடவென அடித்தது. அவன் நியம்புராவைப் பார்த்து விட்டிருந்தான்.

நியம்புரா மகிழ்ச்சியாக இல்லை. தனது தந்தையின் வீட்டில் அவள் இருந்த ஒவ்வொரு நாளும் அவளுக்குள் பெருத்த கனத்தை ஏற்படுத்துவதாக இருந்தது. அவளது இதயம் நிலையின்றித் தவித்தது. வீட்டிலுள்ள எதுவுமே தனக்கு நிறைவைத் தராது என்பது அவளுக்கு நன்றாகத் தெரிந்திருந்தது. அனுதினமும் வாய்யாகியைப் பற்றி அவள்

நிறைய நிறைய யோசித்துக் கொண்டே இருந்தாள்... அவள் வாழ்வின் மகிழ்ச்சியான தருணங்களே அவள் அவனோடு கழித்தவைதான். அவனது புகழை நினைத்து அவளுக்கு மிகுந்த பொறாமையாக இருந்தது. ஏதோ அதில் தனக்கும் பங்கு இருந்ததாக அவள் நம்பினாள். அதை யோசிக்க யோசிக்க அப்புகழே தனது எனும் நிலையை அடைந்தாள். இருந்தும் முத்தோணியின் பெயரைப் போலவே அவனது பெயரும் அவளது வீட்டில் உச்சரிக்கப்படாததாக இருந்தது. அவளோ அவனது குரலைக் கேட்கவும் அவனோடு உரையாடவும் மிகவும் ஏங்கினாள். அவர்கள் ஒருசில அகஸ்மாத்தான சந்தர்ப்பங்களில் மட்டுமே சந்தித்திருந்தார்கள்.

நினைத்த நேரத்தில் நினைத்த இடத்தில் அவனைச் சந்திக்கவும் பேசவும் முடிந்திடக் கூடாதா என்ன? ஜோசுவாவின் மதச் சம்பிரதாயங்களைக் கொஞ்சம் கொஞ்சமாக அவள் வெறுக்கத் தொடங்கினாள். அவளும் முத்தோணி போல கலகம் செய்வாளா? மாட்டாள். அவளுக்குத் தெரியும். தனக்கென்று பதறும் தனது இதயத்தை அமைதிப்படுத்த, வாழ்வுக்கு நிறைவைக் கொண்டுவர ஒரு கடவுள் கட்டாயம் தேவை. எனவே சிலுவையில் மக்களின் மேல் அளவிடற்கரிய அன்பை வாரி வழங்கியபடி துயர விழிகளோடு இறந்த கிறிஸ்துவை அவள் போற்றினாள். அவர் தன்னருகே இருக்க அவரது காயங்களிலிருந்து வழிந்த ரத்தத்தைத் தான் துடைத்து ஆசுவாசப்படுத்தவும் அவள் ஏங்கினாள். கிறிஸ்துவின் புண்ணான பாதங்களை எண்ணெயால் குளிப்பாட்டிய மரியின் மீது அவளுக்குப் பொறாமையாக இருந்தது. அவரிடம் மன்றாடினாள். அவர் தன்னை விட்டகலக் கூடாது. அதுவும் அவளுக்கு மனநிறைவைத் தரவில்லை. யாரோ மனிதர்களோடு தான் உரையாடிக் கொண்டே இருக்க வேண்டும். கிறிஸ்து போல எப்போதோ மரித்தவரல்ல. கிறிஸ்து அவளோடு ஆத்மரீதியில் மட்டுமே பேச முடியும். வாய்யாகி அவளோடு எப்போதும் உடனிருந்து வந்தால் அப்போது கிறிஸ்து அவளுக்கு அதிக அர்த்தமுள்ளவர் ஆவார். எதிர்ப்பக்கத்தைச் சேர்ந்தவனாக இருந்ததே வாய்யாகியின் முக்கியத்துவத்திற்குக் காரணமாக இருக்கிறது. இருக்கலாம். இடையில் ஒரு நதி ஓடிட அவர்கள் அப்படியே காலந்தள்ளவும் வாய்ப்பு உள்ளது. ஆனால் அப்போது கிறிஸ்துவால் அவளைக் காப்பாற்றிக் கரைசேர்க்க முடியாது என்பது அவளுக்குத் தெரிந்திருந்தது. வாய்யாகி அவளுக்காக அவள் தொடவும் பேசவும் அருகில் இருந்தால் மட்டுமே மரித்த கிறிஸ்துவுக்கு அர்த்தமிருக்கும். வாய்யாகி மூலம் மட்டுமே அவள் மீட்கப்பட முடியும். வாய்யாகி தான் அவளது மீட்பர். அவளது கருப்பு தேவதூதன். வந்து வெளிச்சத்தை நோக்கி அழைத்துச் செல்லத்தக்க ஆண்டவரின் வாக்குறுதியாக அவனே இருக்க முடியும்.

தான் இயேசுவைப் பார்த்ததாக முத்தோணி கூறினாள். பழைய மலையகத்தின் சடங்ககுகளைக் கிறித்துவோடு இணைத்து மணமுடித்து அதைச் சாதித்தாள். கஷ்டத்தின் வழியே அவரை அவள் கண்டிருந்தாள். பிறப்புறுப்பு அறுப்புச் சடங்கின் மூலம் தான் மனுஷி ஆனதாகக் கூறியவள். நியம்புராவுக்கும் தான் மனுஷி ஆக வேண்டுமென்ற விருப்பம் இருந்தது. வாய்யாகி அவளருகே நின்று பேசிக்கொண்டிருந்தால் மட்டுமே அது சாத்தியம். அப்போது அவள் கிறிஸ்துவைக் காண்பாள்.

நியம்புரா பலவகையான சந்தேகங்களோடு வாழ்ந்தாள். வாய்யாகி மீதான தனது உணர்வுகளை அவளால் காதலென்று சொல்லிவிட முடியவில்லை. தனது தாயையும் முத்தோணியையும் நோக்கி ஈர்க்கப்பட்டதைப் போல அவ்வகை உறவு அவன் மீது ஏற்படவில்லை என்பதால் அதை அன்பு, காதல் எனச் சொல்ல முடியவில்லை. ஆனால் அவனை அதைவிட ஒரு பெரிய இடத்தில் அவள் வைத்திருந்தாள். இந்த பூமியே நொறுங்கினாலும் அவனைப் பிடித்துக் கொண்டு விட்டால் போதும், அவளுக்கு எதுவும் ஆகாது.

சில சமயம் தனக்கு பாவமன்னிப்பு வழங்கிடுமாறு ஆண்டவரிடம் அவள் அழுது புலம்புவாள். தனது தந்தைக்கு உண்மையானவளாக இருக்க அவள் விரும்பினாள். வாய்யாகி எங்கோ தொலைவில் தான் இருக்கிறான். அவளைக் குறித்து எந்தவிதத்திலும் அக்கறை கொண்டவனும் அல்ல. அவன் ஒரு ஆசிரியர், ஒரே ஆசிரியன். பெரிய தலைவன். அவனது ஒரே லட்சியம் மலையகத்தின் குழந்தைகள் அனைத்தும் பள்ளிக்கூடத்திற்குச் செல்ல வேண்டும். அது சரி அதன்பிறகு என்ன? பெரிய பெரிய விஷயங்களைப் பற்றியே நினைத்துச் செயல்படும் ஒருவன் தன்னைப் பற்றி என்ன நினைத்து விடப்போகிறான்? அவளைப் பற்றி என்ன கவலைப்படப் போகிறான்? அப்படிப்பட்டவன் அறுப்புச் சடங்கு செய்யாத ஒருத்தியை, அதுவும் மலையகத்தின் மறுபக்கத்தை எதிராளிகளைத் தலைமையேற்று வழிநடத்தும் ஒருத்தரின் மகளைக் கிட்டே சேர்த்துக் கொள்வானா? இதுமாதிரி நினைவுகள் வரும்போது தனது தந்தைக்கு உண்மையாக நடந்து கொள்வதென அவள் தீர்மானிப்பாள். அறியாத தெரியாத இருண்ட ஒரு உலகில் பிரவேசிப்பதைவிட தந்தையோடு தங்கி அவருக்குக் கட்டுப்பட்டு நடப்பதே சிறந்தது அவளுக்கு.

தவிர அவளுக்குத் தனிமை பிடித்தது. தனது தந்தையோடு தேவாலயம் செல்வது ஒரு பெரிய பாரமாகவே இருந்தது. அதனைத் தவிர்க்க கூடுமானவரை முயன்றாள். பின்தங்கி... மெல்ல... மிக மெல்ல நடப்பாள். தேவாலயத்திற்கு பதில் ஹோனியா நதியிடம் செல்வாள்... மிகவும் அடிக்கடி இப்படி நடக்கும். அங்கே அவளுக்கு அமைதி கிடைத்தது. தனது சகோதரியின் ஞாபகத்தோடு கூடிய மன அமைதி. அங்கே ஆண்டவரிடம் தனது மன்றாடல்களை உரைக்க முடிந்தது.

இன்று அவள் மிகுந்த துயரத்தில் இருந்தாள். அவளது ‘பிடித்தமான நதி’ இடத்திற்குப் போகாமல் கூட்டத்திற்குச் செல்ல அவளுக்கு மனம் வரவில்லை. அமைதியற்று மனம் படபடத்துக் கொண்டே இருந்தது. அங்கே நதியோரம் மண்டியிட்டுத் தொழுதாள்... காதில் சலசலத்து ஓடிய நீரின் மொழியைக் கேட்டபடி பிரார்த்தனை செய்தாள்... தனது முழு மனதையும் அர்ப்பணித்து... வழுவமைதியை ஒளியை நோக்கிய வாழ்வை இறைஞ்சினாள்...

சிலிர்ப்பு மிக்க ஒரு அதிர்வு வாய்யாகியின் வாயை அடைத்தது. அவன் அசையவில்லை. மாறாக ஒரு மரத்தின் வழியே முதுகை வளைத்து எதிர்த்திசை நோக்கினான். மறுகரையில் புதரற்ற ஒரு வெட்டவெளியில் மண்டியிட்டபடி அவள் இருப்பதைக் கண்டான். அவனது தந்தை அவனை அழைத்துச் சென்ற அந்த முருங்கா தெய்வத்தின் புனிதப் பெருமலையை இந்த இடம் ஏன் ஒத்திருக்கிறது என்பதை அவனால் சொல்ல முடியவில்லை. அவள் இருந்த அந்த இடமும் புனிதத்துவத்திற்குக் குறைந்தது அல்ல. நியம்புரா அதை நோக்கியே குனிந்தபடி இருக்கிறாள். அவளைத் தனது பாத்தியதையாக அடையும் விருப்பத்தோடு பார்த்துக் கொண்டிருந்தான். பிறகு மெல்ல நகர்ந்தான். இப்போது அவளை அவன் தெளிவாகப் பார்க்க முடிந்தது. அவள் ஆண்டவரை வேண்டிக் கொள்ளும் பிரார்த்தனை போல மண்டியிட்டிருந்தாள். அவனுக்கு மீண்டும் சிலிர்த்தது. அவளது உடலிலிருந்து ஒருவித ஜீவஒளி வெளிவந்து கொண்டிருப்பது போலிருந்தது. அந்த இடம் அவனுக்கு நிரந்தர புனிதத்துவம் பெற்றதாக இருக்கக்கூடும். அவனுக்கு அறுப்புச் சடங்கு நடந்த இடம். அவ்விடத்திலிருந்து சில காத தொலைவிலிருந்தது. ஆத்திரமடைந்த பிசாசுகளை சாந்தப்படுத்த என்று அவன் சிவப்பு ரத்தம் சிந்திய இடம் அது. அவள் பிரார்த்தனை செய்கிறாள் என்று பட்டபோது அவனுக்கு மனம் இளகிக் கண்ணீர் வந்தது... அவளும் தானுமாக மனிதர்களை பலியிடும் ஒரு பீடத்திற்கு எதிரே பலியிடுவதற்காக நிறுத்தப்பட்டிருப்பதாக திடீரென்று தோன்றிய ஒரு எண்ணத்தால் வாய்யாகிக்கு அச்சத்தில் ஒரு நொடி உடல் நடுங்கியது.

அந்தப் பகுதி முழுவதிலும் ஒரு சவக்களை தோன்றியதால் வாய்யாகி உடனே அவ்விடத்தை விட்டுச் சென்று விட எத்தனித்தான். அவளை அவன் சந்திக்க மாட்டான். இப்போது இல்லை. அதனை எதிர்கொள்ள முடியாததால் அங்கிருந்து ஓடி விட அவன் நினைத்தான். அவனால் புரிந்து கொள்ள முடியாத ஏதோ ஒரு சூன்யம் அவனைப் பரிதவிக்க விட்டது. இப்போது முதல் முறையாக நியம்புரா அவனுக்குச் சற்றும் பொருந்தாத எதிர்ப்பக்கம் இருக்கிறாள். அவள் தன்னைப் பார்த்துவிடாமல் கடந்து போய் விட வேண்டுமென்று அவன் விரும்பினான். ஆனால் அந்தக் கால்பட்ட சருகுகள் உடைந்து அவனைப் பழிவாங்கின. தனது தலையை நிமிர்த்தி அவள் அவனைக்

கண்டாள். வாய்யாகி நின்று அவளை நோக்கினான். அவளோ இன்னமும் மண்டியிட்டபடியே இருந்தாள். அவர்களது பார்வைகள் கலந்தன. ஒரு வார்த்தை கூட அவர்கள் பேசிக் கொள்ளவில்லை. தன்னைப் பற்றிக் கொண்டிருந்த ஆழமான படபடப்பு நியம்புராவிற்கு அச்சத்தைக் கொடுத்தது. அவளது விழிகளில் இருந்த ஒளி தன்னை அழித்து விடலாம் எனும் எண்ணத்தில் இருப்பவனைப் போல வாய்யாகி மீண்டும் அங்கிருந்து நடக்கத் தொடங்கினான். பலி பீடத்திலிருந்து வரும் கவர்ச்சி ஈர்ப்பினைப் போல அதை உணர்ந்து அங்கிருந்து விடுபட பிரயத்தனம் செய்பவன் போல வாய்யாகி நகரத் தொடங்கினான். ஆனால் அவளது சிலிர்ப்பு எல்லைகளை மீறி இப்போது அவள் உடைந்து வார்த்தைகள் வெளிப்பட்டன அவளது அமைதியை நிலைநாட்டியபடி. வாய்யாகிக்கு அவளது குரலில் ஒருவித சவாலே இருப்பது போன்ற நம்பிக்கை தோய்ந்த தெளிந்த குரலில் அவள் அழுவதை வாய்யாகி கண்கூடாகக் கண்டான்.

“ஓடாதீர்கள்... ஆசிரியரே” அவள் சொன்னாள்.

உடலை அப்படியே புரட்டிப் போட்டபடி ஒரு இன்ப அதிர்ச்சி வாய்யாகியை ஆவலுறத் தூண்டியது. ஆம்! ஜோசுவாவைப் பின்பற்றும் யாரும் வாய்யாகியை ஆசிரியர் என அழைத்தது கிடையாது. கிண்டலாக இருக்குமா? அவனுக்குத் தெரியவில்லை. அவளது அடுத்த சொல்லுக்காகக் காத்திருந்தான் அவன்.

“எங்கே போகிறீர்கள்?” ஆற்றைக் கடந்தபின் அவனிடம் கேட்டாள் அவள். அவன் குழம்பிப் போனான். அவனிலிருந்து உண்மையை அது பெயர்த்து எடுத்தது. ஒரு குறிப்பிட்ட தூரத்தில் அமைதியாக உட்கார்ந்து கூட்டத்தைப் பார்க்கவே அவன் வந்தான்... அவள் வருகிறாளா என்பதைக் காண ஒரு வாய்ப்பு என்பதால்!

“நான் சும்மா... நடக்கிறேன்... எனக்கு நதியைப் பிடிக்கும்... இந்தப் புதர் மற்றும் அதோ மரங்கள்”

“நான் கூட்டத்திற்குப் போய்க் கொண்டிருக்கிறேன்”

“முன்னமே நீ கூட்டத்திற்குப் போயிருப்பாய் என்றே நான் கருதினேன்... இங்கே உன்னைப் பார்ப்பது அதிசயம்தான்”

“இந்த இடத்தின் வழியாக... போக விரும்பினேன்...” ஒரு தயக்கம்... பிறகு லேசான சிரிப்பு... சற்று நடுக்கம், “எ...எனக்கும் நதியைப் பிடிக்கும்... இந்தப் புதர், அதோ...மரங்கள்... இது எனக்கு ரொம்பவும் இஷ்டமான இடம்...”

“அடிக்கடி இங்கே வருவாயா...நீ?”

“சிலசமயம்... ஆனால் அடிக்கடி அல்ல”

வாய்யாகி அமைதி ஆனான். அவர்களுக்கிடையே மீண்டும் அமைதி நிலவியது... அவனது உடல் முழுவதும் பற்றி எரிந்து கொண்டிருந்தது...

“என் தங்கைக்கு அறுப்புச்சடங்கு இங்கேதான் நடந்தது” அவள் திடீரெனச் சொன்னாள். அவனுக்குக் குற்ற உணர்வை அவள் ஏற்படுத்தினாள்.

“இன்னமும் அவள் ஞாபகமாகவே இருக்கிறாயா?”

“எப்படி மறப்பேன்... நான் என்றால் அவளுக்கு உயிர்”

“வீட்டில் நீங்கள் இருவரும் மட்டும்தானா...?”

“ஆமாம்... இப்போது நான் தனிஆள்”

“நானும் தனிக்கட்டை தெரியுமா...? என் சகோதரிகளுக்கு எல்லாம் மணமாகி விட்டது... நான் மிகவும் பாசம் வைத்திருந்த கடைசி தங்கை இறந்து போய் விட்டாள்... பல ஆண்டுகள் ஆகிவிட்டன....”

நியம்புராவுக்குத் திருப்திகரமாக இருந்தது. நம்பிக்கைத் பகிர்வு இது. அதற்குமேல் வாய்யாகிக்கு என்ன பேசுவது என்று தெரியவில்லை.

“கூட்டத்திற்கு நேரமாகி விட்டது... அல்லவா” ஆனால் அவள் அசையவில்லை. மெல்ல மிக மெல்லத் தனக்குத்தானே பேசுவதைப் போல அவள் சொன்னாள்.

“அவள் மிகுந்த தைரியசாலியாக இருந்தாள். ரொம்ப தைரியம்... அவளை நினைவிருக்கிறதா... உங்களுக்கு?”

“எப்போதும் நினைப்பேன்.”

“அவளது கடைசீ வரிகள்...”

“ஆமாம்”

சில ஆண்டுகளுக்கு முன் முத்தோணியைத் தூக்கிக் கொண்டு சிரியானாவுக்கு ஓடியதை அவன் நினைவு கூர்ந்தான். அவளது மெலிந்த உடம்பு... பளபளத்த விழிகள்... மற்றும் அவளது கடைசீ சொற்கள்... அனைத்தையும் நினைத்தான்... “நியம்புராவிடம் சொல்... நான் இயேசுவைப் பார்க்கிறேன்” இப்போது அவனால் அவளைத் தெளிவாகப் பார்க்க முடிகிறது. அவளது பரிதவிப்புகளை நினைத்தால், வலியால் துடித்த துடிப்பை எண்ணினால் இப்போதும் ஏதோ செய்தது... அவளை நிறைவு கொள்ள வைத்த எதையோ அவள் கண்டுபிடித்து பிடிவாதமாகப் பிடித்துக் கொண்டு சென்று விட்டாள் என்றே அவன் எப்போதும் கருதினான்.

தனக்கு மீட்பு வழங்கும் மிகத் தெளிவான பாதையை முத்தோணியால் பார்க்க முடிந்தது. அவள் நின்று நிலைக்க அவளுக்கென்று ஒரு நிலைப்பாடு இருந்தது. அவன் எங்கே நிற்கிறான்? மெல்ல இச்சைகள் அவனை அலை அலையாகச் சூழ்ந்தன... அறுப்புச் சடங்கின் ஆயத்த விழாவின் இருட்டில் தனியே மரத்தடி ஒன்றில் முத்தோணியைக் கண்டது போல இப்போது அவன் நியம்புராவைக் கண்டான். ஒரு அடி நியம்புராவின் அருகே எடுத்து வைத்தவன் அவளுக்ககு மிக அருகே நின்றான். பிறகு அவளது வலது கையை தனதில் வைத்து

வருடியபடி வெளியே மனதை உடைத்தான்... "நியம்புரா... நான் உன்னைக் காதலிக்கிறேன்"

அது ஒரு ரகசியம் போல கிசுகிசுக்கப்பட்டது. அவனது விழிகளில் இருந்த ஒளியைக் கண்ட நியம்புரா ஒரு நொடி பயந்தாள். அவளால் தனது விழிகளை நம்ப முடியவில்லை. ஆனால் தன்னை அவன் காதலிப்பது அவளுக்குப் பிடித்திருந்தது. அவனது தோளில் விழுந்து விடத் துடித்தாலும் இப்போதும் பயந்தாள். இப்போது எங்கேயிருந்து வந்ததென சொல்ல முடியாத ஒரு வலி நெஞ்சில் பரவுவதை அவள் உணர்ந்தாள். கண்ணீர் அவளது இடதுபுறக் கன்னத்தில் வழிந்தோடியது. தனது எண்ணத்தை மறைக்க அவள் விரும்பவில்லை. வலது கரத்தைப் பற்றியிருந்த வாய்யாகியின் பிடியைப் போலவே தனது பிடியையும் அவள் இறுக்கியபடி தனது விருப்பத்தைப் பகிர்ந்தாள்... இறந்து விடுவோமோ என அவன் பதறிப் போனான்.

ஒரு குருட்டு நொடியில் தன்னைப் போக்கி அவளை இழுத்து அவளது மார்பைத் தனதில் அழுத்திக் கண்ணீர்த்துளிகள் தோளில் வழிந்தோடும்படி அவளை அவன் இறுக அணைத்தான். நியம்புரா மறுப்பேதும் சொல்லாமல் தன்னை அவன் தாங்கிட அனுமதித்தாள்... அவன் ஒருவனே அவளை அனைத்து வகை துயரங்களிலிருந்தும் காப்பாற்ற வல்லவன். அவர்கள் பேசிக்கொள்ளவில்லை. ஒரே ஆத்மாவாகப் பரிமாற்றம் அடைந்தபடி இருந்தனர்... வாய்யாகியின் தாகம் நிறைவடைந்திருந்தது...

"என்னைத் திருமணம் செய்து கொள்வாயா?" அவன் அவளது காதில் கிசுகிசுத்தான்.

நியம்புரா அவனது பரந்த மார்பில் ஓய்வாகச் சாய்ந்தாள். "ஆமாம்" என்று சொல்லவே அவள் விரும்பினாள். அதைச் சொல்ல அவளுக்கு ஒரு மூச்சுக்காற்று போதும். அவள் தனது சுயநினைவுக்கு வந்தாள்... அவளிடமிருந்து மெல்ல தன்னை வேறுபடுத்திட முயன்றாள்... அவள் இப்போது கண்ணீர் வடிக்கவில்லை.

"சொல்... உடனே சொல்... நியம்புரா என்னை மணப்பாயா...?" வாய்யாகி பதறினான்... நம்பிக்கையும் அச்சமும் கலந்து தவிக்கவிட்டன. மீண்டும் அமைதி...

"முடியாது" அவள் கடைசியாகக் கூறினாள். மயக்கத்திலிருப்பவள் போல... ஆனால் இதைச் சொல்ல அவள் பெருமுயற்சி எடுக்க வேண்டி இருந்தது. ஆனால் வேறு வழிகள் இல்லை. அவனை மணப்பது என்பது நடக்கக்கூடிய காரியமே அல்ல. அவள் கலகவாதியாகி எதிர்ப்புத் தெரிவித்து வெளியே வந்தால் முடியலாம்... ஆனால் அவளது தங்கையைப் போல அதைச் செய்ய அவள் விரும்பவில்லை. வாய்யாகிக்கு அது இடிபோல் இறங்கியது.

"ஏன்...என்னைப் பிடிக்கவில்லையா...?"

"அய்யோ ரொம்பவே பிடிக்கிறது..." அவளது இதயம் சொன்னது. "ஆனால்... நாம் மணமுடிக்க முடியாது என்பதை நீர் பார்க்கவில்லையா?" சத்தமாய் அவள் சொன்னாள், "தந்தை இதை அனுமதிக்க மாட்டார். அவரை எதிர்க்க என்னால் முடியாது... நாம் ஒருமுறை சந்தித்ததை அவர் ஏற்கனவே அறிவார்... அசரீரிகள் மூலமாக..."

அவன் மறுபக்கம் பார்த்ததால் அவளது விழிகளிலிருந்து வழிந்த கண்ணீரை இப்போது பார்க்க முடியவில்லை. தொடர்ந்து பேசினால் அவள் அழுதுவிடுவாள்... அவர்கள் பிரிந்து விடுவது நல்லது. ஆனால் அவன் மிகவும் தேவையாய் இருந்தபடியால் பிரிவதை அவளால் தாங்கிக் கொள்ள முடியவில்லை. காலதாமதம் ஆவதற்குள்ளாக அவனை விட்டு அவள் விலகினாள். அதே இடத்தில், அதே நிலையில் நீண்ட நேரம் அவனை நிற்கவிட்டு அவள் சென்றாள்... அவன் அங்கு நிற்க நிற்க அவளுள் முழுவதும் வலி பெருகியது... போய்த்தான் ஆக வேண்டும் என்பதை அவள் அறிவாள்.

நியம்புரா... நியம்புரா... அவள் போய் விட்டாள்.. அவளிடம் அவன் எதைக் கூற விரும்பினான்? சுயநினைவு திரும்பியவனாக வாய்யாகி வீடு நோக்கி நடந்தான். எதையும் பார்க்காதவனாக... எந்த உணர்வும் அற்றவனாக... ஜடம் போல நடந்தான்.

கமாயு மறைவிடத்திலிருந்து வெளியே சற்று நேரம் கழித்து வந்தான். கண்களும் மனமும் ஆத்திரத்தில் அவனுக்குப் பற்றி எரிந்தன. இதைப் பார்த்தே விட்டான்... கஷ்டப்படப் போகிறான். வாய்யாகிக்கு எதிராக அவனது மனப்புழுக்கம் பொங்கி எழுந்து ஆத்திரமாக வெடித்தது. சமவெளி நிகழ்ச்சியில் தன்னை வாய்யாகி அவமானப்படுத்தியதை கமாயு மறக்கவில்லை. வாய்யாகியைத் தான் வெறுப்பது கமாயு அறிந்ததே. இப்போது அவனை ஆசிரியர் என்றே அழைக்கிறார்கள். சிலர் அவன் மலையகத்தை மீட்கப் போவதாகக் கூறுகிறார்கள். அவர்களுக்கு வேண்டுமானால் அவன் ஆசிரியனாக இருக்கட்டும், மீட்பனாக இருக்கட்டும். கமாயு அவனை மறுப்பான். தன் தந்தையை அவமானப்படுத்தியவன் அவன். இதற்கெல்லாம் பிறகும் சும்மா வேடிக்கை பார்த்து வாய்யாகி காதலிலும் தன்னை வெல்லப் போவதை வேடிக்கை பார்ப்பானா கமாயு? இல்லை. கமாயு நியம்புராவை மிகவும் நேசித்தான். இதனை மக்குயுவிலிலே வைத்து அவளிடம் சொல்லிவிட அவன் துடித்தான். அதற்காகவே அங்கும் இங்கும் சுற்றிக்கொண்டே இருந்தான். ஆனால் வாய்ப்பே இல்லாமல் போனது. இன்று நல்ல வாய்ப்பு கிடைத்தது.

இங்கே வந்து காத்திருந்தான். அவளுக்காக மணிக்கணக்காகக் காத்திருந்தும் அங்கே வாய்யாகியும் இருந்ததால் அவனால் பேச முடியவில்லை. வாய்ப்புக் கிடைத்து நியம்புராவிடம் காதலைச் சொல்லி நைரோபிக்கு ஓடிவிட கமாயு திட்டமிட்டிருந்தான். எல்லாமே வாய்யாகியின் வரவால் தோற்றது. அவனும் போவான்

போவான் என்று கமாயு காத்திருந்தான். அந்த மடையன் போகவில்லை... பிறகு அவர்கள் கட்டி அணைப்பதை அவன் கண்டான். பாதி மனதில் அவன் பயந்தபடி இருந்த விஷயத்தை நேரடியாகவே கண்டான்... இப்போது வாய்யாகியை வாழ்வா சாவா என்று அவன் பார்த்தே தீருவான்.

20

வாய்யாகி மலையகத்தில் வாழிடம் விட்டு வாழிடமாக அலைந்தான். ஒவ்வொரு முதியவராகக் கண்டு அளவளாவினான். அவனது விழிகளில் இருந்த ஜீவித ஒளியைக் கண்டு அவர்களுக்கு ஆறுதல் கிடைத்தது. வாழ்வதற்கு என அவனுக்கு ஒரு நோக்கம் இருந்தது. அவனது கடவுளாகிய கல்வி அவனை வழிநடத்தியது. ஒளியை, வழியைக் காட்டியது. சொந்த விருப்பு வெறுப்புகளைத் தாண்டி வர வைத்தது. அது அவனை மலைகள், பள்ளத்தாக்குகள் இன்னும் குன்றுகள் ஏன் சிறு பொந்துகள், இருண்டமலை, குன்றுகள் எங்கும் சென்று இறைஞ்சிடவும் உழைக்கவும் வைத்தது. இவை அனைத்தும் எதை நோக்கி அழைத்துச் செல்கிறது என்பதை இன்னமும் அவன் அமைதியாகச் சிந்தித்துப் பார்க்கவில்லை... இந்தப் புதிய சிந்தனை அவனால் ஏற்பட்டுள்ள விழிப்புணர்வு... கல்வியை நோக்கி மக்களைக் கொண்டு செல்லுமா என்று தீர்மானிக்கும் நிலையில் அவன் இல்லை. யாராவது அவனை இதுகுறித்து ஒரு கேள்வி கேட்டிருந்தால் அவன் உடனடியாக வெடித்து வெளிவந்திருப்பான். 'ஒன்றுபடுங்கள் மேலும் மேலும் பள்ளிகளைக் கட்டுங்கள்'

ஏற்கனவே கட்டப்பட்ட பள்ளிகளுக்கு ஆசிரியர்களைத் தேடுவதும் அவனது பெரிய சவாலாக இருந்தது. ஏதாவது செய்யப்பட வேண்டும். மலையகத்தைச் சுற்றிக் கல்வியளிக்க தரமான படித்த இளைஞர்களை உற்பத்தி செய்த ஒரே இடமான சிரியானாவிற்கு வெகு அருகே இருந்த மலை வாழிடங்களில் அவன் சுற்றித் திரிந்து தேவாலயப் பள்ளியில் இறுதி ஆண்டு படித்தவர்களைப் போய்த் தேடி தனது திட்டங்களைக் கூறி கெஞ்சினான். நீண்ட நேர விவாதங்கள் இரைஞ்சல்களுக்குப் பிறகு சிலர் ஒப்புக் கொண்டார்கள்... ஊர் திரும்பிச் சென்று கிறிஸ்துமஸிற்கு முன்னதாக ஏற்பாடுகள் செய்யுமாறு அவர்கள் வேண்டினார்கள்.

உள்ளூரிலோ கியாமாவின் பலம் நாளுக்கு நாள் கூடிக்கொண்டே போனது. மக்களின் மீது அதிக அதிகாரத்தோடு அது இப்போது ஆதிக்கம் செலுத்தியது. புதிய பள்ளிகளைத் தொடங்கியபோது அதே கூக்குரல் மீண்டும் எழுந்தது. 'மலைச்சாதியைக் காப்பாற்றுங்கள்... மலையகத்தின் தூய்மையை நிலை நாட்டுங்கள்'. மக்கள் அதைக் கவனமாகக் கேட்டார்கள். ஏனென்றால் மலைச்சாதி மடிவதை அவர்களால் தாங்க முடியாது. ஆக்கிரமிப்பாளனிடம் இழந்த நிலத்தைத் திரும்பப் பெற கியாமா போராட முடிவு செய்தது. 'அரசாங்கத்தை திருச்சபையைத் தவிடுபொடி ஆக்குவோம்' கபோனியும்

அவரது ஆதரவாளர்களும் வாழிடம் வாழிடமாகச் சென்று மலையகத்தின் தூய்மை பேணும் சத்தியப் பிரமாணத்தை ஒரு ஆள் விடாமல் எடுத்துக் கொள்ளும்படி செய்தார்கள். தங்களது ஆசிரியர் இந்த சத்தியப் பிரமாணத்தை எடுத்துக் கொண்டதை மக்கள் அறிந்திருந்தார்கள். கியாமாவின் தலைவர்களில் ஆசிரியரும் ஒருவராக ராஜினாமா செய்துவிட்டுக் கல்வியை கவனிக்கப் போகும் வரையிலாவது இருந்ததைக் கூட அவர்கள் அறிந்திருந்தார்கள். யாருமே சத்தியப் பிரமாணத்தை மீறமாட்டார்கள். இந்தப் பிரமாணத்தை எடுத்துக் கொண்டவர்கள் மலையகத்திற்கு துரோகம் செய்ய மாட்டார்கள். வெள்ளைக்கார மதவாதிகளின் நிழல் கூட அவர்கள் மீது படாது.

வஞ்சம் வளர்ந்து கொண்டே போனது. மற்ற மலைகளிலும் அது வேகமாகப் பரவத் தொடங்கியது. ஜோசுவாவின் மய்யம் மக்குயு... ஆனால் காமனோ மலைச்சாதியின் தலைமைப்பீடமாக அது பார்க்கப்பட்டது. ஏனெனில் ஆசிரியர் அங்குதான் தோன்றினார். எந்தப் பக்கம் என்பதன் படிதான் அடையாளப்படுவதை வாய்யாகி விரும்பவில்லை. இப்போது அவன் மலையகத்தை ஒன்றுபடுத்துவது என்பதைத் தனது பிரமாணமாகத் கண்டான். இரண்டு மாபெரும் கூட்டங்களுக்குப் பிறகு நிலைமை மேலும் மேலும் மிகவும் மோசமாகி விட்டதைக் கண்டான். இரு பிரிவிலுமே முன் எப்போதும் இல்லாத அளவு அதிக வெறியும் ஈர்ப்பும் ஆழமாகக் புரையோடிய வெறுப்பும் கொண்டிருப்பதைக் கண்டான். ஜோசுவா முன் எப்போதையும் விட அதிக சக்தியோடு தேவச் செய்தி ஆராதனைகள் செய்ய, அவரது ஆதரவாளர்களோ வீதி வீதியாகக் கிறித்துவத் தோத்திரங்களை இசைத்தபடி எங்கும் சென்றார்கள். ஜோசுவா சிரியானா பக்கமே முழுதும் சாய்ந்து விட்டார். வெள்ளைக்காரர்களின் முழு ஆதரவாளர். மலையகத்தை ஆக்கிரமிக்க இருக்கும் வெள்ளைத் துரைமார்களுக்குப் பாதை வகுக்க சிரியானா திருச்சபைகளுக்கு ஆணை அனுப்பி உள்ளதாக நேரடியாகவே சொல்லப்பட்டது. இப்போது எங்கே பார்த்தாலும் அதிகமாக வெள்ளையர்களைப் பார்க்க முடிந்தது. அவர்கள் வந்துகொண்டே இருந்தார்கள். அவர்களோடு இந்திய வியாபாரிகளும் வந்து வணிகத்தை முடுக்கி விட்டிருக்கிறார்கள்.

ஒன்றுபடுதலையும் அமைதியையும் தான் பரப்பாமல் போனதான குற்ற உணர்வு வாய்யாகிக்குத் தற்போது அதிகமாகி இருந்தது. தனது நிலைப்பாட்டைத் தெளிவாகக் குறிப்பிடக் கிடைத்த சந்தர்ப்பத்தை அவன் கைவிட்டிருந்தான். உணர்ச்சிப் பெருக்கும் கபோனியும் பல மலையகக் குடியிருப்புகளின் பெருங்கூட்டம் அவனது பிடியில் இருந்தும் அவனைத் தனது எண்ணத்தை வெளியிட முடியாமல் செய்து விட்டன. அது போன்றதொரு வாய்ப்பு மீண்டும் வருமா? அதற்காகத் தன்னைத் தயார்படுத்துவான்; மற்றொரு வாய்ப்பிற்காக அவன் காத்திருப்பான்... சகிப்புத்தன்மை, ஒற்றுமை மற்றும் ஒன்றுபடுதல்

குறித்து அப்போது பேசுவான். அப்போது அவனது வேலை முடிந்திருக்கும். கல்வியின் வழியாக மக்களை முன்னேற்றும் அவனது நோக்கம் நிறைவேறி இருக்கும். அடுத்த ஆண்டின் தொடக்கத்தில் பெற்றோர் மாநாடு ஏற்பாடு செய்யப்படும். அந்தக் கூட்டத்தில் தனது எண்ண மூட்டைகளை அவன் அவிழ்ப்பான்.

நாளுக்கு நாள் வாய்யாகி கடுமையாக உழைத்தான். ஆனால் மேலும் மேலும் குற்ற உணர்வு அவனுக்கு அதிகரித்துப் புரையோடிப் போகும் சம்பவங்கள் தொடர்ந்தன. இன்னமும் கூட ஒரு முதியவரிடமோ, மூதாட்டியிடமோ அல்லது ஒரு குழந்தையிடமோ அவனுக்கு மகிழ்ச்சியான எண்ணப்பகிர்வு தொடரத்தான் செய்தது. நல்ல வேளையாக அவன் கியாமாவில் தொடரவில்லை. இல்லையேல் புதிய பள்ளி நிர்வாகக் குழுவும் அவனும் இப்படி வேலைகளைத் தொடர்ந்திருக்க முடியாது.

அடிக்கடி நியம்புராவைக் குறித்தும் நினைத்தான். தன்னை அவள் நிராகரித்ததை நினைத்து மிகவும் வருந்தினான். இந்த முழு விஷயத்தை ஊதித் தள்ளவும் அவ்வப்போது முயன்றான். தன்னை முழுமையாக வேலைகளில் ஈடுபடுத்திக் கொள்வதன் மூலமே அதைச் சாதிக்க முடியும்.

பள்ளி முடிந்து கினுத்தியா அவனைத் தேடி வந்தான். அவன் ஏதோ ரகசியத் தொனியில் வந்தது போல இருந்தது.

'உன்னோடு பேச விரும்புகிறேன் வாய்யாகி'

'என்னோடு பேச இதுநாள் வரையில் எச்சரிக்கையெல்லாம் நீ செய்தது இல்லை'

'அப்படி சிரிக்காதே வாய்யாகி' கினுத்தியா அவனைக் கெஞ்சினான், 'இது ரொம்ப முக்கியமான விஷயம்'

'என்ன?'

'நான் கேள்விப்பட்டது உண்மையா? நீ என்னிடம் எதையுமே சொல்லவில்லை...'

இப்போது ஏதோ உண்மையிலேயே கவலை தரும் விஷயம் கினுத்தியாவை அழுத்துகிறது என்பதைக் கண்டான். கினுத்தியா அதை கேட்கவே தயங்கினான்.

'நீ...நீ...' பிறகு வார்த்தை வரவில்லை. அந்த இடைவெளியில் பள்ளியின் அமைதியை வாய்யாகி உணர்ந்தான். குழந்தைகள் வீட்டுக்குச் சென்று விட்டார்கள். பள்ளியில் சேர்ந்திருந்த புதிய ஆசிரியன் ஒருவனோடு கமாயு சென்று விட்டிருந்தான்.

'நான் இன்னும் உன் கேள்விக்காகக் காத்திருக்கிறேன்' என்றான் வாய்யாகி.

'நீ...நீ... ஜோசுவாவைப் பின்பற்றத் தொடங்கிவிட்டாயா?'

'நானா? யார் சொன்னது?'

'யாரும் சொல்லவில்லை... உண்மையில் அது ஒரு பெரிய ஜோக்... மக்கள் வதந்திகளை எப்போதுமே மிகவும் விரும்புகிறார்கள்... அங்கும் இங்குமாக ஒருசிலர் பேசிக் கொண்டிருந்தார்கள். சரி உன்னை ஜோசுவாவின் திருச்சபையில் அவர்கள் அடிக்கடி பார்த்திருக்கிறார்கள் என்று கேள்விப்படுகிறோம்...'

'ஒரே ஒருமுறை போயிருக்கிறேன்... அதுசரி... அங்கே போவது என்ன... பெரிய குற்றமா?'

'அதுமட்டுமல்ல... சில மாதங்களுக்கு முன் சிரியானா சென்று அங்கே வெள்ளையர்களை நீ சந்தித்தாய்... நம் மக்களை நீ விற்கிறாய்... விற்க விரும்புகிறாய்...?'

வாய்யாகி சிரித்தான். இது வெறும் வதந்தியே, இதை பற்றி கவலைப்பட ஒன்றுமில்லை. சிரியானா அருகே வரை சென்று புதிய இளம் ஆசிரியர்களைச் சந்தித்தான் அல்லவா... அந்த விஷயம்... "அப்புறம்?" அவன் அலட்சியமாய்க் கேட்டான்...

'அப்புறம்...?'

வாய்யாகி முகம் நிமிர்த்தினான். கினுத்தியாவின் குரல் மாறிப் போயிருக்கக் கண்டான்.

'வா... நாம் சென்று அந்தப் புல்தரையில் உட்காருவோம்...'

அவர்கள் அமைதியாக நடந்து சென்று பள்ளியின் எதிரே வெளிப்புறமிருந்த புல்வெளிக்கு வந்தார்கள்.

'ஜோசுவாவின் மகளை நீ திருமணம் செய்து கொள்ளப் போவது உண்மையா...?' புல்லில் உட்கார்ந்ததுமே கினுத்தியா கேட்டான்.

வாய்யாகிக்குக் கிட்டத்தட்ட தூக்கிவாரிப் போட்டிருந்தது. இது உண்மையிலேயே ஆச்சரியமான விஷயம். அன்றிலிருந்து அவன் நியம்புராவைச் சந்திக்கவில்லை. மீண்டும் அவள் தன்னை மறுத்ததை நினைத்தான். அவளோ அவனை ஏற்கவில்லை. விஷயமோ வேறுமாதிரி பரவி இருக்கிறது. இதுதான் கவித்துவ சோகம்! கினுத்தியா உணர்ச்சிவசப்பட்டிருந்தான்.

'மிகவும் ஜாக்கிரதையாக இரு வாய்யாகி, மக்கள் உன்னை கவனித்துக்கொண்டே இருக்கிறார்கள்... நீ இந்த மலையகச் சாதியின் அடையாளம்... இதன் அனைத்துப் புனிதத் தூய்மையுடனும் மீண்டும் பிறந்தவன் நீ... அவர்கள் உன்னை ஆராதிக்கிறார்கள்... அவர்கள் உன்னை வணங்குகிறார்கள்... புதிய சத்தியப் பிரமாணத்தைப் பற்றி நீ அறியவில்லை... நீ மிகவும் வேலைப் பளுவோடு சுற்றி வருகிறாய்... புதிய சத்தியப் பிரமாணத்தை உன் பெயரில் அவர்கள் எடுக்கிறார்கள்... ஆசிரியரின் மீது ஆணையாக... மலையகத்தின் தூய்மை மீது சாட்சியாக... என்று பிரமாணம் எடுக்கிறார்கள். உனக்கு ஞாபகம்

இருக்கட்டும் கபோனி உன்னை அடியோடு வெறுக்கிறார், முடிந்தால் உன்னைக் கொலையும் செய்வார்... இவை அனைத்தையும் அவர் எப்படி செய்கிறார். ஏனென்றால் கியாமாவுக்கு அதீத அதிகாரங்கள் குவிகின்றன. அதிகாரம் வாய்யாகி... உன் பெயர் அதோடு சம்பந்தப்பட்டது. உன் பெயரே உனக்குப் பெரிய அழிவை ஏற்படுத்தி விடும்... ஜாக்கிரதையாகச் செயல்படு...”

கினுத்தியா ரொம்பவும் உணர்ச்சி வசப்பட்டிருந்தான். வாய்யாகி மீதான அக்கறையும் பதற்றமும் அவனது குரலில் இருந்தன. வாய்யாகி அவனது கரத்தை வாஞ்சையோடு பற்றி இருந்தான்.

‘இருக்கட்டும்... அவள் என்னைத் திருமணம் செய்து கொள்ள மறுத்து விட்டாள்... அவர்கள் என்னை எதுவும் செய்ய முடியாது.”

‘புதிய இளைஞர்கள் கபோனியைச் சுற்றி இருக்கிறார்கள்... அவர்கள் அவருக்கு ரொம்ப விசுவாசமானவர்கள்... அவர்களை எனக்குத் தெரியும்... மலையகச்சாதியின் தூய்மை காக்க... துரோகத்தை... வீழ்த்த... எதுவும் செய்வார்கள்.”

‘நான்தான் சொல்கிறேனே... அவள் என்னைத் திருமணம் செய்து கொள்ள மறுத்து விட்டாள்’

‘அப்படியானால் நான் கேள்விப்பட்டது உண்மை...’

‘எது?’

‘நீ.. அவளைத் திருமணம் செய்து கொள்ளப் போகிறாய்?’

‘கினுத்தியா... புரிந்துகொள்... அவள் மறுத்துவிட்டாள்!’

இது நடந்து ஒருவாரம் கழித்து ஒரு பெரியவரோடு வாய்யாகி அளவளாவினான். அவர் கபோனிக்கு நெருக்கமானவராக அறியப்பட்டவர். வாய்யாகியின் தந்தை மற்றும் பாட்டனார்களைப் பற்றி அவர் வாயாரப் புகழ்ந்தார். அவர்களது வீரத்தை மெச்சினார். அவர்கள் மலையகத்திற்கு துரோகமே செய்திருக்க முடியாது என்று முடிவாகக் கூறினார். மனதில் ஒளிர்ந்த பெருமையோடு வாய்யாகி வீட்டிற்குச் சென்றான். அவனது முன்னோர்கள் நல்ல பெயர் பெற்றிருந்தார்கள்.

ஆனால் இரவில் திடீரென்று அவனுக்கு உறைத்தது. அந்தப் பெரியவர் அவனை எச்சரித்திருக்கிறார். கினுத்தியாவின் தகவலுக்கும் இந்த எச்சரிக்கைக்கும் ஏதாவது தொடர்பு இருக்குமோ? மேலும் மேலும் யோசித்தபோது விஷயம் புரிவது போலிருந்தது.

கிறிஸ்துமஸ் நெருங்கிக் கொண்டிருந்தது. இந்த முறை அதுவும் அறுப்பின் ஆயத்தச் சடங்கும் ஒன்றாக... ஒரே காலத்தில் வருகின்றன. மலையகச் சடங்குகளில் எப்போதும் பங்கேற்பது போல இம்முறை வாய்யாகி பங்கேற்கவில்லை. தன்னால் சமாளிக்க முடியாத அளவிற்கு அவனுக்கு வேலைகள் அதிகரித்தன. பல மலையகப் பகுதிகளிலிருந்து

ஆசிரியர்கள் அவனைக் காண வந்து கொண்டே இருந்தார்கள். சடங்குகளோடு கலந்திருப்பதன் மூலமே கிடைக்கும் மக்களோடான ஆத்மார்த்த தொடர்பை வாய்யாகி இழந்தது உண்மைதான். பள்ளி பிரிவினை... பிரச்சனை இவைகளில் அவன் காணாமல் போனான்.

பிறகு அது நடந்தது. அனைவரையும் அச்சத்தில் ஆழ்த்திய விஷயம். ஜோசுவாவின் புதிய ஆதரவாளர் ஒருவரின் வீடு திடீரென்று கொளுத்தப்பட்டது. இதுவரை அதுபோல நடந்தது இல்லை. யாருக்கும் காயமில்லை என்றாலும் குடிசையிலிருந்த பொருட்கள் அனைத்துமே எரிந்து சாம்பலாயின. வாய்யாகியால் சரியாக நிரூபிக்க முடியாவிட்டாலும் இது கியாமாவின் வேலை என்பதை ஊகிக்க முடிந்தது. தன்னையும் மலையகச் சாதியையும் எதிர்த்து நின்ற எவரையும் ஒழித்துக் கட்ட கபோனி முடிவு செய்துள்ளாரா என்ன?

இந்தப் புரிதல் அவனுக்குப் பெரும் அதிர்ச்சியைக் கொடுத்தது. அய்யோ அவன் கியாமாவிலிருந்து ராஜினாமா செய்திருக்கக் கூடாது. அதன் அதிகாரம் எங்கும் எதிலும் இருந்தது.

21

திருச்சபையின் பிரார்த்தனை முடிந்தவுடன் நியம்புரா தனது தந்தைக்கு உணவு தயாரிக்க வீட்டிற்கு விரைந்தாள். அவர் மேலும் சிலரோடு வந்தார். நியம்புராவுக்கு ஓய்வு கிடைக்கவில்லை. அவர்களுக்குச் சாப்பிட உணவு கொடுத்தபிறகு வெளியே சென்றாள்.

ஆனால் அவளுக்கு என்ன செய்வது என்றும் எங்கே போவது என்றும் தெரியவே இல்லை... அவளுக்குத் தேவைப்பட்டது எல்லாம் தனிமை. வாய்யாகியும் திருமணத்தை மறுத்தபின் நிறைய மாறிப் போனாள். அவளது உள்ள வழுவமைதி அனைத்தையும் இழந்தாள். வீட்டில் சிறு சிறு வேலைகளை வழக்கம் போல செய்தாள். ஆனால் தனது தந்தையின் ஆணைகளை நிறைவேற்ற வெறுத்தாள். வாய்யாகியின் மார்பில் தோளைக் கட்டிக் கொண்டு இருந்த அந்த நொடிகளை மீண்டும் வாழத் துடித்தாள். துயரமனைத்திலுமிருந்து வாய்யாகி வந்து தன்னை மீட்க வேண்டுமென்று அடிக்கடி மன்றாடி வேண்டினாள். அது ஏறக்குறைய நடந்தே விட்டது. அவனை அவள் உயிருக்குயிராக நேசித்தாள். ஆனால் அவளால் அவனை மணந்து கொள்ள முடியாது. அவனைப் போய் மறுத்து ஒதுக்கிய பெண் தான்தான் எனும் நினைவு அவளைப் பாடாய்ப் படுத்தி இருக்க வேண்டும். அவன் புரிந்து கொண்டானா? மீண்டும் அவனைச் சந்திப்போம் எனும் நம்பிக்கையே அவளுக்குப் போய்விட்டது.

சரி என்று சொல்வதே மிகவும் பிடித்தமான ஒன்றாக இருந்திருக்கும் எனும் விஷயத்தை முடியாது எனக் கூறியது ஏன்? அவளோ கட்டாயம் அவனைக் காதலித்தாள். அவளுக்கு அவன் தேவை. அவன்தான் அவளது ஒற்றை மீட்பன். இருந்தும் அவன் அவளை நாடி வந்தபோது அவள் அவனிடமிருந்து ஓடி வந்து விட்டாள். தனது தந்தையை எதிர்ப்பது அவளால் முடியாத ஒன்றாக இருந்தது. அவளுக்குப் பின்னால் பொதியாக மனவெளியில் இருந்தபடி அவர் திருந்த தந்தை அவளை ஒரே பாதையில் வழிநடத்தினார். அது அவளுக்குப் சற்றும் பிடிக்காத பாதை. இப்போது எதிர்க்க விரும்பினாள். முத்தோணியால் முடிந்தது, முத்தோணியின் தைரியம் நியம்புராவுக்கு இல்லை. இப்படி அவளது மனதில் போராட்டங்கள் தொடர்ந்தன. ஒருநொடி வாய்யாகியிடம் ஓடிப்போய் தன்னை மீண்டும் ஏற்குமாறு கேட்பாள். அவனது செவிகளில் கிசுகிசுப்பாள். "வாய்யாகி உன்னை நேசிக்கிறேன்... உயிரையும் தருவேன்" அதே மறுநொடி அவனைத் துச்சமென மதித்துத் தூக்கியெறிந்ததை, தந்தையோடு இருந்துவிட முடிவெடுத்ததை நினைத்துப்

பெருமைப்பட்டாள். ஜோசுவாவுக்கு தான் வாய்யாகியைச் சந்தித்தது எல்லாம் தெரியுமா என்று அய்யமுற்றாள்... ஏன் பொய் கூறினோம் எனப் புரியவில்லை அவளுக்கு. இருந்தும் அது பொய் அல்ல என்றே அவளுக்குத் தோன்றியது. அவரை அவள் பார்த்த விதம் அப்படி... அல்லது அவர் ஜோசுவா தனது மந்தைகளுக்குச் செய்த போதனை அப்படி, எவ்வளவு படித்தவர்களாக இருந்தாலும், அந்நியனிடம் பேசாதே, பழகாதே. வாய்யாகியை அவள் இறுதியாகச் சந்திப்பதற்கு ஒரு சில நாட்களுக்கு முன் அவளது தாய் கூறினாள், 'வாய்யாகி மிகவும் நல்லவன்... இளைஞன்... மக்கள் ஆயிரம் பேசுவார்கள்... முத்தோணிக்குப் பிறகு...எனக்கு வீட்டில் இன்னொரு பிரச்சனை வெடிப்பது பிடிக்கவில்லை... "நல்லவேளையாக அந்த வேளையில் வேறொரு பெண்மணி அவளது அம்மாவைச் சந்திக்க வந்திருந்தாள்... முழுதாக விவகாரம் திசை மாறியது.

தனது தாய்க்கும் வாய்யாகியைப் பிடிக்கும் என்பது நியம்புராவுக்குத் தெரியும். முத்தோணி நோய்வாய்ப்பட்டபோது வாய்யாகியே அதிகம் அவளுக்காக கவனமுடன் செயல்பட்டான் என்பது மிரியாமுவுக்குத் தெரியும். அவன் தான் அவளை மருத்துவமனைக்குத் தூக்கிச் சென்றான். ஒவ்வொரு இரவிலும் வாய்யாகி மீட்கப்பட்டு தங்கள் பக்கம் வந்து விட வேண்டுமென அவள் பிரார்த்தனை செய்தாள்.

ஹோனியா நதியின் அருகே தனது வழக்கமான இடத்திற்கு நியம்புரா சென்றாள். அந்த இடத்திற்கு அருகில் வந்தபோது அவளது இதயம் வேகமாக அடித்துக் கொண்டது. அவனது தோள்களில், மார்பில் அவனை அணைத்தபடி அவள் கிடந்த இடம் அதோ அந்த அடர்ந்த மரங்களுக்கு மத்தியில் இருந்தது. தன்னை விரும்புவதாக அவன் தன் சொந்தச் சொற்களால் கூறிய இடம். அங்கே அப்படியே இன்னமும் தனக்காக அவன் காத்திருப்பான் என அவள் நினைத்தாள். புதர்களையும் அடர்ந்த அந்த மரங்களையும் கடந்து மறுபக்கம் விரைந்தாள். அவன் அங்கே இருப்பான். தான் தயாரென்றும் திருமணம் செய்து கொண்டு அவனோடு வந்து விடுவதாகவும் அவள் சொல்வாளா?

அங்கே அவன் இருக்கப் போவதில்லை என்பதை அவள் அறிவாள். அன்று பிரிந்ததுதான் இன்று வரை அந்த இடத்திற்கு அவள் வரவில்லை. இருந்தும் அவன் அங்கில்லாதது மனதைச் சங்கடப்படுத்தியது. இதயம் அவனை உண்மையற்றவனென்றும் தன் மீது விசுவாசமில்லாதவன் என்றும்... சாடியது... அவன் வரத்தான் வேண்டும்; அவளைப் பார்க்க வர வேண்டும் இப்போதே. இல்லையேல் அவனை வெறுப்பாள். ஆனால் இது பைத்தியக்காரத்தனமானது. உள்ளேயோ அவள் தான் அவனை மறுத்து விட்டதற்காகத் தன்னைத் தானே வெறுத்தாள்.

மறுகரைக்குச் சென்று தனக்குப் பிடித்தமான இடத்தில் உட்கார்ந்தாள். அவளது இடப்புறம் அந்தத் திறந்தவெளியில் தான் அறுப்புச் சடங்கின் போது இளைஞர்கள், மங்கையர்கள் இரத்தம் சிந்தினார்கள். முத்தோணியும் அந்தக் காலை தன் பலிக்கு இங்குதான் வந்திருந்தாள். நியம்புரா இன்று அமைதியற்றவளானாள். நதி அவளை ஆசுவாசப்படுத்தவில்லை.

மாலை வந்தபோது பறவைகள் பறந்து வந்து கூட்டில் சேர்ந்தன. நியம்புரா வீடு திரும்பினாள். அங்கே ஜோசுவா வாசல் கதவருகே நின்றிருந்தார். அவளை அவர் பார்த்த விதம், அதை அவள் விரும்பவில்லை. ஏதோ தவறு நடந்துள்ளது. வார்த்தை ஏதும் பேசாது உள்ளே வரவைத்தார். மிரியாமு உள்ளே இருந்தாள். அவளும் தன் மகளிடம் ஏதும் பேசவில்லை. தந்தை அவள் பின்னாலேயே வந்தார்.

‘எங்கே போயிருந்தாய்?’ அவரது குரல் இடிபோல இறங்கியது. அதைக் கேட்டாலே அவள் அஞ்சினாள்.

‘அ... ஆற்றுப் பக்கம்’

‘உன்னோடு இருந்தது யார்?’

‘நான் தனியாக இருந்தேன்... அப்பா!’ அவள் நடுங்கினாள். அங்கே தனது மீட்பன் வருவான் என்றே ஆற்றுக்குச் சென்றாள். அவனோ வரவில்லை. தந்தை மீதான கீழ்ப் படிதலினால் அவனை இழந்தாள்.

‘யாருமில்லை...’

‘ஆம்... யாருமே இல்லை’

‘பொய்... பொய் சொல்கிறாய்’

‘நான் தனியாக இருந்தேன்... அப்பா’ அவள் மீண்டும் கூறினாள்.

‘எனக்குக் கண்கள் குருடல்ல... அந்த அளவுக்கு எனக்கு வயதாகி விடவில்லை... என் காதுக்கு விஷயம் எதுவும் வராது என்று நினைத்தாயா...? இன்னொரு முறை அந்த இளம் பிசாசோடு பேசினாயானால்... இந்த வீட்டில் உனக்கு இடம் இல்லை...’

‘நான் தனியாகத்தான் இருந்தேன்’ அவள் கிட்டத்தட்ட வெடித்துச் சிதறினாள்...

‘மறுபடியும் சொல்கிறேன்... இன்னொரு முறை அவனோடு உன்னைப் பார்த்தால்... இந்த வீட்டுக்கு எவ்வளவு கெடுதல் செய்தார்கள் அவர்கள்... தேவனின் ஆசீர்வதிக்கப்பட்ட ஒரு வீட்டை அவர்கள் கொளுத்தவில்லையா...?’

‘ஆனால்...’

‘இன்னொரு முறை அவனோடு... பிடிக்கிறேன்... பார்த்தால்... அத்தோடு உனக்கு சமாதி’ அக்குரலில் இரக்கமே இல்லை.

நியம்புரா அதற்குமேல் எதுவும் பேசவில்லை. அவருக்குக் கீழ்ப்படிந்ததற்கான பரிசு இது. அவருக்காகத் தனது ஒரே விருப்பத்தைக் காதலைத் துறந்தாள் அவள்... அவனோடு மட்டுமே அவளுக்கு மீட்பு... அன்றிரவு முழுதும் அவள் உறங்கவில்லை. 'ஆண்டவரே என்னைக் கொன்று விடும்...' அவள் அழுதுகொண்டே இருந்தாள்.

22

ஒவ்வொரு மலையிலும் அவனைப் பற்றி பாராட்டிய வண்ணமே இருந்தனர். புதிய பள்ளிக் கிணறுகளிலிருந்து நீர் அருந்தத் துடித்த குழந்தைகளுக்கு அவன் எங்கிருந்தோ ஆசிரியர்களைக் கொண்டு வந்தான். ஆசிரியர் இல்லாமல் பள்ளிகள் உண்டோ? அந்தப் பெரிய கூட்டம் நடந்ததிலிருந்தே அதுதான் அனைவரின் கவலையாகவும் இருந்தது. வாய்யாகியின் மீது அனைவருக்குமே நம்பிக்கை இருந்தது என்றாலும், சிலருக்கு அவர்களுக்கே உரித்தான சந்தேகம் இருக்கத்தான் செய்தது. சிரியானாவின் கிடுக்கிப்பிடியிலிருந்தே ஆசிரியர்களை விடுவித்துப் பெற முடியும். வாய்யாகி அதைச் சாதித்திருந்தான்.

கினுத்தியா ஏறக்குறைய வாய்யாகியைக் கடவுளைப் போல போற்றினான். அவனுக்குக் கீழே தான் கடைசி வரை வேலை பார்க்க முடியும் என்று அவன் கருதினான். ரொம்ப வித்தியாசமான மனிதன் என்று தான் சந்திக்கும் பெரியவர்களிடமெல்லாம் கினுத்தியா சொல்லிக்கொண்டே இருந்தான். ரகசியமான புரிதல்களுடன் அவர்களும் ஒப்புக்கொண்டார்கள். வாய்யாகி செச்சின் மகன் என்று ஆராதித்தார்கள். செச் மாபெரும் மனிதராக இருந்ததை அவர்கள் அறிவார்கள். யாருமே யோசித்துப் புரிந்து கொள்ள முடியாத பல விஷயங்களைத் தனது இளம் பிராயத்திலேயே அவரால் சொல்ல முடிந்தது. கினுத்தியா தனக்கென்று சில அரசியல் புரிதல்களோடிருந்தது மட்டுமல்ல... இப்போதே செயல் எனும் விதமான ஆளாக இருந்தான். கபோனியையும் அவரது கியாமாவையும் கூட அவன் பாராட்டியதற்கு அதுவே காரணம். அதுவும் வெள்ளையனுக்கு எதிரான உடனடி செயல்பாடுகள் ஆனாலும் மகா ஆசிரியரின் படித்த அறிவார்ந்த சமூகம் எனும் கொள்கையால் அவன் ஈர்க்கப்பட்டிருந்தான். தனக்கு முன் பாதை அமைத்த மெதுவான ஆனால் தெளிவான வாய்யாகியின் குரலை அவன் எப்படி புறம் தள்ளுவான். குரல் மட்டுமல்ல; விழிகளும் ஒரே குறிக்கோளோடு ஜொலித்தன. வாய்யாகி மலையகத்தின் கல்வியைத் தன் வாழ்வின் அங்கமாகவே ஆக்கிக் கொண்டான் என்பதில் சந்தேகமில்லை. வாய்யாகிக்கே தெரியாமல் சில விஷயங்கள் நடப்பதுதான் அவனைக் குறித்துக் கினுத்தியாவை அஞ்ச வைத்தது. உதாரணமாக வாய்யாகி மீதான கபோனியின் வெறுப்பு ஒரு அரசியல் இயக்கமாக வடிவெடுத்து வந்து கொண்டிருப்பதை அவன் தெளிவாகக் கண்டான். மலையகத்தின் விடுதலை என்பதே அதுதான் என்பது போல கபோனி கியாமாவைக் கொண்டு செல்வது கினுத்தியாவுக்குப் புரிந்தது.

இரண்டாம் முறை சிரியானா சென்று வாய்யாகி திரும்பி வந்து மலையகங்களை உள்ளடக்கிய விரிந்த பள்ளி நிர்வாகக் குழுமத்திடம்

வெற்றிச்செய்தியைக் கூறியபோது.... கினுத்தியா மனதில் மிகுந்த பெருமையையும் வாய்யாகியோடான நெருக்கத்தையும் உணர்ந்தான். அவனுக்குப் பின்னே நடந்த அவன் தன்னை மிகவும் சிறியவனாக உணர்ந்தான்.

“அவர்கள் அனைவரும் கியம்புவிலிருந்து வருகிறார்களா?”

“இல்லை... சிலர் கபஸீடவிலிருந்தும் வேறு சிலர் முருங்கா மற்றும் நைரோபியிலிருந்தும் வருவார்கள்... சிரியானாவின் கெடுபிடிகளால் வெறுத்துப் போயிருப்பதால் அவர்கள் நமக்கு உதவ முன் வந்துள்ளார்கள்... கிக்குயுவின் சுதந்திரமான பள்ளிகளுக்கு உதவ அவர்கள் மனப்பூர்வமாக விரும்புகிறார்கள்.”

கினுத்தியாவும் வாய்யாகியும் ஹோனியா நதியோரம் சற்று நேரம் அமைதியாக நடந்தார்கள். தனது செய்தியைப் பெரியவர்கள் எடுத்துக் கொண்ட விதம், அங்கு கிடைத்த வரவேற்பு வாய்யாகிக்கு அளவற்ற திருப்தியை அளித்தது. வாய்யாகியின் முகத்தில் இருந்த வெளிச்சத்தைக் கண்ட கினுத்தியா, “அவ்வாசிரியர்கள் வரும்போது நம் பெற்றோர் கூட்டத்தைக் கூட்டிக் காட்ட வேண்டும்” என்றான்.

“ஆமாம்...” பிறகு சட்டென வாய்யாகி கினுத்தியாவை நேராகப் பார்த்தான், “நாம் மலையகத்தை மேலும் கட்டமைக்க வேண்டும்... இந்த ஆர்வத்தைப் பயன்படுத்த வேண்டும்... மேலும் பள்ளிகள்... மற்றும் கல்லூரி, பிரமாண்டமான ஒரு கல்லூரி...”

வாய்யாகியின் இந்தச் சொற்கள் கினுத்தியாவை அதிகம் பாதிக்கவில்லை. அவற்றில் நெருப்பு கொழுந்து விட்டெரியும் வெறியும் இருந்தது. ஆனால் மக்களின் நாடித்துடிப்பை அறிந்தவன் கினுத்தியா... மக்களின் ஆர்வம் கல்வி கற்க வேண்டும் என்பதையும் தாண்டிய ஒன்று என்பதையும் வெள்ளையர்க்கு எதிரான உடனடியான செயல்பாடே என அவன் அய்யமுறவும் செய்தான். மக்கள் வேகமாக முன்னேற விரும்பினார்கள். அவர்களது நிலம் ஆக்கிரமிக்கப்பட்டுள்ள நிலை தொடரும் வரை அவர்களால் முன்னேற்றத்தைக் கனவில் கூட கருத முடியாது. குழந்தைகள் அடிமைகளாகக் கூலி வேலை பார்க்கின்றன. பெண்கள், ஆண்கள் என அனைவரும் குடிசை வரியைக் கட்ட வேண்டி இருக்கிறது. ஆனால் அதை கினுத்தியா, வாய்யாகியிடம் இப்போது கூற விரும்பவில்லை. ஆனால் ஒருநாள் கட்டாயம் கூறுவான். வாய்யாகியே மக்களை சரியாக வழிநடத்தக் கூடியவன் என கினுத்தியா ஆழமாக நம்பினான். கல்வி எனும் ஒளிக்கு மட்டுமல்ல... அரசியல் சுதந்திரத்திலும் சுயவெளிப்பாட்டிலும் கூட வாய்யாகிக்கு இணையாக அங்கே யாருமே இல்லை. கியாமாவுக்கு சரியாகத் தலைமையேற்க அவனே சரியான ஆள். வாய்யாகி ஏற்படுத்திய உள்ளத்தணலில் அவனுக்கே எதிராக கபோனி குளிர் காய்வது வாய்யாகிக்குத் தெரியுமா என்று கினுத்தியா சந்தேகப்பட்டான்.

எனவேதான் கல்வி குறித்த தனது சொந்த ஈர்ப்பு வாய்யாகியின் கண்களைக் குருடாக்கி விட்டதோவென சந்தேகப்பட்டான். ஆனால் வாய்யாகியை நம்பினான். அவனது தொலைநோக்கைத் தயக்கமின்றிப் பகிர்ந்தாள்.

ஆனால் வாய்யாகியின் பார்வையும் கனவும் எதுவரை விரிந்திருந்ததென்று கினுத்தியா அறியவில்லை. அந்த இதயம் வெற்றியாலும் தோல்வியாலும் மாறிமாறிப் புதைக்கப்பட்டு சாதாரண மக்கள் கிராமத்துப் பாதை என அனைவருக்காகவும் பரிதவித்து... இரவுகளில் சட்டென விழித்துப் படபடத்து மேலும் மேலும் இறுகுகிறது. அதன் இருண்ட வெளிக்குள் நுழையாமல் எப்படி அதனைக் கினுத்தியா புரிந்து கொள்ள முடியும்.

இரண்டு நாட்களுக்குப் பிறகு தனது படுக்கையில் கிடந்தபோது வாய்யாகி உடலாலும் மனதாலும் மிகவும் சோர்ந்து காணப்பட்டான். ஏதோ ஒரு தீயசக்தி தன்னை மிக அருகே பின்தொடருவதையும் ஒரு சில அடி தூரத்தில் தனது சாதனைகள் அனைத்தையும் சிதைத்து தன்னை ஒன்றுமற்றதாக அது வீழ்த்தப் போவதாகவும் தோன்றியது. இது அச்சமோ அல்லது கவலையோ அல்ல.. ஏதோ இனம்புரியாத உணர்வு... அவனைச் சுற்றிலும் முளைத்து அவனது மனதை அலைக்கழித்தது. இருந்தும் தனது மனதைத் தேற்றிக் கொண்டு விசாலமான தனது பார்வையை ஒளிமிகுந்த பாதை மீதே செலுத்திட அவனால் முடிந்தது. அவன் சிரியானாவுக்குக் கிளம்பிச் செல்வதற்கு சில நாட்களுக்கு முன் ஒரு குடிசை கொளுத்தப்பட்டது முதல் அவன் தனது மக்களைக் குறித்தே யோசித்தான். வரும் வருடத்தின் தொடக்கத்திலேயே விரைவில் பெற்றோர்கள், பெரியவர்களின் கூட்டத்தைக் கூட்டுவான்... ஒன்றுபடுவதை வலியுறுத்துவான்... ஒன்று பட வேண்டும்... ஆனால் எதற்காக?

வெள்ளைக்காரர்களின் கல்வி வளர்ச்சி மற்றும் முன்னேற்றத்திற்கான சரியான உபகரணம்... ஆனால் சரியாகப் பயன்படுத்தப்பட்டால்தான் தனது தந்தையின் வாசகத்தை இன்னமும் கூட அவன் சரியாக நினைவில் வைத்திருந்தான்.

'வெள்ளையனின் அறிவையும் ரகசியங்களையும் கற்றுத் தேர்ந்திடு... ஒருபோதும் அவனைப் பின்பற்றாதே'

மலையகத்திற்கு அவன் காட்டும் பாதை இதுதானா? அவன் அவர்களுக்குச் சொல்வான். ஏற்கனவே சொல்லியும் இருக்கிறான். குழந்தைகள் கல்வி கற்க வேண்டும்.

'மக்களுக்கு மிகவும் தேவையான நேரத்தில் ஒரு மீட்பன் அவர்களைக் காப்பாற்றிட எழுவான்'

அவன்தான் மீட்பனா? வாக்களிக்கப்பட்ட ஆன்மா அவன்தானா அல்லது செச்சின் மனதிற்கு அப்படி பட்டதா? அவர்களை எப்படி

அவன் காப்பாற்றுவான்? தன்னால் சுமந்து செல்ல முடியாத பாரத்தை இவன் மீது செச் ஏற்றி வைத்துவிட்டார். மக்களின் வாழ்க்கைத் தரத்தையே மாற்றத் தகுந்த ஒன்றை மீட்பர் செய்கிறார். ஒரு மீட்பர் ஒரே இரவில் மாற்றத்தைக் கொண்டு வருவார்.. ஒரே இரவு... அதனைக் தடுக்க யாராலும் முடியாது... அவன் என்ன மாற்றத்தைக் கொண்டு வந்து விட்டான்?

தனது மனதில் தோன்றுவதை... இப்போது தோன்றுவதை உரக்கக் கத்த வேண்டும் போல உணர்ந்தான். மக்களிடம் அவன் சொல்வான்... 'ஒன்று படுங்கள்' அடுத்த வருடத் தொடக்கத்திலேயே அதை அவன் சாதிப்பான். அந்தக் கனவை அவன் கண்முன் கண்டான். அவனது ஆன்மாவின் இருண்ட பகுதிகள் அனைத்தையும் நொடியில் அந்தப் பார்வை ஒளியேற்றுவதை உணர்ந்தான். மக்கள் ஒருவர் மீது ஒருவர் நம்பிக்கை வைத்து... சம்பிரதாயங்களைத் துறந்து பறவைகளின் ரீங்காரத்தோடும்... நதியில் தாளத்தோடும் ஒன்றுபட்டு நின்று விடுதலை கீதத்தை இசைப்பர். குழந்தைகள் நாம் அனைவரும் மலையகத்தின் பிள்ளைகள் எனும் உணர்வோடு பாறைவிட்டுப் பாறை தாவி நதியில் நீர் இறைத்து உற்சாகமாக விளையாடுவார்கள்... கரையில் உட்கார்ந்து கவனிக்கும் பெற்றோர்களின் பேச்சுகளில் இடம்பெற்றபடி பறவைகள் மரத்திற்கு மரம் மக்களின் மகிழ்ச்சியைப் பெருமையோடு அளவளாவிக் கொள்கின்றன... விலங்குகள் தூரச் சென்று மலையகத்தைப் பாதுகாக்க அரண் அமைக்கின்றன... வெள்ளையர்கள் ஒழிந்தார்கள்... இந்த ஆர்ப்பரிக்கும் இனிய மக்கள் திரளில் அதோ நியம்புரா நிற்கிறாள்... குழந்தைகள் அவளை நோக்கி ஓடி வருகிறார்கள்... பெரியவர்களோடு அவள் அளவளாவுவாள்... விலங்குகள் அசையவில்லை... பறவைகள் அவளது பேச்சொலியைக் கேட்கின்றன... நியம்புராவின் கருத்த ஆனால் ஒளியை உமிழும் விழிகளின் வெளிச்சத்தை உள்வாங்கியபடி மகிழ்ச்சி கீதம் இதோ தொடங்கி விட்டது.

அந்த வெளியில் அவளது நடுங்கும் உடலை வாய்யாகி தொட முயற்சிக்கிறான். சொக்க வைக்கும் அந்தப் பாடலுக்குள் அவள்தான் அவர்களை இட்டுச் சென்றவள். ஜோசுவா உட்பட அனைவரது கரங்களும் திடீரென்று அவளைத் தொட நீள்வதைக் கண்டான் வாய்யாகி. பல பல கைகள்... ஒரு நிமிடம் அந்தக் காட்சியை அவன் ரசித்தான்... அற்புதம்தான் அது. ஆனால் அடுத்த நொடி அவனைப் பேரச்சம் சூழ்ந்தது. அவர்கள் அனைவருமாக அவளை எல்லாத் திசைகளுக்குமாக முழு பலத்துடன் இழுத்துத் துண்டு துண்டாகக் கிழிக்கிறார்கள்... ஏதோ திருப்பலியைப் போல மேலும் உணர்வோடு ஓடிய நதிக்கடவுளுக்கு நியம்புராவை பலியிட்டார்கள்... அவனும் அந்தக் கூட்டத்தில் ஒருவன், தனை நோக்கி இழுத்துக் கிழிப்பவர்களில் ஒருவன்... அவள் கதறவில்லை... ஏனெனில் அவள் எப்போதோ ஊமையாகி இருந்தாள்... பிறகு பார்த்தால் அது முத்தோணி...

இப்போதுதான் நான் பெண் என்று கூறியதற்காக இந்த நதியில் அவள் வீசப்பட்டாள். நதியோ அளவிட முடியாத இருண்ட ஆழத்திற்கு அவளை எடுத்துச் சென்று விட்டது. வாய்யாகியின் இதயம் அழுதது. அவனுக்குத் தெரியும்... அங்கே அவள் இல்லை. நிரந்தரமாக நதி அவளை விழுங்கி விட்டது. அவள் போய்விட்டாள். யாருமே யாரோடும் பேசிக்கொள்ளவில்லை. ஏனென்றால் யாவருமே குற்ற உணர்ச்சியில் இருந்தார்கள். ஆசிரியர் வாய்யாகியைக் கடந்து செல்லும்போது அவனது பார்வையை அவர்கள் தவிர்த்தார்கள். கடைசியில் அவன் மட்டும் தனித்து விடப்பட்டான். முத்தோணியைப் பின்பற்றுவதா அல்லது கூட்டத்தைப் பின்பற்றுவதா என்று தெரியாமல் வாய்யாகி தவித்தான். அதோ இப்போது நியம்புரா தெரிகிறாள். அவன் அவளிடம் ஓடினான். அவளை... அவளை... இல்லை அவள் தன்னை அவன் தொட அனுமதிக்கவில்லை. ஒரு சமயம் தனது மார்பில் அவள் கிடந்ததை ஞாபகப்படுத்தினான். ஆனால் அவள்தான் அவனைப் புறக்கணித்து விட்டாளே? எதற்காகப் புறக்கணித்தாள். தந்தை ஜோசுவாவுக்குக் கீழ்ப்படிந்தவளாக இருப்பதால், ஆமாம் கீழ்ப்படிதல் என்பதே சரியான பார்வை, சரியான வார்த்தை அவள் அவளது தந்தைக்குக் கீழ்ப்படிந்தவள். அவள் மீதான அவனது ஏக்கம் மரணம் வரை தொடரும். திடீரென்று ஜோசுவாவும் அவரது ஆட்களும் அவளை எப்படி கூறு போட்டார்கள் என்பதைச் சொல்ல வாய்யாகி தனது வாய்திறக்க முயன்றான். உண்மையில் அவளைக் கூறுபோட்ட ரத்தவெறிக் கும்பலில் தானும் ஒருவனாக இருந்ததை அவன் நினைவு கூர்ந்தான். அவளது ரத்தத்தை கேட்ட மலையகச் சடங்கில் அவனுக்கும் ஒரு அங்கம் இருந்தது. குற்ற உணர்ச்சியில் அவன் குமைந்து போனான். இருட்டு அவனை அச்சமுற வைத்தது. கொடுமை தாங்காமல் அலற வேண்டுமென்று வாய்யாகி துடித்தான். மக்களை ஒன்றுபடுத்தத் தவறிவிட்டான். மற்றொரு வாய்ப்பு வரும். அடுத்த முறை எழுந்தபடி குமுறினான்... அடுத்தமுறை... கட்டாயம்.

அந்த நினைவுகளால் நடுக்கமுற்றுச் சட்டென்று சுய நினைவிற்கு வந்தான். உறக்கம் அல்ல என்று அவனால் கட்டாயமாகக் கூற முடிந்தது. முகம் முழுதும் வியர்த்துக் கொட்டி இருந்ததை உணர்ந்தான். தனது குடிலைச் சுற்றிலும் நோக்கினான். இன்னமும் நேரம் ஆகவில்லை. அவன் இளைப்பாற விரும்பினான். உறங்க சாத்தியமே இல்லை என்பதை இப்போது உணர்ந்தான். அவனால் அவன் மீது அழுத்தப்பட்ட அந்தக் கற்பனைக் காட்சிகள் எதை உணர்த்துகின்றன என்பதை அறிந்தபோது அவனால் அதன் பாதிப்பிலிருந்து விடுபட முடியவில்லை.

மலையகத்தின் சடங்குகளில் இன்னும் ஈடுபாட்டோடு தான் பங்கு கொண்டிருக்க வேண்டுமென்று அவனுக்குத் தோன்றியது. மக்களோடு

ஒருவனாகவாவது தன்னை உணர்ந்திருப்பான். பயணங்கள்தான் அவனை ஈடுபாடு அடைய முடியாமல் செய்து விட்டன. அறுப்புச் சடங்கு நெருங்கிக் கொண்டிருந்தது. ஒருவாரம் தான் இருந்தது. பிறப்புறுப்பின் நுனித் தோலை அறுத்து மலையகச் சாதியின் ஆண்மையை நிரூபிக்கும் அறுப்புச் சடங்கிற்கு என ஆயத்தப்படுத்துதல் திருவிழாவும் கிறிஸ்துமஸும் ஒரே நாளில் வருவது தான் அவனை சங்கடப்படுத்தியது. ஜோசுவாவுக்கு அது ஒரு சவாலாக இருக்குமா? நடனமும் பாட்டும் அதிக வெறியோடு நடந்த வண்ணம் இருந்தது. இம்முறை ஆர்ப்பாட்டங்கள் கேளிக்கையாகவோ பக்தியாகவோ அன்றி ஒருவிதப் போர்வெறியோடு இருப்பதை இங்கிருந்தே வாய்யாகியால் உணர முடிந்தது. குறிப்பாக அறுப்புச் சடங்கு செய்து கொள்ளாத பெண்கள் தான் அதிகத் தாக்குதலுக்குப் பாடல்களில் உட்படுத்தப்பட்டார்கள். பெண்களுக்கு அறுப்புச் சடங்கு என்பது உடல் ரீதியில் சிறு காயத்தையே லேசாகக் கொடுக்கும். பிறப்புறுப்பின் அருகே ஒரு கீறல்தான் என்றாலும் மனரீதியில் அது ஏற்படுத்தும் கிளர்ச்சியும் மலையக வெறியும் அதிகம்... அறுப்புச் சடங்கிற்கு பிறகே அவர்கள் மணம் செய்து குழந்தை பெறும் பாத்தியதையை அடைய முடியும். அவ்விதம் செய்யாத மகளிர்தான் இப்போது இலக்கு. அவர்கள் சாபக்கேடானவர்கள்... தூய்மையற்றவர்கள்... கேடான ரத்தம் வெளியேற்றப்படாதவர்கள்... மலையகத்தை ஒழுக்கமற்றதாக அவர்கள் மாற்றி விடுவார்கள்... பழமை வாய்ந்த மலையகக் கடவுள்களை ஆத்திரப்படுத்தி பழம்பெரும் கழிவுப் பிசாசுகளை உசுப்பி விட்டு விடுவார்கள்... இந்த இரிகுக்களும் தூய்மைப்படுத்தப்படும் நாள் விரைவில் வரும். கட்டாய அறுப்பு செய்யப்பட வேண்டும்... இந்த நிலத்தைப் புனிதப்படுத்த வேண்டும்..! ஜோசுவாவும் அவரது ஆட்களும் இந்தச் சவாலை ஏற்றார்கள்... பெத்தலகாமில் பிறந்த தேவக்குழந்தையை ஆராதித்துத் தோத்திரப்பாடல்களை அவர்கள் பாடினார்கள். கரோல்கள் இரவு முழுவதும் தொடர்ந்தன.

முன்கூட்டி உறங்குவதில் பிரயோசனம் இல்லை. இனி அவன் அதுபோல செய்யமாட்டான். இன்னும் கொஞ்சநேரம் விழித்திருக்க வேண்டியதுதான். படுக்கையிலிருந்து எழுந்தவன் தனது தாயின் குடிசைக்குச் சென்றான். கிராமத்திற்குள் சென்று முதியவர்களிடமும் தனது பகுதியிலுள்ள தனது வயதையொத்தவர்களிடமும் அளவளாவ விரும்பினான். அடுத்த சில நாட்களும் தனது சொந்த வட்டாரத்தின் மனிதர்களோடு அளவளாவியபடி அவன் இருப்பதென முடிவு செய்தான். நியம்புராவை இழந்திருக்கலாம்... ஆனால் சமூக சேவை மீதான பற்றை அவன் இழந்து விடவில்லை.

அவனது தாயும் படுக்கைக்குச் சென்று விடவில்லை. இப்போதே அவள் மிகவும் வயதானவளாகி இருந்தாள். கணப்பிற்கு அருகே குளிர் தாங்காமல் அமர்ந்தபடி இருந்தவளைக் காண வாய்யாகிக்கு மனசாட்சி

உறுத்தியது... அவளை விட்டு அவன் நீண்ட காலமாகப் பிரிந்து விட்டான்... 'விரைவில் திருமணம் செய்து கொண்டு அவளுக்குத் துணையாக ஒருத்தியைக் கொண்டு வர வேண்டும்' அவன் நினைத்துக் கொண்டான்... பிறகு திடீரென்று ஒரு பயம் வந்தது... அவன் திருமணமே செய்து கொள்ளாமலும் போகலாம். இரண்டாம் பிறப்புச் சடங்கின்போது செய்ததைப் போல அவளைத்... தனது தாயைக் கட்டிக் கொண்டு அவன் கதறியபடி அனைத்தையும் கொட்டிவிடத் துடித்தான். யாராவது அவன் பக்கத்து நியாயத்தை கேட்கக் கூடாதா... அவளாவது அவனது அந்த இரவில் அவனைத் தேற்றி ஆசுவாசப்படுத்தக் கூடாதா... இந்த நினைவு வந்து போனது. மீண்டும் அமைதியாக இருந்தான்... நீண்ட நேரம் அப்படியே இருக்க முடியவில்லை... எனவே எழுந்து கிளம்பினான்.

"எங்கே போகிறாய்... மகனே?" தனது தலையைத் தூக்காமல் அவனது முகத்தைப் பார்க்காமல் அவள் கேட்டாள்...

'வெளியே... போகிறேன்... அம்மா?'

இப்போது அவனை நேரடியாகக் கண்டாள்... அந்தப் பார்வையில் எப்போதும் இல்லாத ஒரு எதிர்ப்பு இருந்தது... 'வாய்யாகி'

அவள் இப்போது அவனை நேரடியாகப் பார்த்தாள்... அவளது குரலில் முன் எப்போதும் இருந்திடாத நடுக்கம் இருந்தது.

"ஜோசுவாவின் மகளை நீ மணமுடிக்கப் போவது உண்மையா?"

ஓ... புரளி! இந்த வதந்திகளும் புரளிகளும் காட்டுத்தீ போலப் பரவி விடுகின்றன... நியம்புராவை மணப்பது பற்றி யோசிப்பதையே அவன் வெறுத்தான்... அவள் அவனைத் தூக்கியெறிந்து விடவில்லையா... தன் தந்தைக்குக் கீழ்ப்பணிந்து அவனைத் தூக்கியெறிந்தவள் அவள்... தாயிடம் எதைச் சொல்வதென்று வாய்யாகி தவித்தான். தான் நியம்புராவை விரும்பியதைச் சொல்வதா... அல்லது நடந்தவை அனைத்தையும் கூறுவதா... அவளை நினைத்தான். அவள் அவனுக்கு துரோகம் செய்து விட்டாள்... அவள் மனது வைத்திருந்தால்... அவன் மட்டும் ஒப்புக் கொண்டிருந்தால் மலையகமே எதிர்த்தாலும் இந்தச் சவாலை அவன் எதிர்கொள்வான்.... இதுபோன்ற ஒரு கேள்வி எழும்போது என்ன பதில் சொல்வது என்றாவது அப்போது முடிவு செய்திருப்பான்... அவளை அவன் வெறுத்தான். கடமை எனும் பாதையை அவள் தேர்ந்தெடுத்தாள்... அவனும் தனது மலையக மக்களின் உடன் தங்கி இருந்து விடுவான். வெள்ளைக்காரர்களின் வழிகளைப் பின்பற்றக் கூடாது என்றும்... மலைச்சாதியின் தூய்மையைக் கெடுத்துவிடக் கூடாது என்றும்... அவனது தந்தை அவனை எச்சரித்து இருந்தார். நியம்புரா உடனான உறவு துரோகமா இல்லையா? அவள் பக்கம் அவன் இருக்க முடியாது, அவளைத் தன் பகுதியாக்க முடியாது. தாயிடம் இதையெல்லாம் விளக்க அவனால் முடியாது எனவே அவன்... இறுதியாக விடையளித்தான்... 'இல்லை... அம்மா'

பின் உடனடியாக அவன் தன்னையே வெறுத்தான். உண்மையில் அவளிடம், தன் தாயிடம் எல்லாவற்றையும் சொல்லத்தான் வேண்டும்... ரகசியமாய்த் தனது மனதில் பூட்டிய நியம்புரா குறித்த காதலை அவளிடம் சொல்லத்தான் வேண்டும்... அவள் தாயல்லவா... மருந்து என்ன மாற்று வழி என்ன என்பது அவளுக்குத் தெரிந்திருக்கும்... வாயைத் திறந்தான்... வார்த்தைகள் வரவில்லை... கண்களில் ஒளி மட்டும் கூடியது...

அவனது தாய் தனது பலவீனமான குரலில் தொடர்ந்தாள்... "அது வேண்டாம்... அதன் அர்த்தம் வேறாகி விடும்... கியாமாவுக்குக் கட்டுப்படு வாய்யாகி... அது மக்களின் குரல்... ஜனங்கள்... மலையக சாதி ஜனங்கள்... உனக்கு எதிராகத் திரும்பி விட்டால்... அது சாபமாகப் போய்விடும்..."

இனி தனது நிலையை விளக்கிட இருந்த கடைசீ வாய்ப்பு பறிபோனது என வாய்யாகி உணர்ந்தான். அவளால் புரிந்து கொள்ள முடியாது. அவளது பார்வையில் அறுப்புச் சடங்கு செய்து கொள்ளாத ஒருத்தியோடு அவனது உறவு துரோகம்தான்.

கதவு தட்டப்பட்டது. கமாயு நுழைந்தான்.

'எப்படி இருக்கிறீர்கள்... எல்லோரும்...'

'நலம் தான் கமாயு' வாய்யாகிக்கு ஏதோ ஒரு விதத்தில் தாயோடான பேச்சு முறிந்ததில் மகிழ்ச்சி.

'கியாமாவில் பெரியவர்கள்... உன்னைக் காண விரும்புகிறார்கள்'

ராஜினாமாவுக்குப் பிறகு அவன் வாய்யாகி, கியாமாவுக்கு இதுவரை அழைக்கப்படவில்லை... தாயைப் பார்த்தான்... போகாதே மகனே... என்றது அவளது பார்வை. ஆனால் கியாமாவில் தனது நிலையை விளக்க இது ஒரு வாய்ப்பு என்று அவன் நினைத்தான். தனது தந்தையின் கட்டளையை நிறைவேற்ற அனைவரின் ஒத்துழைப்பும் அவசியம்... 'அம்மாவுக்கு உடம்பு சரியில்லை...' அவன் சொன்னான். இருந்தும் மனம் சலசலத்தது.

'ரொம்ப முக்கியம் வாய்யாகி... இல்லையேல் இத்தனை அகாலத்தில் வருவேனா... கொஞ்ச நேரத்தில் திரும்பி விடலாம்...'

'சரி...' தாயின் விழிகளைத் தவிர்த்தபடி கிளம்பினான். அவர்கள் வெளியேறி இருளில் மறைந்தார்கள்.

23

‘கியாமா என்னை ஏன் அழைக்க வேண்டும்?’ வெளியே வந்ததும் வாய்யாகி கேட்டான்.

‘அதெல்லாம்... எனக்குத் தெரியாது’ கமாயு பட்டென்று சொல்லி விட்டான். வேறு ஏதும் கேட்காதே என்று அர்த்தம். வாய்யாகியோ தனது தாயை நினைத்துக் கொண்டிருந்தான். பிறகு தான் கண்டு வெறுத்துப் போன மன பிரமையை நினைத்து ஒருகணம் நடுங்கினான். சுற்றும்முற்றும் கண்டவன் இருளே எங்கும் கோலோச்சிட... வழி நடத்தவும் ஒரு ஒளியற்று தான் ஆனதை நினைத்துக் கொண்டான்.

‘இருள் மிகுந்த இரவு’ அவன் கருத்துரைத்தான்.

‘இருளாக உள்ளது’ கமாயு ஒப்புதல் அளித்தான். இது போல் அவர்கள் இருவர் மட்டுமே இதுவரை பேசியது இல்லை. எப்போதும் யாராவது ஒரு மூன்றாம் நபர் இருப்பது வழக்கம். பெரும்பாலும் கினுத்தியா தான். தனது கறித்துண்டை வாயருகே கொண்டு செல்லும் போதெல்லாம் கைக்கு எட்டியதை வாய்க்கு எட்டாது செய்யும் பிசாசாகவே வாய்யாகியைக் கமாயு கண்டான். அவன் இருக்கும் வரை கமாயு எப்படி முன்னேற முடியும்? அவன் வாய்யாகியை அடியோடு வெறுத்தான். மெல்ல வெறுப்பு ஏகத்திற்கு வளர்ந்து விட்டது. அது இப்போது ரத்த வெறியேறி நிற்கிறது. ஆனால் வாய்யாகிக்கு எதிரான இறுதி யுத்தத்திற்கான பலமே கமாயுவுக்குள் வரவில்லை... கையாலாகாதவனாக அவன் முன் எப்போதும் நின்றான்.

கபோனி மற்றும் அவரது உறவினர்களதுமான குடிசைகளுக்குச் சற்றுத் தள்ளி அந்தத் தனியான கூரைவேய்ந்த பெரிய அறை இருந்தது. வெளியே வெளிச்சம் குறைவான ஒரு லாந்தல் தொங்கியது. குடிசையின் மூலையில் கணப்பு குளிர்போக்க விறகுகளால் எரிய வைக்கப்பட்டிருந்தது. அந்த அறையில் நீண்ட நிழல்களுடன் இருந்தவர்களை வாய்யாகி பார்த்திருக்கிறான். பெரியவர்கள்.

‘எப்படி இருக்கிறீர்கள்?’ அவன் நலம் விசாரித்தான்.

‘நன்றாகவே இருக்கிறோம்’

அவர்களது பதிலில் எப்போதும் இருக்கும் அன்பும் குழைவும் இல்லை... கிட்டதட்ட அவனது பெயராகவே ஆகிவிட்ட ‘ஆசிரியர்’ எனும் பட்டம் இல்லை. சரி ஏதோ நிகழப்போகிறது அவன் ஒரு முக்காலியில் அமர்ந்தான்.

கபோனி தான் முதலில் பேசினார். அவரோ வயது மேலும் மேலும் கூடிப் போயிருந்தார். விழிகள் மட்டும் ஒளிர்ந்தன. ஏதோ அது

மட்டுமே இருப்பது போல. குரலின் மூலம் தெரிந்தது. மனிதரிடம் ஏராளமாக சக்தியும் பலமும் மிச்சமிருந்தன. அறுப்பிற்கான ஆயத்தச் சடங்கு நடக்க இருப்பது பற்றி கபோனி பேசினார். ஆனால் பரம்பரையாக நடந்து வந்த இந்தச் சடங்கிற்கு மலையக துரோகிகளால் பெருத்த ஆபத்து வந்துள்ளது. இந்தக் கிருமி முதலில் தொடங்கியது ஜோசுவாவிலிருந்து தான். முத்தோணியின் மரணமே முதல் கெடுதல்.

‘ஆனால் அதைக் குறித்து நாங்கள் அஞ்சவில்லை. இப்போது பிரச்சனையே நமக்குள்ளேயே பலருக்கு ஜோசுவா கிருமி தொற்றியுள்ளது என்பதுதான்... வெளியில் தெரியாத வகை ஆன்மா தான் ஒருவரைக் கொன்று விடும்’

வாய்யாகி இந்த இடத்தில் கபோனியை மிகுந்த அர்த்தத்தோடு பார்த்தான். கபோனி பேசுவதைக் கேட்க கேட்க ஆசிரியனுக்கு ஒருவித கசப்புணர்ச்சி ஏற்பட்டது. எதைச் சொல்வதற்காக இந்தப் பீடிகை என்று சரியாகத் தெரியவில்லை என்றாலும் வாய்யாகி ஊகித்தான். கினுத்தியாவின் எச்சரிக்கை, பெரியவர் ஒருவர் பேசியது மற்றும் தன் சொந்தத் தாயின் கேள்விகள் யாவும் இப்போது நிழலாடின. வாய்யாகி குமுறிக் கொண்டான், ‘இவர்களது குழந்தைகளை நாள்பொழுது பார்க்காமல் முதுகொடிய உழைத்து நான் கல்வி அறிவு பெற உழைத்த சமயத்தில் இவர்கள் வளர்த்த கட்டுக்கதைகள்...’ வெறுப்பின் மொத்த வடிவம் அவனைத் தின்னத் தொடங்கியது. அந்த ஆள் கபோனி பேசும் விதத்தைப் பார்த்தால் நீங்கள் அவர் ஒரு காலத்தில் ஜோசுவாவின் ஆளாக இருந்தாரென்று நம்பவே மாட்டீர்கள்.

‘ஆம்’ கபோனி மெல்லக் கூறினார். அந்தக் குடிசையில் இப்போது வினோதமானதொரு அமைதி நிலவியது. ஒரு எரிமலை வெடிப்பதற்கு முன்னும் ஒரு பெரும் புயலுக்கான அறிகுறியாகவும் இருக்கும் ஒரு வித அமைதி இது... ‘தன்னை மலையகச் சாதியின் தலைவனாகப் பார்க்கிறவன்... அசுத்தமானவனாக இருக்கக் கூடாது. அதை அனுமதிக்க முடியாது... அப்படிப்பட்டவன் அந்தத் தாஹுவை.. அசிங்கத்தை மற்றவர்களுக்கும் பரப்பி விடுவான்... அது நமது மலையகச் சாதியை வேரோடும் மண்ணோடும் உளுத்துப்போக வைத்து விடும்... அதுமாதிரி ஆள் பெரிய ஆபத்து... அவன் களையப்பட வேண்டும்’

கபோனி ஒரு இடைவெளி விட்டார். அவரது விழிகள் குடிசையைச் சுற்றிப் பார்வையைப் படரவிட்டன. பிறகு அவை வாய்யாகியின் மீது விழுந்தன. அப்பார்வையில் வெறுப்பும் வெறியும் இறக்கிறதா என்பதை நீங்கள் கூறிவிட முடியாது. அவரது குரல் ஏற்ற இறக்கமின்றி ஒரே மாதிரியாக இருந்தது.

‘எங்கள் ஆசிரியரே உனக்கு அந்தப் பெண்ணை நினைவிருக்கும்... அவள் பெயரென்ன?’

‘எந்தப் பெண்?’ வாய்யாகி வேறு வழியின்றிக் கேட்டான், ‘எனக்குப் புரியவில்லை’

‘அதுதான் ஜோசுவாவின் மகள்... ம்... முத்தோணி... அவள் சுத்தமாக இல்லை. இருந்தும் அவளை நீ மருத்துவமனைக்குத் தூக்கிச் சென்றாய். இறந்த பெண்ணின் சடலத்தை நீ தொட்டாய்... சடலம். அதன்பிறகு சுத்தப்படுத்தல் சடங்கைச் செய்தாயா...? இல்லையென்றே நினைக்கிறேன். நீ செய்திருக்க வேண்டும். உனக்குத் தெரியாததல்ல... மலையகச்சாதிக்கு இது எவ்வளவு முக்கியம் என்பதையும் நீ அறிவாய்’

வாய்யாகி ஏதோ பேச வாயெடுத்தான். கபோனி கையசைத்து அவனை அடக்கினார்...

‘நான் இன்னும் முடிக்கவில்லை... மலைச்சாதிக்கு எதிராக நீ செய்த முதல் தவறு அது. அது ஒன்றும் ரொம்பச் சின்ன விஷயம் அல்ல. அப்போது நீ ஆசிரியன் இல்லை... உன்னை நம்பி நம் குழந்தைகளை நாங்கள் ஒப்படைத்தோம். அதுமாதிரி ஒரு ஸ்தானத்திற்கு உயர்ந்த பிறகு நீ நம் மலைச்சாதிக்கு எதிராகப் பலப் பல வேலைகளைத் திட்டமிட்டு செல்கிறாய். ஜோசுவாவின் தேவாலயத்திற்கு நீ எத்தனை முறை சென்றாய்? எத்தனை முறை? இல்லை... இரு... நீ சிரியானாவுக்கும் சென்றாய்... எத்தனை முறை எங்களுக்குத் தெரிந்து இரண்டுமுறை.. அங்கே போவதாக நீ சொல்லவில்லை. சும்மா ஆசிரியர்களை இங்கு வரவழைக்கத்தான் நீ சென்றாய் என்று எங்களை நம்பச் சொல்கிறாயா? உம்...? உனக்கும் ஜோசுவாவுக்கும் சிரியானாவுக்கும் இடையிலான ரகசியப் பரிவர்த்தனை என்னவென்று நீ சொல்லித்தான் ஆகவேண்டும். வெள்ளையர்களுக்கு எங்களை விற்கப் பார்க்கிறாயா? எப்படி பொறுமையிழந்து நிதானமிழந்து நம் மக்கள் இருக்கிறார்கள் பார்த்தாயா? அடிமைத் தளையறுத்து தங்களைக் காப்பாற்ற ஒரு தலைவன் வேண்டுமென்று கதறுகிறார்கள் மக்கள். நீயோ ஏமாற்றுக்காரன்’

‘நிறுத்து... நிறுத்து...ங்கள்’ வாய்யாகி ஆத்திரத்தோடு இரைந்தான். தன்னை விடவும் வயது முதிர்ந்த ஒருவரிடம் இரைந்து பேசக்கூடாது... மலையகச் சாதியின் கட்டுப்பாடு இழக்கப்பட்டதாகப் பேச்சு வரும்... என்று கருதி அவன் குரலை மட்டுப்படுத்தினான். ‘நீங்கள் என்ன சொல்ல வருகிறீர்கள் என்பதே எனக்குப் புரியவில்லை’ தன்னை மிகவும் கஷ்டப்பட்டு அவன் கட்டுப்படுத்திக் கொண்டான். ஆனால் இரைந்து, ‘ஏய்... முட்டாள் கிழவனே’ என்று கத்த வேண்டும் போலிருந்தது. ஆனால் ஒருவித கலக்கம் ஏற்பட்டு ஆத்திரம் அமைதியாக மாறியது. தனது இடத்தைவிட்டு அவன் எழவில்லை.

மற்றொரு பெரியவர் பேசத் தொடங்கினார். ஒரு வாரத்திற்கு முன்பு சூசகமாக வாய்யாகியின் முன்னோர்கள் பற்றி ஞாபகப்படுத்தினார் அல்லவா? அவர்.

'துரோகம். பெரிய இடத்து மனிதர்கள் துரோகம் செய்வது மகா தவறு. அப்படிப்பட்டவன் மீது மக்களின் சாபம் விழும். கன்யிராவை நீங்கள் பெரியவர்கள் அறிவீர்கள். பெரிய போர்வீரன் நமது மலையகச் சாதியைத் தலைமை ஏற்று நடத்தியவன் தான். ஆனால் என்ன நடந்தது? மாசை பெண் ஒருத்தியால் கவரப்பட்டான். எதிரிக்கு மலையகச் சாதியின் ரகசியங்களைக் கடத்தினான். மக்களின் சாபமே அவனை அழித்தது. வாங்கிராவைக்கூட குறிப்பிடலாம்' மலையகத்திற்கு துரோகம் செய்த மேலும் இரண்டு மூன்று பழம் புராதனப் பெயர்களைக் குறிப்பிட்டு அவர் பேசினார்.

'அதனால்தான் இன்று உன்னையும் எச்சரிக்கிறோம்... நீ உண்மையைச் சொல்லத்தான் வேண்டும்... ஜோசுவாவின் மகளை நீ மணந்து கொள்ளப் போகிறாயா... இல்லையா? அது தெரியாமல் உன்னை நம்பி மலையகக் குழந்தைகளை, ரகசியங்களை எப்படி நாங்கள் ஒப்படைப்பது...? பின்னர் சில நாட்களில் எல்லாமும் வெள்ளையனுக்குப் போய்விடாது என்பதற்கு என்ன உத்தரவாதம்?'

ஆம்... கடைசியில் அது வந்து விட்டது. இருந்தும் இப்படி ஒரு நிலை வருமென்று அவன் அறிந்திருக்க வேண்டும். மக்குயுவின் விசாரணை எதற்கும் உட்படுத்தப்பட்டு விடவில்லை என்றாலும் அவன் பேசித்தான் ஆக வேண்டும்... அமைதி காக்க வேண்டுமென அவனுக்குள் தீர்மானித்தபடி அவன் பேசத் தொடங்கினான்.

'பெரியவர்களே... உங்கள் வாயிலிருந்து வெறும் வதந்திகளை வைத்துப் பரவிய இப்படிப்பட்ட குற்றச்சாட்டுகளை நான் எதிர்பார்க்கவில்லை. நான் வயதில் சிறியவன். இளைஞர்கள் தவறு செய்யும்போது அது சுட்டிக்காட்டப்பட்டுப் பெரியவர்களான நீங்கள் எங்களை வழி நடத்த வேண்டும். ஆனால் என்னை நல்வழிப்படுத்த வேண்டும் என்பதையும் மீறிய ஏதோ ஒன்று உங்கள் குற்றச்சாட்டுகளை இயக்குவது எனக்குத் தெரிகிறது. முத்தோணியை நான் மருந்துவமனைக்கு எடுத்துச் சென்றேன். ஏனென்றால் அவள் உயிருக்காகப் போராடிக் கொண்டிருந்தாள். என்னால் மட்டும் முடிந்திருந்தால் நான் அவளை மரணத்திடமிருந்தே காப்பாற்றி இருப்பேன்... அவளுக்கு அறுப்பிற்கான ஆயத்தச் சடங்கை நான் செய்து வைக்கவில்லை... அவள் தூய்மையற்றவள் என்றால் பெரியவர்கள் ஏன் அவளை ஆயத்தச் சடங்கிற்கு அனுமதிக்க வேண்டும்? அவள் இறந்தபோது... நான் அவளைத் தொடவில்லை...

'சிரியானாவைப் பொறுத்தவரை அங்கே எந்த வெள்ளைக்காரனிடமும் நான் பேசவில்லை என்று அறுதியிட்டுச் சொல்வேன்... நீங்கள் கட்டுவதற்கு ஒப்புக்கொண்ட புதிய பள்ளிகளுக்கு ஆசிரியர்களைத் தேடித்தான் நான் அங்கே சென்றேன். எனக்கும் ஜோசுவாவுக்கும் நடுவில் எந்த ரகசியமும் இல்லை... இதுவரை அந்த ஆளிடம் நான் பேசியதே இல்லை'

‘அவனது தேவாலயத்துக்கு போனது?’ கபோனி ஆத்திரத்தோடு உசுப்பினார்.

‘அதற்கும் அந்த விஷயங்களுக்கும் என்ன சம்பந்தம்?’ வாய்யாகியின் கோபம் அவனது அமைதியை வென்றது.

கபோனியும் கியாமாவும் தங்களுக்கு அவன் கட்டுப்பட வேண்டும் என கட்டளையிட்டார்கள். மக்குயுவையும் காமனோவையும் ஒன்றிணைத்து முழு மலையகத்தையும் முன்னேற்றி வெள்ளையர்களுக்கு எதிராக நிறுத்தும் அவனது திட்டத்திற்கு முற்றிலும் எதிரானது அது. கல்வியின் மூலம் ஞானோதயம் எனும் அவனது வாழ்க்கை நோக்கமும் தவிடுபொடி ஆகும். இல்லை கபோனிக்கு ஆதரவாக நிற்கும்படி அவனைக் கட்டாயப்படுத்த முடியாது. கபோனிக்குக் கீழே அவன் செய்த அனைத்து வேலைகளுமே விழலுக்குப் பாய்ச்சிய நீராகி வீணாகிவிடும். தனது நிலையை அவன் சரியாக வெளிப்படுத்தியே ஆக வேண்டும். மீண்டும் அமைதியை மனதில் நிலைக்க வைத்தபடி அவன் பேசத் தொடங்கினான்...

‘நானும் மலையகச்சாதியின் தூய்மையை மிகவும் மதிக்கின்றேன்... அதேசமயம் மலையகப் பிரதேச வளர்ச்சி.. முன்னேற்றம் குறித்தும் கவலைப்படுகிறேன்... நாம் நமக்குள் வெறுப்பை வளர்த்துக் கொண்டால் வெள்ளையர்களை எதிர்த்துப் போராட முடியாது... நாம் இணைந்து செயல்பட வேண்டும்... கிறித்துவர்களும்... கிறித்துவர் அல்லாதவர்களும்... மக்குயுவும்... காமனோவும்... ஏனெனில் மீட்சி நம் கையில்தான் உள்ளது...’

‘அவன் எல்லாம் வெள்ளைக்கார ஆள்... ஜோசுவாவையும் வெள்ளையனையும் அழிக்கும் போரில்... மலையகச் சாதிக்கான தூய்மைப் போரில் நீ ஈடுபட மாட்டாய்...’ ஒரு பெரியவர் இடைமறித்தார்.

‘நமது நிலம் பிடுங்கப்பட்டது. கிறித்துவர்களுக்கு வரிச்சலுகை...ச்சீ... நமது இளைஞர்கள் பெட்டைப் பிள்ளைகள் போல... அஞ்சி நடுங்கியபடி உட்கார்ந்து கிடக்கிறார்கள்’ மற்றொரு பெரியவர்

‘நாமும் ... நமது மனைவியர்களும்... வயல்கூலிகளாக வெள்ளையர் நம்மிடம் பிடுங்கிய நிலத்தில் உழைக்கிறோம்... வரி கட்டுகிறோம்...’ மேலும் ஒருவர்

‘பள்ளிகள்... பள்ளிகள் தேவை...’ வாய்யாகி அவர்களிடம் ஈனக்குரலில் கெஞ்சினான், ‘வெள்ளையர்களின் வழிகளை... நாம் அறிய வேண்டும்’

‘நமக்குத் தேவை தலைவர்தான்’

‘ஒரு அரசியல் தலைவர்...’

‘கல்வி...’ வாய்யாகி ஏதோ பேச வாயெடுத்தான்.

'தேவையில்லை.. வெட்டிவேலை. நமக்கு இப்போது தேவை நேரடி நடவடிக்கை..' கபோனி வெற்றிக் குரலில் பிரகடனம் செய்தார்... 'எங்களது கேள்விக்கே நீ பதில் சொல்லவில்லை... அந்தப் பெண்... ஜோசுவாவின் மகள்... அவளை மணக்க இருக்கிறாயா... இல்லையா...?'

வாய்யாகி எழுந்தான். இப்போது பொறுமையின் எல்லையைத் தாண்டிவிட்டான். இவர்களுக்கும் நியம்புராவுக்கும் என்ன சம்பந்தம்...? என்ன? தனது வாழ்வில் நினைத்ததைச் செய்ய அவனுக்கு உரிமை இல்லையா... வாழ்க்கை அவனுடையது... அல்லவா? நியம்புரா பற்றி எதுவும் அவன் அவர்களிடம் சொல்லப் போவது இல்லை...

'நியம்புராவுக்கும் இதற்கும் சம்பந்தமே இல்லை... நான் அவளை நேசிக்கிறேன் என்றால் அது என் சொந்த விஷயம்... வேறு ஏதும் விஷயம் இல்லை என்றால் நான் கிளம்புகிறேன்'

'சத்தியப் பிரமாணத்தை மறந்து விடாதே'

'ஓ... சத்தியப்பிரமாணம்'

'ஆமாம்...நீ எடுத்துக் கொண்ட உறுதிமொழி'

'மனிதர்களை நேசிக்கக் கூடாது என்று அது சொல்லவில்லையே..'

'மலையகச் சாதிக்கு துரோகம் செய்வதற்கும்... அதன் ரகசியங்களை வெளி ஆளுக்குச் சொல்வதற்கும்... தூய்மை கெடுக்கும் எதையுமே செய்வதற்கும் அது உன்னைத் தடுக்கிறது.'

இல்லை. தன்னை நிராகரித்த நியம்புராவைப் பற்றி இவர்களிடம் ஏதும் பேச அவன் விரும்பவில்லை... கபோனியை அவன் நேராக ப்பார்த்தான். அந்த மங்கிய லாந்தர் ஒளியில் அவரது விழிகளில் கொலை வெறியையும் வெறுப்பையும் கண்டான். கமாயுவின் விழிகளில் வெற்றிக்களிப்பைக் கண்டான்... கமாயுவும் தன்னை வெறுப்பதை இப்போதுதான் உணர்ந்தான்.. ஆனால் அவன் தன்னையே வெறுத்தான்.. சரியாக வாதாடாமல் போய்விட்டான்... மலையகச் சாதி மீதான பிடிப்பை இழந்து விட்டானோ என்னவோ? அவனுக்கே அவர்களை எதை நோக்கித் தான் முன் எடுத்துச் செல்கின்றோமெனத் தெரியாமலும் போயிருக்கலாம். வெளியேறியபோது... 'துரோகி... துரோகி' எனும் சொற்களால் அவன் மனமுடைந்தான். மலைப் புறமெங்கும் அவன் முன்நின்று ஏற்படுத்திய விழிப்புணர்வின் விளைவு அவன் மீதே திரும்புவதை ஆச்சரியத்தோடு நினைத்தான். கசப்புணர்வும்... வெறுப்பும் அவனைச் செலுத்தின.. அவன் அனைவர் மீதும் ஆத்திரம் அடைந்தான். அவனது தந்தை... நியம்புரா, பெரியவர்கள் மற்றும் தன் மீதும் கூட....

அங்கிருந்த பெரியவர்களை ஒரு வெற்றிப் புன்னகையோடு கபோனி பார்த்தார்...

'இந்த மலையகச் சாதியின் மூத்தவர்களே...

அப்போதே சொன்னேன் அல்லவா... வெள்ளைக்காரனின், ஜோசுவாவின் தொடர்பை அவன் மறுக்கவில்லை... அவன் எப்படி ஆசிரியனாகத் தொடர முடியும்... அவனை எப்படி பின்பற்றுவது? அவன் நம்மை எங்கே செலுத்துகிறான்...?'

'எப்போதுமே அவன்... அப்படித்தான்... எப்பேர்ப்பட்ட பிள்ளை?' ஒரு பெரியவர் வருத்தமுற்றார்.

'எல்லாம்... அந்தப் பெண்ணால் வந்தது..

'அவனது மனதை அவளே மாற்றிக் கெடுத்துவிட்டாள்'

'நாம் ஏற்கனவே சொன்னதைப் போல...' மற்றொரு பெரியவர் பிரகடனம் போல சொன்னார்

'நாம் எல்லா கிறித்துவர்களையும் வலுக்கட்டாயமாக அறுப்புச் சடங்கிற்கு உட்படுத்த வேண்டும்.'

'ஆமாம்...' சில குரல்கள் ஆமோதித்தன... ஆனால் எல்லோருமல்ல... ஏனெனில் சிலர் அது மலையகத்தின் பேரழிவிற்கு வழி வகுத்துவிடுமென்று அஞ்சினார்கள்.

24

சில நாட்களுக்குப் பிறகு ஒருநாள் மதியம் வாய்யாகியின் குடிலுக்குள் கினுத்தியா பதற்றத்தோடு நுழைந்தான். யாராவது தன் பின்னால் பின்தொடர்ந்து வந்திருப்பார்களா என்று திரும்பித் திரும்பி அச்சத்தோடு பார்த்தபடி அவன் பேசினான்.

'வாய்யாகி' அவனுக்கு மூச்சு வாங்கியது.

'எ...என்ன கினுத்தியா?' வாய்யாகி கேட்டான். அவனை அச்சம் சூழ்ந்தது. இதுபோல முன் எப்போதும் அவன் கினுத்தியாவைக் கண்டது இல்லை.

'என்ன இப்படி செய்து விட்டார்கள்?'

'யார்...?'

'அதுதான் கியாமா?'

'என்ன?'

'நீ ஆசிரியர் பதவியிலிருந்து விரட்டப்பட்டு விட்டதாகப் புரளியைப் பரப்பி இருக்கிறார்கள்'

'ஓ...!'

வாய்யாகி அந்த அதிர்ச்சியிலிருந்து மீண்டு நிதானத்தோடு கேட்டான், 'உட்காரு... இதை நீ எங்கே கேள்விப்பட்டாய்...?'

'எங்கே பார்த்தாலும் கிசுகிசுக்கிறார்கள்... எப்படி செய்தி பரவுகிறது தெரியுமா...? கமாயு உன்னை கியாமா நீக்கியதாகவும்.. நீ வெள்ளையர்களோடு உடன்பாடு வைத்துக்கொண்டு மக்களை விற்றதாகவும் கூறினான்'

எந்த பெரியவர்களுக்காகக் கடுமையாய் உழைத்தானோ... அதே பெரியவர்கள் அவனுக்கு இந்த அளவிற்குப் போய் விட்டதை எண்ணி வாய்யாகி வருந்தினான்.

'மக்கள் இதை எப்படி எடுத்துக் கொண்டிருக்கிறார்கள்?' அவன் கேட்டான்.

'தெரியவில்லை... இன்னும் எல்லாரும் கேட்கவில்லை... இது... எப்போது நடந்தது..? உன்னை ஏன் வெளியேற்ற வேண்டும்?'

கினுத்தியாவும் சதிகாரர்களில் ஒருவனாக இருக்க வேண்டுமென வாய்யாகிக்குத் தோன்றுமளவு இந்தக் கேள்வி அவனை மிகவும் பாதித்து இதயத்தில் வலியை ஏற்படுத்தியது.

'என்னையா... அது அவர்களது வேலை இல்லை. என்னை வெளியேற்றும் உரிமை அவர்களுக்குக் கிடையாது. அது பள்ளிக் கமிட்டியின் வேலை... இதுபற்றி எனக்குத் தெரியாது...'

பிறகு சில நாட்களுக்கு முன் இரவில் அங்கே கியாமாவில் என்ன நடந்தது என்பதை அவன் வாய்யாகி விளக்கினான்.

'ச்சீ.. ஆத்திரம் கண்ணை மறைத்து விட்டது... அப்பெண் என்னை நேசிக்கக்கூட இல்லை... ரொம்பக் கோபமாகப் பேசிவிட்டேன்'

'இதெல்லாம் கபோனி செய்கிற வேலை. அவர் உன்னை வெறுக்கிறார்... உனக்குத் தெரியாது வாய்யாகி... இன்று இரவு ஏதோ நடக்கப்போகிறது... என்றே நினைக்கிறேன்... ஜோசுவா வீட்டில் ஏதோ நடக்கப் போவதாக கமாயு அரசல்புரசலாகப் பேசினான். எனக்குத் தெரியாது... ஆனால் இளைஞர்கள் பட்டாளம் ஒன்று ஏதோ செய்யத்தகாத ஒன்றைச் செய்யப் போகிறது... உன்னை நியம்புராதான் கெடுத்துச் சீரழித்து விட்டதாக அவர்கள் கருதுகிறார்கள்.

'அப்படியா...இரு...இரு அவர்களுக்கு என்ன வேண்டுமாம்...!'

'அது தெரியாது... ஏதோ ரொம்ப மோசமாக... ரத்தக் களரியில் இறங்கப் போகிறார்கள். அத்தோடு நிறுத்த மாட்டார்கள்... உன்னிடம் வரலாம்... நீ சத்தியப் பிரமாணத்தை மீறி விட்டாயாம். மலையக ரகசியங்களை நீ வெளி ஆளோடு பகிர்ந்தாய்... உடனே எங்காவது ஓடிவிடு வாய்யாகி.. நைரோபிக்குப் போ... மறுபடியும் சொல்கிறேன்... கபோனி உன்னை எப்படியாவது பிடிக்க முயல்கிறான்.... பிடித்து விடுவான்... பெரியவர்களிடம் அவனுக்குப் புதிய செல்வாக்கு இருக்கிறது... அதிகாரத்தை அவர்களால் தடுக்க முடியாது. அந்த ஆளை யாரும் நம்பவில்லை என்றாலும் ஏதோ புராதன காலத்து தெய்வ செய்தி என்றும் மக்களை மீட்க ஒரு தேவமகன் தக்க சமயத்தில் வருவானென்றும் தானே அந்த மீட்பனென்றும் அவர் கூறி வருகிறார்...'

வாய்யாகி எழுந்தான். ஏற்கனவே செச் தனக்கும் கபோனிக்கும் தெரியுமென்று கூறியதை நினைவு கூர்ந்தான். ஓ... இதனால்தான் கபோனி தன்னை வெறுத்தாரா? இப்போதோ இழப்பதற்குச் சுத்தமாக நேரம் கிடையாது. அவனது மனம் ஒரு முடிவிற்கு வந்திருந்தது. அவன் ஜோசுவாவை எச்சரிக்க வேண்டும்.

'நன்றி கினுத்தியா... இப்போது நான் போக வேண்டும்'

'எங்கே?'

'மக்குயுவுக்கு... ஜோசுவாவை எச்சரிக்க வேண்டும்... மக்களுக்குள் வன்முறை நிகழ்வதை அனுமதிக்க முடியாது...'

'வேண்டாம்... ஆசிரியரே...'

'நான் போய்த்தான் ஆக வேண்டும்'

'நீங்கள் போக முடியாது... போனால் துரோகி என பட்டம் சுமத்தப்பட்டு விசாரணைக்கு உட்படுவீர்கள்... அவர்கள் தெரிந்து கொள்வார்கள்... உங்களைக் கொலை செய்யவே கபோனி துடிக்கின்றார்.'

'கினுத்தியா...'

'என்ன?'

'நானும் நீயும் ஒன்றாகவே வளர்ந்தோம்... உனக்கு நினைவிருக்கிறதா...?'

'நன்றாக. நான் எதையும் மறக்கவில்லை' வாய்யாகி யோசித்ததைக் காட்டிலும் அதிகமாகவே கினுத்தியா யோசித்திருந்தான்.

'என்னைத் தடுக்காதே...' வாய்யாகியின் குரல் அமைதியாக ஒலித்தது... 'தயவு செய்து நான் நன்றி கெட்டவனென்று சொல்லாதே... என் மீதான உனது அக்கறையை நான் மதிக்கிறேன்... எனக்கு நம்பிக்கை வாய்ந்த ஒரே துணை இப்போது நீதான். ஒரே ஒரு ஆளின் பைத்தியக்காரத்தனமான வழிநடத்தலால்... ஜோசுவாவின் ஆட்களுக்கு ஏதும் நேர நாம் அனுமதிக்க முடியாது... மலையகச் சாதிக்கு என்னவெல்லாம் செய்ய முடியுமோ அனைத்தையும் நான் செய்யாமல் போயிருக்கலாம்... நீ இதில் குறுக்கே வந்து உன்னையும் அவர்கள் அழித்துவிட நான் அனுமதிக்க முடியாது... என்னோடு வராதே கினுத்தியா... நீ இங்கேயே இருந்தால் நொடியில் நான் வந்து விடுவேன்... நாம் பேசிக் கொண்டிருக்கலாம்... எனது திட்டங்களை உனக்கு நான் விளக்குவேன்...'

கினுத்தியா எதுவும் விவாதிக்கவில்லை. வாய்யாகியின் அமைதியான சொற்களில் ஒருவித பிடிவாதம் இருப்பதைக் காண முடிந்தது. ஆசிரியரின் விழிகளில் கடுமையும் இருந்ததைக் கண்டான். அவன் வாய்யாகியைப் போக அனுமதித்தான். ஆனால் அவன் அங்கே குடிலில் தங்கிவிடவில்லை. வாய்யாகியோடு ஹோனியா நதி வரையில் பின்தொடர்ந்து சென்றான்.

நேரத்திற்குச் சென்று எச்சரிக்க வேண்டுமே எனும் கவலையோடு வாய்யாகி மலைச்சரிவுகளில் மிக வேகமாக ஏறினான். ஜோசுவாவின் வீடு இருந்த அந்த மலைக்கிராமப் பகுதிக்கு அவன் கிட்டத்தட்ட ஓடினான். இதுவரை அவன் அங்கே போனதே இல்லை. மிகத் தொலைவிலிருந்தே அவன் அவர்கள் பாடுவதைக் கேட்க முடிந்தது.

'மேய்ப்பர்கள் ஆடுகளைப் பார்த்திருந்த இரவில் உட்கார்ந்தனர் அனைவரும் நிலத்தினிலே... வானகத் தந்தையின் தேவதை வந்தாள் புனிதத்துவ அற்புதம் அவனியிலே...' ஆம் கிறஸ்துமஸ் நெருங்கிக் கொண்டிருந்தது. பழையகால மேய்ப்பர்கள் போலவே கிறித்துவர்கள் இரவில் விழித்திருந்தார்கள்.

மேல்மூச்சு கீழ்மூச்சு வாங்க வாய்யாகி நுழைந்தபோது அனைவரும் பாடுவதை நிறுத்திவிட்டு அவனை நிமிர்ந்து பார்த்து அதிர்ந்தனர்.

அவன் அங்கே சற்றும் பொருந்தாத ஆள். மூச்சு சரியாக வாய்யாகி நேரம் எடுத்துக் கொண்ட சற்று நேரத்திற்கு அங்கே அமைதி நிலவியது. ஆனால் இப்போது அவன் தன்னை ஒரு முட்டாளாகவே உணர்ந்தான். எதற்காக இங்கே எச்சரிக்க அவன் வந்தான்? ஜோசுவாவும் அவனது ஆட்களுமாக மேசையைச் சுற்றி அமர்ந்து சொர்க்கத்தை நோக்கி கிறிஸ்து வருகைக்கு எனப் பாடலிசைத்த போது... அவன் யார்?

'உங்களது கூட்டத்தில் குறுக்கிடுவதற்கு மன்னிக்கவும்... ஆனால்... நீங்கள் ஆபத்தில் இருக்கிறீர்கள் என்றே தோன்றுகிறது. இன்றோ அல்லது விரைவில் என்றோ அவர்கள் உங்களுக்கு ஆபத்து விளைவிக்கத் திட்டமிடுகிறார்கள்'

'யார்... யார்?' பல குரல்கள் கேட்டன.

'கபோனி... அவரது ஆட்கள்... கியாமா... உங்களால் அதைத் தடுக்க என்ன முடியும் என்பது தெரியவில்லை... ஆனால்...'

'நாங்கள் என்ன செய்யவேண்டுமென நீ சொல்ல வேண்டியதில்லை...' ஜோசுவா கர்சித்தார். எழுந்து நின்று வாய்யாகியை நேராகக் கண்டார். 'இதெல்லாம்... பொய்' அந்த இருவரும் முதல்முறையாக ஒருவரை ஒருவர் நேருக்கு நேராக மற்றவர்கள் மிகுந்த ஆச்சரியத்தோடும்... எதிர்பார்ப்போடும் ஒருவித அச்சத்தோடும்... அவர்களை உற்று நோக்கினர். 'போ... என் வீட்டை விட்டு முதலில் வெளியே போ... போய்விடு... எனக்கு மிச்சமுள்ள ஒரே மகளையும் அபகரிக்க வந்து விட்டாயா... முத்தோணிக்கு நீ என்ன செய்தாய் என்பதை நான் மறக்கவே இல்லை...'

முதல் முறையாக பொது இடத்தில் பட்டவர்த்தனமாக ஜோசுவா முத்தோணியின் மரணம் குறித்துக் குறிப்பிடுகிறார்.

வாய்யாகி மனமுடைந்து போனான். எச்சரிக்கை விடுக்க வந்த இடத்தில் தனக்கும் ஜோசுவாவுக்கும் இடையே புதிய விரிசல் ஏற்பட்டதை நினைத்து வருந்தவும் செய்தான். யாராலும் அதை சரி செய்ய முடியாது. நியம்புரா தன்னை மறுத்தது ஏன் என்பது திடீரென்று அவனுக்குப் புரிந்தது. இந்த மக்களுக்கு முன் அவமானமாகவும் எரிச்சலாகவும் அவன் உணர்ந்தான்... அதுவும் அவன் நேசித்த பெண்ணிற்கு முன்னிலையில்... மிரியாமுவுக்குப் பின்னால் நியம்புரா உட்கார்ந்திருப்பதை அவன் கண்டான்.

'சரி... வருகிறேன்... என் கடமையைச் செய்து விட்டேன்... ஆபத்திலிருந்து உங்களை மீட்க நான் விரும்பினேன்...' அவனது குரல் லேசாக நடுங்கியது.

'உன்னை முதலில் காப்பாற்றிக் கொள்... வரப்போகும் பாவத்தின் பேரழிவிலிருந்து... உன்னைக் காப்பாற்றிக் கொள்... ஆண்டவரின் குழந்தைகளுக்கு எப்போதுமே தீங்கு நினைத்த ஒருத்தனுக்கு என் வீட்டு ஜெபத்தில் என்ன வேலை?'

கமாயுவும் அவனுடன் அங்கே வந்த நான்கு மற்றைய இளைஞர்களும் அங்கே வாய்யாகியை எதிர்பார்க்கவில்லை. அவர்களால் நம்பவே முடியவில்லை. மலையகச் சாதிக்கு எதிராக வாய்யாகி இத்தனை தூரம் துரோகம் செய்வான் என்று கமாயு நினைத்துக்கூடப் பார்க்கவில்லை... இப்போது மலையகத்தின் மிகப்பெரிய எதிரியே வாய்யாகி ஒருவன்தான் எனும் முடிவுக்கே வந்து விட்டான். கியாமா கட்டளையிட்டது போல நியம்புராவைப் பிடித்துச் செல்ல இப்போது அவனால் முடியாது. இல்லை. அவன் கியாமாவுக்கே திரும்பிச் சென்று இங்கே தான் கண்டதைச் சொல்வான். இப்போது தனிப்பட்ட சண்டை என்பது இல்லை. வாய்யாகிக்கும் மலையகத்திற்குமான போரே பாக்கியிருந்தது.

நுழைவாயிலிலேயே நியம்புரா வாய்யாகியைக் கண்டுவிட்டாள். துயரமும் கொதிப்பும் அவனது விழிகளில் இருந்ததை அவள் கண்டாள். ஆனந்தத்தில் அவளது உள்ளம் துள்ளியது. அதோ அவள் ஆள். அவளது வாய்யாகி; ஆசிரியன்; அவளது மீட்பன்... வீழ்ச்சியிலிருந்து அவள் மீள முத்தோணிக்குப் பிறகு சொர்க்கமே அனுப்பி வைத்த வாய்யாகி. அந்த மனிதன் தன்னை நேசிப்பதை அவள் அறிவாள். அவனது வாயாலேயே கேட்டிருக்கிறாள். அதிலிருந்து அவனைப் பற்றி மட்டுமே இரவும் பகலும் நினைத்து வந்தாள் அவள். அவனோடு நின்று கொண்டிருந்ததை அவளது தந்தை பெரிய பிரச்சனையாக்கினாலும் கவலை இல்லை. ஜோசுவாவினால் அவளது உடலைக் கட்டுப்பட வைக்க முடியும். அவளது இதயத்தை யாராலும் கட்டுப்படுத்த முடியாது. எனவே எந்நேரமும் அவள் அவனோடு கைகோர்த்து நடந்து நெஞ்சில் அணைத்தபடியாய்க் காலம் கழித்தாள். கனவில் வாழ்பவள் அவள். அவனோடு, வாய்யாகியோடுதான் அவள் வாழ்ந்தாள். இருந்தும் சிலசமயம் பிரிவு அவளைப் பாடாய்ப்படுத்தியது. அவளை சில சமயம் அது அழவும் வைத்தது. ஏனெனில் அவளும் அவனுக்காக ஏங்கினாள். அவன் எப்போதும் தன்னோடு இருந்து விட மாட்டானா என்று தவித்தாள்.

'வாய்யாகி நீ என்னுடையவன்...வா...என்னிடம் வந்து விடு' அவள் ஓவென்று அலற விரும்பினாள். ஆனால் அவன் வரவில்லை. தனது பெற்றோர்களுக்குத் தான் செய்ய வேண்டிய கடமை அவனுக்கும் அவளுக்கும் குறுக்கே நின்றது. மனித அன்பையும் நேசத்தையும் மன்னிப்பையும் போதித்த ஒரு மதம் குறுக்கே நின்றது இல்லை! அது அன்பை போதிக்கும் ஒரு மதமாக இருக்க முடியாது. முடியவே முடியாது. அன்பை போதிக்கும் மதம் இதயத்தில் இருந்தது. மற்றது ஜோசுவாவின் மதம். அது அவளது ஆன்மா முழுதும் எதிர்வினையாகி ஆத்திரத்தோடு அன்பை முறிக்கிறது. ஜோசுவாவின், லிவிங்ஸ்டோனின் நம்பிக்கை வாதம் பிரிவைக் கொண்டு வருமானால் அது நல்லதாக எப்படி இருக்க முடியும்? ஒரு தந்தைக்கும் மகளுக்கும் கூட மகளின்

மரணத்தின் போது கூட, தந்தையை உணர்ச்சியற்றவராக மாற்றும் ஒரு மதம் மனிதத்தன்மையே இல்லாத ரத்த வெறிபிடித்த மதமாகவே இருக்க முடியும்... மாற்று வழியையே அவள் விரும்பினாள்... மலையகத்தின் வழி. ஒன்றுபடுத்தும் நெறி... 'துன்பப்பட்டு பாரம் சுமப்பவர்களே என்னிடம் வாருங்கள்... நான் உங்களுக்கு இளைப்பாறுதல் தருவேன்' என்று கூறியவரின் மதம் இப்படி வெறுப்பைக் காட்டுவது இயற்கை அல்ல. அவள் எதிர்பார்த்தது அந்தக் குரல். அதை மீண்டும் மீண்டும் கேட்க அவள் விரும்பினாள்... ஹோனியா நதியின் அருகிலே... அவள் வாய்யாகியைக் கட்டிக் கொண்டபடி கேட்ட நதியின் குரல் அவளது இதயத்துடிப்போடு கூடிய ஒரு குரல்... அவள் மறக்கவில்லை.

'ஓநாயும் ஆட்டுக்குட்டியோடு ஒன்றாக வாழலாம்... குழந்தையோடு புலியும்... உறங்கலாம்... கன்றுக்குட்டியோடு சிங்கமும் சுனையில் நீர் அருந்தலாம்... ஒரு சிறு குழந்தை அவர்களை வழி நடத்தும்... ஒரு மாடும் கரடியும் சேர்ந்து மேயலாம்... அவைகளின் குட்டிகள் ஒன்றாகப் படுத்துறங்கலாம். காளையைப் போல வைக்கோல் தின்ன சிங்கம் முயற்சி செய்யலாம்... பாலருந்தும் குழந்தை பாம்புப் புற்றில் கைவிடலாம்... விளையாடும் ஒரு சிறுவன் சிங்கத்தின் குகைக்குள் தலை விடலாம்... எனது புனித மலையில் யாரும் யாரையும் துன்புறுத்தலாகாது... கடலை நீர் நிரப்புவது போல நிலமனைத்தும் கடவுளின் அறிவால் நிறைந்திருக்கட்டும்'

அதுவே அவளது மதம். அவளது மலையகச் சாதிக்கு உடனடித்தேவை என்று அவள் நினைத்ததும் அதுவே. எல்லோருக்கும் வாழ்வும் அமைதியும் தரும் ஒரு நம்பிக்கை வழி அது. எனவே வாய்யாகி தன்னிடம் திரும்பி வர வேண்டுமென்று அவள் இறைவனிடம் மன்றாடினாள்.

அவன் வந்தான். அவள் எதிர்பார்த்தபோது அல்ல. ஆனால் அவள் தயாராகவே இருந்தாள். அவளுக்கு அது மகிழ்ச்சியும் அளித்தது. ஆனால் அவள் அவனுக்கு பயந்தாள். அதனால் கூட அவளது இதயம் துள்ளியிருக்கலாம். அவளது மனம் நிறைந்து போனதும்... வலியும் மகிழ்ச்சியும் ஒருசேர ஏற்பட்டதும் கூட அதனால்தான்.

இரண்டு மனிதர்களும் ஒருவரை ஒருவர் நேருக்கு நேர் எதிர்த்து நிற்பதைக் கண்டாள். அவளது வாய்யாகி அவமானப்படுவதையும் கண்டாள். தந்தை மீதான மரியாதையும் வாய்யாகி மீதான அன்பும் மோதிக் கொண்டன. அவன் வாய்யாகி வெறுத்துப் போய்த் திரும்பிச் செல்ல எத்தனித்த போது அவள் எழுந்து நின்றாள். அவளது குரல் தெளிவாகவும் ஒருவித கட்டளை போலவும் இருந்தது...

'ஆசிரியர்' வாய்யாகி அப்படியே நடப்பதை நிறுத்திவிட்டு ஆணி அறைந்தது போல நின்றான்.

'திரும்பி வாருங்கள்?!' வாய்யாகி பணிந்தான். ஏதோ கனவு மாதிரி இருந்தது. ஜோசுவாவே அதிர்ச்சியில் அமைதியானார். அவனை ஆசிரியன் என்று அவள் அழைத்தது யாவரையும் வாயடைத்துப் போக வைத்து விட்டது.

'ஆசிரியர் என்றும் பொய் சொன்னது இல்லை'

'உனக்கு எப்படித் தெரியும் நாயே?'

'எனக்குத் தெரியும்... போனவாரம் கமாயு என்னை வழிமறித்துத் தன்னை மணந்து கொள்ள கட்டாயப்படுத்தினான்... நான் மறுத்தேன்... மறுத்தால் என்னை எதுவும் செய்வதாக மிரட்டினான்... நான் அவனது அதிகாரத்தின் கீழ் வருவேன் என்றும் ஏதும் செய்வானென்றும் மிரட்டினான்.'

ஜோசுவா ஆத்திரத்தில் புகைந்து கொண்டிருந்தார். அவளை முடிக்க விட அவருக்குச் சம்மதமில்லை. வாய்யாகியோ இன்னமும் கனவில் இருந்தான். வெளியே செல்வதா... உள்ளே வருவதா... அவனுக்கு வெளியே தொலைதூரக் குரல்கள் கேட்டன. 'ஆசிரியன்... ஒரு துரோகி...' ஓ அவன் நெஞ்செங்கும் துயரம் சூழ்ந்தது... மலையகத்திற்கு அவன் எவ்வளவோ செய்தும் இனி அவன் வேண்டாத ஆள் ஆகிவிட்டான்... தனது தந்தையின் குரல் அவனுக்குத் திரும்பவும் கேட்டது... 'ஆனால் அவர்கள் முகோவை நிராகரித்தார்கள்... அவரது குரல் நெரிக்கப்பட்டது.. என்ன வேண்டுமானாலும் அவர்கள் செய்யட்டும்... ஒரு நேரம் வரும் அவர்கள் ஒரு சேவிப்பவரைக் கேட்டு இறைஞ்சுவார்கள்... மீட்பருக்காகப் பதறுவார்கள்.'

நேரம் வந்து விட்டதா? ஒருவேளை அவர்கள் பதறிய மீட்பர் கபோனியா? கபோனி என்ன செய்யப்போகிறார்? வாய்யாகி கட்டியவைகளைக் கபோனி இடிக்க மட்டுமே செய்வார். இல்லை அவரால் முடியாது. ஒரு ஆன்ம பலம் இப்போது உருவாகி வேர்விட்டு விட்டது... கட்டாயம் அதைத் தடுக்க முடியாது... வாய்யாகி வரவழைத்திருந்த புதிய ஆசிரியர்கள்... அவர்கள் வேலையைத் தொடர்வார்கள். மரணத்தை அறைகூவிய பாடல்கள் மேலும் மேலும் கிட்டே வருவதை வாய்யாகி கேட்டான். அவர்கள் ஜோசுவாவின் வீட்டிற்கே வர வேண்டுமென அவன் நினைத்தான். குடிசைக்குள் திரும்பிச் சென்று கடைசியாக ஒருமுறை தனது முயற்சி அனைத்தையும் ஒன்றுகூட்டி எச்சரிப்பது என தீர்மானித்தான்.

'தயவு செய்து ஜாக்கிரதையாகக் கேளுங்கள்... அவர்கள் உங்களைத் தேடி இங்கேதான் வருகிறார்கள்'

'சாத்தானே... இங்கிருந்து முதலில் வெளியேறு'

ஜோசுவாவின் சொற்களில் நெருப்பு இருந்தது. சாத்தானை நோக்கிக் கடவுளின் ஆண்டவனின் சுவிசேஷ ஜெபவாதிக்கு இருக்கும் வெறுப்பு ஜோசுவாவிற்கு வாய்யாகி மீது இருந்தது. இப்போது

அறையில் மீண்டும் சலசலப்பு ஏற்பட்டது. எல்லா விழிகளும் அதிர்ச்சியில் நோக்கிட நியம்புரா அறையைக் குறுக்காகக் கடந்தாள். வாய்யாகியும் ஜோசுவாவும் கூட அவளது இளமையின் மகா தைர்யத்தைக் கண்டு அதிர்ந்தார்கள். அவள் வாய்யாகியை நோக்கிச் சென்று அவனது கையைப் பற்றிக்கொண்டு அந்த இடத்தில், அந்த வயதில், அந்தச் சூழலில் எந்தப் பெண்ணும் சொல்ல முடியாததைச் சொன்னாள்.

'நீ வீரன்... உன்னை நேசிக்கிறேன்.'

ஜோசுவா அதிர்ச்சியிலிருந்து மெல்ல எழுந்தார். மிகவும் அமைதியாகவும் அச்சத்தோடு அடிபணிபவளாகவும் இருந்த அந்தத் தனது மூத்த மகள் இப்படி ஒரு செயலைச் செய்யக் கூடுமென்று அவரால் நினைத்துப் பார்க்க முடியவில்லை. ஓடிச்சென்று தனது மகளைத் தொட்டுத் தடுக்க அவரது மனம் துடித்தது. 'அய்யோ... மகளே...' எனப் பரிதவித்தது. ஆனால் அதுவும் சாத்தானின் வேலை. இச்சைகள் இல்லாதவன் ஆண்டவரின் உண்மையான சேவகன். இந்த நேரத்திலும் அவருக்குள் இருக்கும் கிறிஸ்து வெற்றி பெற வேண்டும். வாய்யாகியும் நியம்புராவும் கதவிற்கு அருகில் நின்றிருந்தார்கள்.

'நானும் என் குடும்பமும் ஆண்டவருக்கே சேவை செய்வோம்' ஜோசுவா பிரகடனம் செய்தார். நியம்புராவை நோக்கிப் பிறகு தனது வலது கை ஆட்காட்டி விரலைக் காட்டினார். 'நீ என் மகள் அல்ல... இருந்தும் உன்னை எச்சரிக்கிறேன்'. ஆத்திரமாகத் தொடங்கிய அவரது குரல் ஆழ்ந்த அமைதி மிக்க துயரக்குரலாக மாறியது. 'நீ... நீ... மிக மோசமான முடிவைச் சந்திக்கப் போகிறாய்... போ...'

கனவில்தான் என்பதைப் போல நியம்புராவும் வாய்யாகியும் வெளியே சென்றார்கள். மிரியாமு கதறி அழுகிறாள்... 'அய்யோ... அவளைப் போக வேண்டாம் எனறு சொல்லுங்கள்... தடுத்து நிறுத்துங்கள்..' மற்றவர்களோ ஜோசுவாவின் வீட்டின் மீது சாபம் தான் விழுந்திருக்கிறது என்று கிசுகிசுத்தபடி வியந்தனர்.

நிலத்தை இருள் இன்னமும் போர்வையாக மூடியது. ஒன்றிரண்டு தவிர நட்சத்திரங்கள் இல்லை. நியம்புரா இதற்கு முன் எதையுமே எதிர்க்கவில்லை. ஜோசுவாவோடு எதிர்ப்புத் தெரிவிப்பதும் துணிந்து செயல்படுவதும் இதுவே முதல் தடவை... அவரது அதிகார அரவணைப்பிற்கு வெளியே தான் வந்து விட்டதை அவள் உணர்ந்தாள்... ஜோசுவாவை விட்டு வெளியேறி விட வேண்டுமெனும் ஆழ்மனதின் குரல் மிகுந்த பலம் வாய்ந்ததாக இருந்தது.

'நியம்புரா... தயவு செய்து உன் தந்தையிடம் திரும்பிப் போ...' வாய்யாகி வெளியே வந்து சில தப்படிகள் நடந்து இருளில் கலந்ததும் கெஞ்சினான். ஆனால் அது அவளால் முடியாது. வாய்யாகியை துரோகி என்று கோஷமாக்கி ஆத்திரத்தோடு கத்திய குரல்கள்

இப்போது இருளில் முழுதும் கேட்டன. கினுத்தியா தன்னிடம் கூறியதை வாய்யாகி நினைவு கூர்ந்தான். முதலில் ஒரு உந்துதல் போல அது தோன்றியது. பிறகு வாய்யாகியின் ஆன்மா முழுவதையும் அந்த ஆர்வம் ஆக்கிரமித்தது.

கொஞ்சம் கொஞ்சமாக அது பலமடைந்து உச்சத்தை அடைந்தது. உள்ளே இருந்து ஒரு குரல் அவனை, 'நைரோபிக்கு ஓடிவிடு' என்று தூண்டியது. இதயத்தின் விருப்பப்படி நடந்து கொள் வாய்யாகி. அனைவருமே உன்னைப் புறக்கணித்துவிட்டார்கள். ஓடு! நைரோபிக்கு ஓடு! அங்கே நீ மகிழ்ச்சியாக வாழலாம். நியம்புராவோடு ஒரு சொர்க்கபுரி உன் முன் உள்ளது. ஏன் கூடாது வாய்யாகி? நீ...நீயல்லவா இந்த மலையக முழுமைக்கும் ஒளி ஏற்றினாய்... அவனது இதயம் துடித்தது. உறங்கிய சிங்கங்களைத் தட்டி எழுப்பியவன் நீ.. இப்போது உன்னையே பார்த்து துரோகி என்று கூவுகிறார்களே இந்த தைரியத்தை அவர்கள் எங்கிருந்து பெற்றார்கள்? பிறகு அவன் தன்னையே நினைத்து வெட்கப்பட்டான். அவனால் ஓடிப்போக முடியாது. தந்தையின் குரல் மீண்டும் அவனுள் கொழுந்து விட்டது... 'மீட்பு என்பது மலையிலிருந்து வரும்... தேவையானதொரு பொழுதில் ஒரு மனிதன் தோன்றி மக்களைக் காப்பான். அவர்களுக்கு மிகவும் தேவையான பொழுதில் அது நடக்கும்... அவன் அவர்களுக்கு வழிகாட்டுவான்... தலைமையேற்று வழிநடத்துவான்... 'ரத்தக் களரியை நிறுத்துவான்'

வாய்யாகியும் நியம்புராவும் இப்போது உயர்ந்த ஒரு குன்றின் மீது நின்று ஹோனியா நதியைக் கண்டனர். அந்த இடம் கபோனியின் குடிசைக்கு அருகில் இருந்ததால் அங்கிருந்து பலவிதமான ஆத்திரமான குரல்களைக் கேட்க முடிந்தது. மீண்டும் அச்சம் சூழ ஓடிப்போகும் உணர்வு வந்தது. அருகிலிருந்த குடிசையைக் காட்டி அப்பெண்ணிடம் மிகவும் கிசுகிசுப்பான குரலில் சொன்னான்: 'அங்கே உனக்கு மரணம் காத்திருக்கிறது' அவனது கரங்களை எடுத்துக் கொண்டவள், ஒரு கரத்தைப் பிடித்து அழுத்தினாள். வாய்யாகியின் ரத்தம் சூடேறியது. அவன் உடல் முழுவதையும் ஆக்கிரமித்த இச்சைகள் அனைத்திற்குமாக தான் சரணடைவதைத் தவிர அவனுக்கு வேறு வழி எதுவும் இல்லையென்றே பட்டது.

'ஓ... ஆசிரியரே...! உ...உங்களை நான் எப்போதுமே உயிருக்கு உயிராக நேசித்து வந்திருக்கிறேன். என்னை இப்போது விட்டுவிடாதீர்கள்... நீங்கள் எங்கே சென்றாலும் நான் வருவேன்'.

தனது நெஞ்சில் வைத்து அவளை அணைத்தபடி அவன் மெல்ல... மிக மெல்ல நடந்தான் வாய்யாகி. மக்குயுவின் மலைப்பக்கமாக அந்த புனிதப்பட்ட இடத்திற்கு வந்து அவர்கள் சேர்ந்தார்கள்.

'நாம் அமரலாம்' அவன் கிசுகிசுத்தான். ஹோனியா நதி சலசலத்து ஓடியதன் அருகில் அந்தப் புல்வெளியில் அவர்கள் தங்களைக்

கிடத்தினார்கள். ஆனால் வழக்கமான நதியின் ஓசை அவர்களுக்குக் கேட்கவில்லை... அதைவிட சத்தமாய் இதயங்கள் அடித்துக் கொள்ள உடலே இசையின் ரம்மியத்தில் உள்ளது. இரு ஆன்மாக்களும் ஒரு உயிராய் இணைந்தன... அவர்களது மூச்சு சுவாசம் கூட அவர்களுக்கு அப்பாற்பட்ட வேறு உலகைச் சேர்ந்ததாக இருந்தது.

இருவரும் எழுந்தபோது வாய்யாகி ஒருவித புதிய பலத்தோடும் உறுதியோடும் எழுந்திருந்தான். வீட்டில் வாய்யாகிக்காகக் காத்திருந்த கினுத்தியா கூட அவர்கள் சேர்ந்தே வருவதை விட அவர்களது முகத்திலிருந்த ஒளியைக் கண்டே அதிகம் ஆச்சரியப்பட்டான். தனது வாடும் ஆன்மா பெண் ஒருத்தியின் வரவால் அக்கறையோடு வருடிக் கொடுக்கப்படுவதை வாய்யாகி உணர்ந்தான். இருந்தும் இன்றைய இரவில் அந்தப் பெண்ணா அல்லது மலையகச் சாதியா இரண்டில் எது என்பதைத் தேர்ந்தெடுக்க வேண்டிய கட்டாயத்தில் தான் நிற்க வேண்டி இருக்கும் என்பதை அவன் உணர்ந்தே இருந்தான். உண்மையிலேயே தனது மக்களுக்குக் கூற ஏதோ ஒரு சிறந்த விஷயம் இருப்பதை அவன் உணர்ந்தான். ஆனால் அது என்ன என்பதை ஊர்ஜிதமாகச் சொல்ல முடியவில்லை. அவனது இதயத்தை மெல்லப் படித்தறிய ஓய்வு அவனுக்குத் தேவைப்பட்டது. அவனது தந்தையின் உருவம் அவனுக்கு நிழல் போல தோன்றியது. அந்தப் புனிதப்பட்ட மலைப்புதருக்கு அழைத்துச் செல்லப்பட்டதை அவன் நினைவு கூர்ந்தான்... திடீரென்று சத்தமாகக் கூறினான் 'நாளை நான் அங்கே செல்வேன்'

'எங்கே?' கினுத்தியா கேட்டான்.

இக்கேள்வியை வாய்யாகி எதிர்பார்க்கவில்லை. கினுத்தியாவிடம் கூட தனது அந்தப் பயணத்தைக் கூறிவிடக் கூடாது என்றே அவன் நினைத்திருந்தான். இருந்தும் கூட தனது தந்தை அந்த அறையில் இருப்பது போல் உணர்ந்தான். எங்கும் அவரது நினைவு. நியம்புரா அங்கே இருப்பது மாதிரி நிஜம் அது. அவளோ அவனது படுக்கையில் உறங்குகிறாள். மிகவும் களைப்புற்றிருந்தாள்... ஆனாலும் அமைதி அடைந்திருந்தாள்.

'காமனோவுக்குத் தெற்கே... மலைசூழ்ந்த அந்தப் புனித மரங்களின் காட்டிற்கு'

'புனித மரங்கள்....?

'ஆமாம்... கினுத்தியா... அது ஒரு பெரிய கதை' அவன் கினுத்தியாவிடம் அனைத்தையும் கூறினான். அந்த இடத்திற்குத் தந்தையால் அழைத்துச் செல்லப்பட்டது... புனித முருங்கு... புராதன ரகசியம்... மீட்பர் செய்தி... தனக்கு இருக்கும் சம்பந்தம் எல்லாம் கினுத்தியா வாயைத் திறந்தபடி அனைத்தையும் இமை கொட்டாமல் கேட்டான். இப்போது வாய்யாகியைப் பற்றிய புதியதொரு உணர்வு,

புரிதல் அவனுக்கு ஏற்பட்டது. வாய்யாகி அவனைப் போல அல்ல... அவன்... ஏதோ... பெரிய பிறவி...

'கினுத்தியா இங்கே பார்' வாய்யாகி நீண்ட அமைதிக்குப் பிறகு சொன்னான், 'எனக்காக நீ ஒன்றைச் செய்ய வேண்டும்... நாளை சூரியனின் அஸ்தமனத்திற்கு முன் நான் மக்களிடம் பேச வேண்டும். ஹோனியா நதியோரம் அறுப்பின் ஆயத்தச் சடங்கு நடக்கும் இடத்தில் கூட்டத்திற்கு அழைப்பு விடுத்து விடு... அங்கேதான் சரிவு இல்லாமல் சமதரையாக இருக்கும்... உதவிக்குச் சிலரை அழைத்துக் கொண்டு செய்தியைப் பரப்பு அனைத்து மலைகளுக்கும் தெரிய வரட்டும். கபோனியோடு திறந்த வெளியில் நான் மோதித் தீர்ப்பேன். இப்போது புதிய புதிய பல எண்ணங்கள் தோன்றுகின்றன எனக்குத். நிறைய நான் செய்தும் பேசியும் உள்ளேன். ஆனால் பல விஷயங்கள் எனக்குத் தெரியவில்லை. புதிய எழுச்சியானது அரசியல் அளவில் தன்னை வெளிப்படுத்திக் கொள்ள முயலுமென்று எனக்குத் தெரியாமல் போய்விட்டது. ஒடுக்கப்பட்ட மக்களுக்குக் கல்வி... நான் இனி யோசிக்க வேண்டும்... ஆனால் அது மட்டுமே இன்றைய தேவை அல்ல... அதற்கு மேலும்... அய்யோ நான் தனியாகக் கொஞ்சம் சிந்திக்க வேண்டும்.

இரவு வெகுநேரம் வரையில் அப்போதும் அந்த இருவரும் பேசிக் கொண்டே இருந்தார்கள். வாய்யாகி தனது புதிய திட்டங்கள் பலவற்றை விளக்கிக் கொண்டே போனான். அவைகளால் கினுத்தியா முழுமையாக மயங்கி புத்துணர்வு பெற்றிருந்தான்.

'உன்னை விட்டுச் செல்லமாட்டேன்...' அவன் அழுதான். 'வாய்யாகி... மற்றவர்கள் உனக்கு என்ன செய்தாலும் உன்னோடு நான் இறுதிவரையில் இருப்பேன்.'

'நன்றி கினுத்தியா... நாம் நாளை வரையில் காத்திருப்போம்'

25

தனது இதயத்தில் ஒரு அமைதியற்ற வலியை அவன் உணர்ந்தான். நிலையின்றித் தவித்தான். குழந்தையாக அவனது தந்தையோடு அங்கே நின்ற போதிருந்த அளவு பலம் இப்போது வரவில்லை? முழு மலையகமும் அவனது அடியில் இருந்தது... சூரியன் மேலே இருக்க அவனால் கெரின்யகா மலையைப் பார்க்கவே முடியவில்லை. ஒரு பெரிய மரத்தைச் சுற்றி வளர்ந்த சற்றே அடர்த்தி அதிகம் கொண்டதொரு புதர் போலவே அந்தப் புனித இடம் இப்போது காணப்பட்டது. ஆனால் அந்த மரம் ஏதோ ஒருவித வித்தியாசத்தோடு இருந்தது. எத்தனை ஆண்டுகள் போனாலும் உறுதியாக நிலைக்கும் தன்மை அதனிடம் இருந்தது; மாறும் காலநிலைகளை அது தாண்டி வரும் தன்மையோடுள்ளது அங்கே தனக்கு முன் அந்த மரத்தைத் தரிசிக்க எத்தனை பேர் வந்திருப்பார்கள் என்று ஒரு நிமிடம் வாய்யாகி யோசித்தான். மக்களின் நம்பிக்கைச் சின்னம் இந்தப் பிரபஞ் சத்தின் ஆதாரசக்தி உலகை இயக்கும் தெய்வீகம் அந்த இடம்... மனிதர் தம் வாழ்வின் இலக்கு.

அவனது மனதில் இப்போது மர்மம் கிளைவிடத் தொடங்கி விட்டது. ஆனால் அந்த மர்மம் அவனெங்கிலும் துளிர் விட்ட இருள்தான். இதயத்தில் பிறந்த இருள்... உண்மையில் கண்ணுக்குத் தெரியாத பல வகை சக்திகளோடு அவன் நடத்திய போராட்டமே அந்தத் தனிமை இருள் மயத்தை முன்வைத்துதான். அங்கே ஏன் வந்தோம் என்று இப்போது முதன் முறையாக வியந்தான். சரியாக உலை விடாத மனதின் கேள்விகளுக்கு என்ன மாதிரியான பதில்களை அவன் கொண்டிருக்கிறான்? அவற்றின் முன் இப்போது நியம்புராவும் கூட. ஒன்றுமில்லை யதார்த்தம் அவனைச் சுற்றிலும் மர்மமான துயரங்களைக் கொண்டு வந்து சூழவைத்தது. உண்மையில் அவனுக்குச் சற்றும் விளங்காத எதிரிகளோடு அவன் போராடுகிறான். காற்றில் தன்னைச் சுற்றி மலையகம் எங்குமே தான் உணர்ந்த எதிரிகள்... அவன் பயந்தான்... எதற்காக மலையகத்தின் உணர்வுகளைத் தட்டி எழுப்பினான்... கினுத்தியா முன்பு கூறியதை இப்போது நினைவு கூர்ந்தான்; 'உன் பெயர்... உன்பெயர் தான் உன்னை அழிக்கும்'

உச்சியிலிருந்து கீழே வாழிடங்கள் அனைத்தையும் அவன் கண்டான்... அமைதியாக மலைக்குக் கீழே... வினோத ஓசைகள் வந்தன...

இந்த விஷயங்கள் அனைத்தையும் கொண்டு வந்தது எது? வாய்யாகி தன்னைத்தானே நொந்து கொண்டான். பெரிய அந்தக் கூட்டம் நடந்து அவனை அனைவருமாக 'ஆசிரியன்' என்று

அழைக்கத் தொடங்கியதிலிருந்து தான் பிரச்சனைகளே தொடங்கின.

அப்போதிருந்து கோஷ்டிகளிடையே விரிசல்கள் அதிகமாயின. கியாமா வீடுகளைக் கொளுத்தவும் ஜோசுவாவின் ஆட்கள் பழிதீர்க்க முயல்வதும் இடைவெளியைப் பெரிதாக்கி விட்டது. உண்மையில் கியாமாவிலிருந்து அவன் ராஜினாமாவே செய்திருக்கக் கூடாது... அவன் மீண்டும் மீண்டும் சொல்லிச் சலித்தான்... அந்தப் பெரிய கூட்டத்திலேயே தனது எண்ணத்தை வெளிப்படுத்தி இருந்தால்... அது முடிந்த கதை. தொலைத்த வாய்ப்பு... இப்போது கூட அவன் மலையகத்திற்கு எந்தத் துரோகமும் செய்து விடவில்லை என்றே நம்பினான். அவன் ஒன்றிணைக்க நினைத்த, காப்பாற்ற நினைத்த... கல்வியளித்து வெள்ளைக்காரன் கண்ட வசதிகளையெல்லாம் அவர்கள் அடைய கனவு கண்ட அந்த மலையகம்.

வெள்ளைக்காரனின் எல்லா வழிமுறைகளுமே தீயவை அல்ல. அவனது மதம் கூட அடிப்படையில் தீயது அல்ல. சில நல்லதும்... உண்மையும் இருக்கவே செய்கிறது... ஆனால் அழுக்கை அகற்றி சுத்தமாக மாய விஷயங்களை விலக்கி விட்டு உள்ளே இருக்கும் தூய மதத்தை மீட்க வேண்டியுள்ளது. மக்களின் புராதன வழிமுறைகளோடு அந்த அடித்தளமான மதத்தைக் குழைத்து ஒன்றிணைக்க வேண்டியுள்ளது. இரவோடு இரவாக மக்களின் சம்பிரதாயங்களைத் தூக்கி எறிந்து விட முடியாது. அது அழிவையே கொண்டு வரும். அப்படிப்பட்ட மதத்தில் வேர் இருக்காது. மக்களின் சம்பிரதாயங்களே வாழ்விற்கான அடிப்படை அவை கிகுயு, மும்பி என்று பழைய காலத்தை நோக்கிச் செல்பவை. மக்களின் வாழ்க்கை முறையைத் தூக்கி எறிந்த மதம், அவர்களது புராதன வாழ்வின் அழகைக் கணக்கிலெடுக்காத மதம் பயனற்றது. அது திருப்திகரமானது அல்ல. வாழும் முறையாகவும் அனுபவமாகவும் அது இருக்க முடியாது. மனித ஆன்மாவுக்கு வெறியேற்றி வாக்களிக்கப்பட்ட பாதுகாப்பிற்காக அன்றி மனதாரப் பின்பற்ற முடியாத ஒன்றாகவே அம்மதம் இருக்கும். அதுதான் உண்மையில் ஜோசுவாவின் குறை. அவன் தன்னை அனைத்து ரீதியிலும் வெள்ளைக்காரத்தன்மை கொண்ட மதத்தினால் அலங்கரித்துக் கொண்டு மலையகச் சடங்குகள், சம்பிரதாயங்களான தன் சுய அடையாளத்தை முற்றிலுமாக அறுத்தெறிந்தான். நின்று நிலைக்கவோ... பிடித்துக் கொள்ளவோ... ஏதுமற்று தேவாலயம் சொன்ன எதிர்காலத்தை நம்பி மட்டுமே இருக்க வேண்டிய நிலை அவனுக்கு.

தன்னை எந்தப் பக்கமாவது பொருத்திப் பார்க்க முடியுமாவென்று வாய்யாகி முயன்றான். கபோனியின் பக்கம்? அவர்கள் இருவரில் மீட்பர் யார். கஷ்டத்தில் இருக்கும் மக்களுக்கு மீட்பை வழங்க வரப்போவது யார்? இறந்த காலத்தோடான தொடர்பை முற்றிலுமாகத் துண்டித்துக் கொண்டவன் எப்படி மீட்பனாக முடியும்?

முத்தோணி முயன்றாள். தனக்குத்தானே மீட்பைத் தேடிய முயற்சி அவளுடையது. அவளைக் கட்டுப்படுத்த நினைத்த பலவற்றை ஒன்றிணைத்து தைரியமாய் அவள் முயன்றாள்... அவளது தேவை அப்படி உணர்ந்தவளின் வாழ்வும்... மிக அழகாக வளர்ந்து எழுச்சியுறவே செய்யும். அவனது தந்தையும் முயன்றார்... தனக்குத் தானே அல்ல... இரு வழிகளையும் இணைத்து விடை காண அவன் மூலம் முயன்றார். அந்தச் சிந்தனையின் உற்பத்திப் பொருள் தான் அவன். ஆம்! அந்த மலையின் அமைதி அவனுக்கு மெல்லப் பலவகை புரிதல்களைக் கொடுக்கத் தொடங்கியது. பிறப்புறுப்பின் நுனித்தோலை அறுத்தெறியும் அறுப்புச் சடங்கு பெண்களுக்கு உடலியல் ரீதியில் ஏதும் செய்து விடாது என்றாலும் மன ரீதியில் அதாவது ஒருத்தியின் உள்ளே என்ன செய்தது என்பதே முக்கியம். அதை இரவோடு இரவாக நிறுத்தி விட முடியாது. பொறுமையும் எல்லாவற்றிற்கும் மேலாகக் கல்வியும் தேவைப்பட்டது. வெள்ளைக்காரனின் மதம் உங்களிடமிருந்து உங்களது வழி வழிவந்த சடங்குகளைப் பிடுங்கிக் கொண்டது என்றால், அதற்கு மாற்றாக சமமாகப் போற்றத்தக்க எதைப் கொடுப்பது என்பது முக்கியம். அப்படிப்பட்ட உளைச்சல் தரும் ஆழ்மனப் போராட்டத்தின் விளைவாக நீங்கள் தேடும் ஒன்றும் உங்களையே கொன்று போட்டுவிடும்... முத்தோணிக்கு நடந்ததைப் போல.

‘சரி. கிளம்ப வேண்டியதுதான்’ என்று திடீரென்று வாய்யாகிக்குப் பட்டது. புனிதக்காடு அவன் நினைத்ததைப் போல அவனுக்குப் புதிய வழியைப் காட்டத் தவறிவிட்டது. என்ன செய்கிறோம் எங்கே போகிறோம் மக்களுக்கு எதைச் சொல்ல இருக்கிறோம் என்பது எதுவும் இன்னமும் அறியாமல் அவன் தடுமாறுகிறான். இன்னமும் அவனை இருளே சூழ்ந்திருந்தது. நியம்புராவை நினைத்தான். அவள் என்ன யோசிப்பாள் என வியந்தான். தனது குடிசையில் படுத்திருக்கும் நியம்புராவைத் தனியே விட்டு விட்டு வந்த எண்ணம் அவனிடம் பதற்றத்தை ஏற்படுத்திது. அய்யோ... அவன் அவளைத் தனியே விட்டு வந்திருக்கக் கூடாது. அவனில்லாத போது அவளைக் கபோனியின் ஆட்கள் தூக்கிச் சென்றால்? ஜோசுவா அவனைப் பற்றி அரசாங்க சாவடியில் புகார் செய்தால் என்ன ஆகும்? மீண்டும் ஓடிப் போயிருக்க வேண்டாமா என்று அவனுக்கு ஒரு எண்ணம் உதித்தது. மலைகளைக் கடந்து அப்படியே கூட போய்விடலாம்... தனது விழிகளை அவன் அங்கே தொலைவிற்குச் செலுத்தினான். மலைகள் அனைத்திற்கும் அப்பால் பலவித வாய்ப்புகளும் அவனுக்கு முன் மனவெளியில் விரிந்தன. இருக்கலாம் ஒருநாள் அவன் அங்கே செல்வான்... முருங்கா, கியம்பு மற்றும் நைரியின் வரிசையில்... அளப்பரிய ஆற்றலோடு அவனும் நிற்பான். ஒரே குரலில் வெள்ளையர்களைப் பார்த்துச் சொல்வான். ‘வெளியேறு’ இந்த நொடியில் மலையகத்தின் தேவை என்ன என்பதை வாய்யாகி திடீரென்று உணர்ந்தான். முன் எப்போதும்

இல்லாத அளவிற்கு நிலம் பறிக்கப்பட்டதன் அவமானம்... வெள்ளைக் காரர்களிடம் கூலிக்காக வயிறு நிரப்பிட உழைக்கும் அவமானம்... வரிகட்ட வேண்டி வந்ததன் வெட்கக்கேடான ஒடுக்கப்பட்ட நிலை... யார்... எதற்கு... என்னவென்றே அறியப்படாத ஒரு அரசால் நடுங்கிச் சாகும்... சூழ்நிலை.

ஆம். கியாமா சொல்வது சரிதான். மக்கள் உடனடி நடவடிக்கைகளை எதிர்பார்க்கிறார்கள். மலையகத்தின் இந்தப் புதிய பரிமாணம் தங்களது வெட்கக்கேடான நிலைக்கும் பட்ட அவமானங்களுக்கும் எதிரான மக்களின் மனஎழுச்சியே ஆகும். அவர்களது தனிமைப்படுதல் உடைக்கப்பட்டு விட்டது. ஆனால் என்ன மாதிரி செயல்பாடுகள் இப்போது தேவை? இப்போது அவனால் செய்ய முடிந்தது என்ன? மக்கள் இந்த அளவிற்கு மோசமான பிரிவினையில் சிக்கிக் கந்தலாகக் கிழிந்து பிரிந்து போய் இருக்கும்போது அரசியல் அமைப்பு ஒன்றை அவன் எப்படி எதை வைத்துக் கட்டமைப்பான்? இன்னொரு வாய்ப்பு கிடைத்தால் அம்மக்களிடம் என்ன பேச வேண்டும் என்பதில் இப்போது அவன் தெளிவை அடைந்தான்... தேவை ஒற்றுமைக்கான கல்வி. அரசியல் விடுதலைக்கான ஒற்றுமை.. சற்றுநேரம் இந்தப் பார்வை மனதை ஒளி பெறச் செய்தது. புதிய நம்பிக்கை ஊற்றை அது விதைத்தது. அதைப் அந்த புதிய பார்வையை வேகப்படுத்தி அதை உடனடியாக மக்கள் முன் கொண்டு செல்ல அவன் விரும்பினான்.

கல்வி, ஒற்றுமை, அரசியல், விடுதலை, அப்போது ஒரு கேள்வி எழுந்தது. அவர்கள் நியம்புராவைக் கைவிடச் சொன்னால் என்ன செய்வான்? அவன் தயாரா? அவன் முதலில் அது குறித்து யோசிக்கவும் தயாராக இல்லை. ஆனால் ஒற்றுமை... ஒன்றுபடுதல் என்பதில் அவளும்தான் அடக்கம். இந்த யுத்தம் அவளையும் உள்ளடக்கியது தான். நியம்புராவைத் தொலைப்பான் என்றால் அவனும் சேர்ந்தே தொலைந்து போவான். அவனது இறுதி முடிவுக்கான யுத்தத்தை அவன் நடத்துவான்.

கூட்டம் நடக்கவிருந்த இடத்திற்குப் பலரும் வந்திருந்தார்கள். ஆண்கள் பெண்கள் குழந்தைகள் வயதானவர்கள் என்று பலரும் கூடி இருந்தார்கள். அவர்கள் கினுத்தியா மற்றும் அவனது ஆட்கள் விடுத்த திடீர் அழைப்பை எண்ணி பயந்து போனார்கள். அவர்களும் தாங்கள் மலையாக நம்பிய ஆசிரியர் என்ன சொல்ல விரும்புகிறார் என்பதைக் கேட்க மிகவும் ஆவலாக இருந்தனர். ஏனென்றால் நம்பவே முடியாத பல விஷயங்களை அவர்கள் கேள்விப்பட்டிருந்தார்கள். பலரும் தங்களுக்குத் தெரிந்திருந்த ஆசிரியரின் உருவத்தை எண்ணிப் பலமுறை தொழுதிருக்கிறார்கள். எங்கே என்றாலும் ஆசிரியரோடு பின்பற்றிச் செல்ல அவர்கள் தயாராக இருந்தார்கள். தங்களது முழு நம்பிக்கைக்கும் பாத்தியதையான ஒரே ஆசிரியர் துரோகி என்றால் அவர்கள் எப்படி நம்புவார்கள்? அதிலும் மக்களின் எதிரியான ஜோசுவாவின் மகளை,

அறுப்புச் சடங்கே செய்து கொள்ளாத ஒருத்தியை அவர் ஆசிரியர் திருமணம் செய்து கொள்கிறாரென்றால் நம்ப முடியவில்லை. புதிய எதிர்பார்ப்புகள், புதிய பார்வை, புதிய அவாக்களை நோக்கி வாய்யாகி அவர்களை விழிப்புறச் செய்திருந்தான். கிறித்துவத் திருச்சபை மறுத்த வெள்ளைக்காரனின் கல்வியை வழங்கிய வாய்யாகி அதை ஒரு சவாலாக ஏற்று மலையகச் சாதியின் பெருமையை நிலைநாட்டியவன். அவர்களோடு ஒப்பிடும்போது வாய்யாகி அறிவில் மிகவும் மேம்பட்டவனாக இருந்தான். மலையகச் சாதிக்கு உண்மையாகவும் தூய்மை பேணவுமான சத்தியப்பிரமாணத்தை எடுத்துக் கொண்டு அனைவருக்கும் முன் உதாரணமாக இருந்தவன்... அவன் எப்படி அந்த சத்தியப் பிரமாணத்தை மீற முடியும்?

அவர்கள் மிகவும் பொறுமையாகக் காத்திருந்தார்கள். தலையில் சூரியன் சுட்டெரித்தது. உடலில் வியர்வை வழிந்தோடியது. இருந்தும் காத்திருந்தனர். மலையகச் சாதியின் பெரியவர்கள்... இளைஞர்கள்... கியாமாக்குழு அத்தோடு கபோனி அனைவருமே அங்கு இருந்தார்கள். அனைவரும் வாய்யாகியின் வருகைக்காகக் காத்திருந்தார்கள். ரகசியத் திட்டங்களை அமைதியாகக் கிசுகிசுத்தபடி அவர்கள் அந்த ஒப்பற்ற தருணத்திற்காக காத்திருந்தார்கள். உண்மையிலேயே அது தீர்ப்பு நாள் என்பதில் சந்தேகமே இல்லை. அறுப்பு சடதி நாளை குறிக்கப்பட்டுள்ளது. இன்றிரவு ஆயத்தச் சடங்கில் மக்கள் ஆடிப்பாடிக் களிப்பார்கள்... ஜோசுவாவின் ஆதரவாளர்கள் இன்றிரவு கிறிஸ்து பிறப்பை கிறிஸ்துமஸைக் கொண்டாடப் போகிறார்கள். ஆனால் அந்தக் கூட்டத்திற்கு வந்திருந்தவர்கள் பாடவில்லை; ஆடவில்லை. அமைதியாக ஆசிரியர் என்ன சொல்ல விரும்புகிறார் என்பதைக் கேட்கக் காத்திருந்தார்கள்.

கபோனியும் அவர்களது ஆதரவு பெரியவர்கள் சிலரும் கூட்டம் கூட்டமாக ரகசியத் திட்டத்தைக் கிசுகிசுத்துக் கொண்டார்கள். மக்கள் காத்திருக்கட்டும் கபோனி வெற்றியா அல்லது சாவா என்று பார்த்து விட தயாரானார். ஏனெனில் அவரது வெற்றி மலையகச் சாதியின் வெற்றி. இப்போது மலையகச் சாதியே வாய்யாகி என்னும் ஒருவனால் பெருத்த ஆபத்திற்குத் தள்ளப்பட்டுள்ளது. அவர் வாய்யாகியை அடியோடு வெறுத்தார். அந்த வெறுப்பு, வளர வளர அது ஏதோ தனது முழு மலையகத்தின் வெறுப்பு ஆபத்து என்பது போல இட்டுக் கட்டிக்கொண்டார். ஆபத்து மட்டுமல்ல; துரோகம். இது அவரது சொந்தப் போராட்டம் அல்ல. மக்குயுவுக்கும் காமனோவுக்கும் இடையே தொன்றுதொட்டு இருந்து வரும் போராட்டத்தின் தொடர்ச்சி. காமனோவிலிருந்து மேலெழுந்த தலைவர்கள் எப்போதுமே துரோகம் தான் செய்தார்கள். இப்போது அந்த மலையகம் முழுதும் எழுச்சியுற்றுப் பழிதீர்க்கும் மக்கள் யாருக்காக காத்திருந்தார்களோ அந்த மீட்பர் அவர்தான். ஆனால் கபோனிக்கும் இலக்கு இதுதான்

என்று தெரியவில்லை. அவரும் கூட மக்களின் மன எழுச்சியை ஒன்றிணைத்து எதையோ சாதிக்க முயன்று கொண்டிருந்தார். மக்கள் இனி ஒருபோதும் பின்னோக்கிச் செல்ல விரும்பவில்லை என்பது எப்படி அவருக்குத் தெரியும்? மலையகம் மற்றைய இடங்களிலிருந்து தனிமைப்பட்டு பழையனவற்றில் ஊறி விடக்கூடாது என்று மக்கள் வெறித்தனமாய் விரும்புவது அவருக்கு எப்படித் தெரியும்? முகோ முன்பே சொன்னதைப் போல மக்களின் முன்னேறிய வருங்காலம்.. மேலும் வசதியான எதிர்காலம் எனும் அகோரப்பசி ஒரு பிசாசு போல, ஒரு திக்கிலிருந்து ஒரு திக்கிற்குக் கடலின் ஒரு பகுதியிலிருந்து மறுபுறம், மலைகளைக் காடுகளைக் கடந்து அடுத்த கடல் வரை பரவும் என்பதை அவர் அரிய வாய்ப்பில்லை.

சூரியன் அஸ்தமனம் ஆகத் தொடங்கிய அந்த நொடியில் மக்கள் பொறுமை இழக்கத் தொடங்கினர். ஜோசுவாவின் மதப்பற்றாளர்கள் சிலர் ஒரு குழுவாக அங்கே நின்றிருந்தனர். அவர்கள் இன்னமும் எங்கே உட்காருவது என்று முடிவு செய்திருக்கவில்லை. மிரியாமும் அங்கிருந்தாள். ஏதோ நிகழப் போகிறது என்று அவளும் நினைத்தாள்... தனது மகளுக்காக அழுகிறாள்... தன்னால் எதுவுமே செய்ய முடியாது என்று தோன்றியபோது அவள் குலுங்கி அடக்க மாட்டாது ஆற்றாமையில் பதறிக் கொண்டிருந்தாள். மலைமேலிருந்தவர்கள் மேற்கின் எல்லையில் மறையும் சூரியனின் கிரணங்கள் ஜ்வாலையாகி எரிவதைக் கண்டார்கள். ஜ்வாலைகள் கிட்டேயும் ஏதோ நிஜம் போலவும் தெரிய பலர் பயந்தார்கள்.

அந்த ஜ்வாலையும் வாய்யாகி, நியம்புராவோடு எரிவது போல எண்ணி கினுத்தியா அச்சமுற்றான். அவனும் கூட வாய்யாகியை ஏமாற்றி விட்டோம் எனும் குற்ற உணர்ச்சியோடிருந்தான். வாய்யாகியின் குடிசையிலிருந்து நியம்புரா வலுக்கட்டாயமாகத் தூக்கிச் செல்லப்பட்டு விட்டாள். இப்போது அவள் கபோனியின் ஆட்களது கையில், இருந்தும் கினுத்தியா அதை வாய்யாகியை எப்படி அறிய வைப்பான்? வாய்யாகி எப்படி அதை எடுத்துக் கொள்வான்....? அது பற்றி நியம்புரா பற்றி எந்தப் பதற்றமும் இன்றி அன்றைய இரவில் வாய்யாகி மக்களை எதிர்கொள்ளட்டுமென கினுத்தியா முடிவு செய்தான். பிறகு கூட்டத்தின் எங்கோ ஒரு இடத்திலிருந்து பலரும் கத்திப் பாடினார்கள்.... 'துரோகி ஓடிவிட்டான்' வாய்யாகி வராமல் போய் விடுவானா என்று கினுத்தியா ஒரு நொடி அச்சமுற்றான். அவ்விதம் நடந்தால் கினுத்தியாவின் வாழ்க்கை மிகுந்த ஆபத்திற்கு உட்பட வேண்டியதுதான். மக்கள் அவனைத்தான் பிடித்துக் கொள்வார்கள். 'அவனை வெளியே வரச் சொல்லுங்கள்' என குரல்கள் வந்தபோது கினுத்தியாவுக்கு வியர்த்துக் கொட்டியது. கபோனியும் அவரது ஆட்களும்தான் 'துரோகி துரோகி' என்று கத்திக் கொண்டிருந்தார்கள்.

ஓவென பெரிய கூட்டம். மேலும் பலரும் வந்து கொண்டிருந்தார்கள். பிறகு திடீரென்று ஒரு சலசலப்பு அனைவரையும் அது சிலிர்க்க வைத்தது... 'ஆசிரியர்... ஆசிரியர்' பிறகு அமர்ந்து வாய்யாகியைக் கடந்து செல்ல அனுமதித்தார்கள். அவனது தலையும் அகன்ற மார்பும் திமிர்ந்த தோள்களும் பளபளத்தன. பலவானாகவும்... மிகவும் அழகானவனாகவும் அவன் நதியின் இருபுறமும் குழுமி இருந்த அவர்களுக்குக் காட்சியளித்தான். கியாமாவின் உறுப்பினர்கள் அமர்ந்திருந்த மேட்டில் சென்று மக்களைப் பார்த்து அவன் நெடிதுயர்ந்து நின்றான். அங்கே அவனது விதி முடிவு செய்யப்படும்.

26

ஓ... வென்ற ஜனத்திரளைக் கண்டு வாய்யாகியே கூட ஒரு நொடி விக்கித்துப் போனான். தனது இதயம் துடிப்பதைக் கேட்டான். தனக்குத்தானே சொல்லிக் கொண்டான். பயப்படக்கூடாது. அவர்கள் அனைவரது விழிகளையும் முகங்களையும் நேராக ஒரு சுற்று கண்டான். 'மலையிலிருந்து வரும் ஜனங்களுக்கான மீட்பு' பலவகையான மக்கள் அந்த ஆயத்தச் சடங்கும் அறுப்பு நடக்கும் முழு மைதானத்தையும் நிரப்பியதை அவன் கண்டான்... சிலர் மரங்களின் மீது ஏறி இருந்தனர். 'தேவையான தருணத்தில் ஒரு மனிதன் எழுச்சியுற்று மக்களைக் காத்தருளுவான்'

அவன் தன் தந்தையை நினைத்தான் மற்றும் முகோவா கிபிரோ. வாச்சியோரி, காமிரி, கிக்குயு மற்றும் மும்பி. தனது தந்தையோடு சென்று தரிசித்த கெரின்யாகாவையும் நினைவு கூர்ந்தான். 'எனக்கான உதவிக்காக நான் மலையைப் பார்த்து அர்ப்பணிப்போடு காத்திருப்பேன்' வயிற்றின் ஆழத்தில் சென்று முழுமை அடைந்த அச்சம் அகற்றப்படட்டும் என்று வாய்யாகி வேண்டிக் கொண்டான். காமனோவும் மக்குயுவும் அவனை நேரடியாக ஏதோ அவன் மீது தாவும் எண்ணத்தோடு இருப்பவை போல முறைத்தபடி இருப்பது போலிருந்தது. 'அவன் அவர்களுக்கு வழிகாட்டுவான்... அவர்களை வழிநடத்துவான்'

சட்டென்று வாய்யாகி தன் வாழ்வில் தான் காத்திருந்த தருணம் அதுதான் என்பதை உணர்ந்தான். இத்தருணம்... அவனது தேவை மலையக மக்களுக்கு மிகவும் தேவைப்படும் தருணம்... நியம்புராவின் தேவை... அவனுக்கே அவனது தேவை மிகவும் இன்றியமையாத தாகிப்போன ஒரு நேரம் கபோனி அழிவின் அடையாளம். அவருக்கு போக வேண்டிய வழி தெரியவில்லை. வாய்யாகி மக்களோடு மக்களாக... இருளில்தான் என்றாலும் ஒளியைத் தேடத் தயங்கவில்லை. இதே இடத்தில்தான் அவன் ரத்தம் சிந்தினான். அதுவே ஒருவகை சத்தியப் பிரமாணம்தான். இப்போது மண்ணைக் காப்பாற்ற உயிரையும் தருவான். மக்கள் அடித்துக் கொள்வதை எப்படியும் நிறுத்துவான்.

அவன் பேச ஆரம்பித்தான். முதலில் சம்பிரதாயமாக ஒரு சிறு உரை. வந்ததற்காக மக்களுக்கு நன்றி கூறினான். தயவு செய்து தன்னை சகித்துக் கொள்ளுமாறு வேண்டினான். மலையகத்தில் சமீப காலமாக நடந்து வந்த பல விஷயங்கள் அவனை அதிர்ச்சிக்குள்ளாக்கி உள்ளன. வெறுப்பு, பகை... பயங்கர ரத்தவெறி... அது மக்களை ஒன்று சேர அழித்து விடும். யார்மீது ஆத்திரம் வர வேண்டுமோ அந்த

ஆக்கிரமிப்பாளனை மேலும் ஆழமாக நிலை கொள்ள வைத்து விடும். மலையகத்திற்காக இரவு, பகல் பாராமல் தான் அடைந்த இலக்குகளை அவன் மேற்கொண்ட போராட்டங்களை வரிசைப்படுத்தினான். குறிப்பாக அந்த ஒரு ஆண்டில் அவன் கொண்டு வந்த விழிப்புணர்வு... மாற்றம்... அவை உறங்கும் சிங்கங்களான காமனோவையும் மக்குயுவையும் ஒரு சேர எழுப்பிவிட்டன. மேலும் அதிக அளவிலான ஆசிரியர்களைக் கொண்டு வர தான் மேற்கொண்ட மிகக் கடினமான முயற்சிகளை விவரித்தான். சாத்தியமே அற்றதை சாதித்திருந்தான். ஆனால் திரும்பி வந்தபோது கியாமாவால் குற்றவாளியாக்கப்பட்டான். சிலர் இரவில் அவனைத் 'துரோகி துரோகி' என்று பாடல்கள் இசைத்தனர். இதோ அவன் மக்களின் முன் நிற்கிறான். நேருக்கு நேர் கியாமா குற்றம் சாட்டட்டும். தவறிருந்தால் மக்கள் முடிவு செய்யட்டும்.

'ஆசிரியன்' எனும் பெரிய கூக்குரல்கள் கேட்டன... 'ஆசிரியர் கூறுவதே சரி' யாரோ கத்தினார்கள். எது சரி என்று தெரியவில்லை என்றாலும்... மற்றவர்கள் 'கபோனி வரட்டும்.. எங்கே கபோனி'? என்று இரைந்தார்கள். கபோனி ஒரு மாவீரனைப் போல பெருமையோடு எழுந்தார்... முடிவற்ற அவர்களது யுத்தம் தொடர்ந்தது.

அவர் கபோனி ஏற்கனவே ஜோசுவாவின் மதத்தைத் தீவிரமாகப் பின்பற்றி வெள்ளையனை ஆதரித்தவர்... இப்போதோ அவர் கியாமாவின் தலைவர்... அவர் இப்போது மக்குயுவில் வாழ்கிறார். மண்ணில் நிலவும், உலவும் பிசாசுகள் நல்லது கெட்டது பற்றி கரைத்துக் குடித்தவரைப் போல அவர் பேசினார். ஆண்களின் இதயத்தை மலையக ஆவிகள் எப்படி வீழ்த்த முடியும் என்பதை அறிந்தவர் போல முகத்தை வைத்துக் கொண்டார். வாய்யாகி பற்றிய அவரது பெரிய குற்றச்சாட்டே அவன் அசுத்தமாகிப் போனவன் என்பதுதான். 'அவனிடம் தாஹு சென்றடைந்து விட்டது. அவன் இதற்குமேல் பாடம் நடத்துவது தொடர்ந்தால் ஒளிக்கு பதில் இருளே தோன்றும். கெட்ட ஆவிகள் புகுந்து முத்தோணி எனும் பெண் இறந்தாள். அவளை வாய்யாகி தான் வெள்ளைக்காரர்களின் மருத்துவமனைக்குச் சிரியானாவிற்குத் தூக்கிச் சென்றான். பிறகு சுத்தமடையும் சடங்கை மறந்தான். தலைவனாக இருப்பதால் அந்த தாஹு, பாவம், கெடுதல் சாதி முழுவதும் பரவிவிட்டது. இப்போது அதற்கான நடவடிக்கை எடுக்க வேண்டிய தருணம் வந்து விட்டது. மக்கள் நினைத்ததை விடவும் வாய்யாகி அதிக ஆபத்தானவனாகி விட்டான். நாட்டில் ஒரு ரகசிய மதத்தைத் திணித்து நமது நிலங்களைச் சூறையாடிய வெள்ளைக்காரனோடு ரகசிய உடன்பாடு வைத்துக் கொண்டிருக்கிறான் இவன். வரி? நமது மக்கள் மீது விதிக்கப்பட்டுள்ள வரியைப் பற்றி வேதனைப்படாதவர் யாராவது உண்டா? பிறகு அவர் வாய்யாகி ரகசியமாக மேற்கொண்ட பல சிரியானா பயணங்களை

விவரித்தார்... ஆசிரியர்கள் கொண்டுவரச் சென்றதாகப் புளுகிவிட்டு என்னவெல்லாம் நடந்தது! கியாமா அரசு சுங்கச் சாவடிக்கு எதிராக நாம் ஆயுதம் ஏந்திச் சண்டைக்குப் போக வேண்டும். (அது என்ன... சாதாரண விஷயம்) என்று கருத்து தெரிவித்தபோது கடுமையாக எதிர்ப்பு தெரிவித்து 'கல்வி... கல்வி' என்று பதறினான். கல்வியாம் கல்வி. கல்வி நமது அபகரிக்கப்பட்ட நிலங்களைத் திரும்பப் பெற்று வருமா? முதலில் இதற்கு பதில் சொல்லட்டும்.

அவர் அமர்ந்து விட்டார். ஜோசுவாவைப் பற்றியும் நியம்புராவைப் பற்றியும் கபோனி எதுவுமே குறிப்பிடவில்லை என்பதை வாய்யாகி கவனித்தான். ஏன்? சரி அவனும் அதைக் குறித்துக் கூறுவதைத் தவிர்ப்பான். ஒற்றுமை, ஒருமைப்பாடு குறித்து பேசுவான். அதற்கு மற்றுமொரு வாய்ப்பு கிடைக்காமலும் போகலாம். இதைவிட்டால் வேறு சந்தர்ப்பம் இல்லை.

முதலில் வாயடைத்து அமைதியாகவும் பிறகு முணுமுணுப்புகளோடும் கூட்டம் கபோனி கூறியதை எதிர்கொண்டது. சூரியன் மெல்ல அஸ்தமித்துக் கொண்டிருந்தது.

வரவழைத்துக் கொண்ட ஒருவித அமைதியோடு இறைஞ்சும் ஒரு குரலில் வாய்யாகி பேசத் தொடங்கினான். தன்னை முழுமையாக அழித்து விட கபோனி முழு முனைப்போடு செயல்படுவதை அவனால் பார்க்க முடிந்தது.

'கபோனிக்கு என்ன வேண்டும்?' அவன் கேட்டான், 'வெள்ளைக்காரனோடு முழுமையாகவே கூட்டாளியாகி புதிய மதத்திற்கு முதலில் தாவியது யார்? மக்குயுவும் காமனோவும் இணைந்து வெள்ளையனுக்கு எதிராகப் போரிட முனைந்தபோது துரோகம் செய்தது யார்?'

மக்களின் பக்கம் திரும்பி அவன் அவர்களது வரலாற்றை மிகவும் சாதாரண மொழியில் கூறத் தொடங்கினான். 'அகுவுக்கும் அகுவுக்கும் முன்னால், எல்லாவகைப் பொருட்களுக்கும் முன்னால் நமது படைப்பாளரான முருங்கா நமது தாய் தந்தையான கிக்குயுவையும் மும்பியையும் எழுந்து வரச் செய்தார். கெரின்யாகா பெருமலையின் மீது அந்தப் புனித நிலத்தில் அவர்களை நிறுத்தி... இந்த நிலம் முழுவதையும் காட்டினார். அவர்களிடம் அவர் என்ன கூறினார் என்பது உங்களுக்குத் தெரியும்... நமது மூதாதையர்களுக்கு அவர் செய்து தந்த சத்தியம். 'இந்த நிலம் முழுவதையும் நான் உங்களுக்கு அளிக்கிறேன்... ஓ ஆண்மகனே பெண்மகளே... உங்களது செழிப்பை உருவாக்கிக் கொள்ள உழைப்பை நல்க வேண்டிய இடம் அந்த நிலம் நன்றாக செழித்தது. பழமும் தேனும் பல்கிப் பெருகின. அவர் காமனோவிற்கு அவர்களை அழைத்து வந்தபோது அது அப்போதே மிக அழகாக இருப்பதை அவர்கள் கண்டார்கள். முகுருவேவா

கத்தங்காவை நோக்கி அவர்கள் முருங்குவின் பின்னே சென்றார்கள். அவர் அவர்களை அங்கேதான் குடி அமர்த்தினார். நிக்குயுவுக்கும் மும்பிக்கும் பிறந்த ஒன்பது மகள்களின் வழிவந்தவர்கள்தான் நாம் அனைவருமே... இப்போதோ நாம் ஒருவரை ஒருவர் மிக மோசமாகத் தாக்கிப் பகையை வளர்த்து வருகிறோம்.

அவன் மலையகத்தின் மகாவீரர்களைக் குறித்துப் பேசினான். டெமி நா மத்தாத்தி. வாச்சியோரி, முகோ மற்றும் கிபிரோவும் காமிரியும்... பற்றிக் குறிப்பிட்டான்... எதிரிகளான மசையையும் ஏனைய எதிரிகளையும் இவ்வீரர்கள் பந்தாடியதை நினைவு கூர்ந்தான்.

'ஏனென்றால் மலைகள் ஒன்று பட்டன. மக்கள் தோளோடு தோள் ஒன்று பட்டு நின்றார்கள். தேவையான அந்தத் தருணத்தில் அடுத்தவரது ரத்தத்தில் தங்களது நெருக்கத்தை விதைத்துப் பொதுப் பிரச்சனைக்காகப் போரிட ஒன்றுபட்டார்கள்.

அவர்களிடம் அவன் முகோவைப் பற்றியும் கிபிரோவைப் பற்றியும் கூறியதோடு வண்ணத்துப் பூச்சிகள் போல உடை உடுத்திய மக்கள் வருவார்கள் என்று அவர்கள் ஹேஷ்யம் கூறியதையும் நினைவு கூர்ந்தான்.

'ஆனால் மக்கள் அவரது சொல்லைப் புறக்கணித்தார்கள்... வெள்ளைக்காரர்கள் வந்தபோதோ... மக்குயுவுக்கும் காமனோவுக்கும் இடையே பொறாமையும் ஆத்திரமுமே வெடித்திருந்தது. உங்களால் ஒன்றுபடவே முடியாது. இப்போது யாரோடு சண்டை போட வேண்டுமோ அந்தக் கூட்டத்தை வெள்ளைக்காரரை விட்டு விட்டீர்கள்... வெள்ளையனின் வழிமுறைகளைக் கற்று ஒரே அணியாக ஒன்றுபட்டு வெள்ளையனை எதிர்ப்பதுதான் புத்திசாலித்தனம். அதை விடுத்துக் கபோனியும் அவரது ஆட்களும் ஜோசுவாவையும் அவரது ஆட்களையும் கொன்று குவிக்கத் துடிக்கிறார்கள்... அதைச் சொல்லத்தான் உங்களை நான் அழைத்தேன். நாமெல்லோருமே மும்பியின் பிள்ளைகள். ஒரே அரசியல் அமைப்பாக ஒன்றுபட்டு நாம் வெள்ளையர்களை எதிர்த்துப் போராட வேண்டும்... இல்லையேல் நாம் அழிந்து போவோம்... நாம் பிரிந்து அடித்துக் கொண்டால் வெள்ளையர்கள் நிரந்தரமாக நம் முதுகில் ஏறுவார்கள். தனக்குள்ளேயே இரண்டாக உடைந்த ஒரு வீடு நின்று நிலைக்க முடியுமா?'

'முடி...யாது' பெருத்த கூக்குரலாகக் கூட்டம் கத்தியது.

'அப்படியானால் நாம் ஒன்றிணைய வேண்டும்... நமது பண்டைய சண்டையை விட்டொழித்து ஒரே அரசியல் அணியாகத் திரள வேண்டும்.'

மக்கள் உணர்ச்சிவசப்பட்டிருப்பது தெரிந்தது. அவன் உட்கார்ந்த போது அவர்கள் அனைவரும் எழுந்து நின்று ஒரே குரலில் முழங்கினார்கள்... 'ஆசிரியர்... ஆசிரியர்' கபோனி பேசுவதற்கு எழுந்தார்.

அப்போது பெருங்கூட்டமே ஆத்திரத்தோடு அவர் மீது... ஏதோ அவரை நார்நாராகக் கிழித்து எறிந்து விடுவதற்கான ஆத்திரத்தோடு பாய்ந்தது. அப்படி மட்டும் நடந்திருந்தால் அவர்களது ஆசிரியன் நிரந்தரமாகப் பிரச்சனையிலிருந்து மீண்டிருப்பான். ஆனால் வாய்யாகி அவர்களை நிறுத்தினான். 'அய்யோ நிறுத்துங்கள்' அவன் இரைந்தான். 'அவரைத் தொடாதீர்கள்' திடீரென்று அந்த நொடியில் ஏதோ ஒருவகையில் மலைச்சாதி என்ன சொல்ல விரும்பியதோ அதன் ஒரு வடிவமாக வாய்யாகிக்கு கபோனி பட்டார்.

மக்கள் தங்களைக் காக்க வந்த மீட்பரான தங்களது ஆசிரியர் சொல்வதை அடிபணிந்து ஏற்றனர். உங்களைக் கைவிட மாட்டோம் என்பதைப் போல அவர்கள் அனைவரும் ஆசிரியரை அன்பொழுகப் பார்த்தனர். கினுத்தியா கூட்டத்திற்கு நடுவிலே இருந்தவன் வாய்யாகியை நோக்கி நகர்ந்து நியம்புராவைப் பற்றி எச்சரிக்கலாமென்று நினைத்தான். ஆனால் அவனது மனதை மரண பயம் சூழ்ந்தது. முட்டியைச் சில்லிட வைத்த அந்த நினைவுதான் உட்கார்ந்த இடத்தை விட்டு அவனை நகரவிடவில்லை. கூட்டத்தோடு கூட்டமாக உட்கார்ந்தான். தான் ஆசிரியனின் ஆள் என்று தெரிந்து விடக்கூடாது என்பது போல வாய்யாகியைப் பொறுத்தவரை அவன் உண்மையிலேயே பரவசத்தில் இருந்தான். மக்களின் மீது தனக்கு இத்தனை செல்வாக்கு இருக்குமென்று அவன் நினைத்துக்கூட பார்க்கவில்லை.

திருச்சபையோடு உடைப்பு ஏற்பட்டதையும் மலையக சாதித் தூய்மையையும் பற்றி ஏதேதோ பேசிய கபோனியின் உரையை வாய்யாகி ஆரம்பத்தில் செவிமடுக்கவில்லை. ஆனால் கபோனி சத்தியப் பிரமாணத்தைப் பற்றிப் பேச ஆரம்பித்தபோதுதான் அது குறித்து வாய்யாகி கவனம் செலுத்தத் தொடங்கினான். உடைந்த குரலில் கிட்டத்தட்ட கூட்டத்திலிருந்த அனைவருமே அவர் சொல்வதை கவனமாகக் கேட்பதை வாய்யாகி கவனித்தான். சத்தியப்பிரமாணத்தை மீறுவது என்பது செய்கிற குற்றங்களிலேயே மிகவும் கொடியது. அப்படிப்பட்டவர் அழிவின் மொத்தப் பிரதிநிதி ஆகவே இருக்க முடியும்.

வாய்யாகி சத்தியப்பிரமாணம் எடுத்திருந்தது அங்கிருந்த அனைவருக்கும் தெரியும். கியாமாவின் மலையக ரகசியக் காப்பு உறுதிமொழி. மலையக சாதியில் கலப்பை ஏற்படுத்திக் தூய்மையைக் கெடுத்து விடாதிருக்கவும் கியாமா உள்ளிட்ட மலையகத்தின் எதிர்காலத் திட்டங்களை மாற்றானுக்குக் கடத்தாமல் இருப்பது குறித்த விஷயங்களையும் உள்ளடக்கிய உறுதிமொழி, அது. உறுதிமொழியை, சத்தியப்பிரமாணத்தை வாய்யாகி மீறிவிட்டான் என்று கபோனி அறிவித்ததும் ஒரே குரலில் மக்கள் கூட்டம் ஆர்ப்பரித்தது... "இல்லை... இல்லை, இதை எப்படி நம்ப முடியும்? மலையகத்திற்கே அழிவை ஏற்படுத்துவதாக அவர்கள் நம்பும்

ஜோசுவாவோடு அவன் கூட்டு வைத்திருக்கிறான் என்றால் அதை எப்படி அவர்கள் ஏற்க முடியும்? அவர்கள் மீண்டும் ஓலமிட்டார்கள். 'இல்லை...இல்லை' தனது குடிசையில் நியம்புராவைத் தனியாக விட்டு வந்ததைப் பதற்றத்தோடு வாய்யாகி நினைத்துக் கொண்டான். உடனடியாக அங்கே சென்று அவளோடு இருந்துவிட அவன் எண்ணமிட்டான். ஆனால் அப்போது அவனுக்குக் கினுத்தியாவின் ஞாபகம் வந்தது. கினுத்தியா கூட்டத்தில் இல்லை. அவன் நியம்புராவோடு குடிசையில்தான் இருக்க வேண்டும். இந்த எண்ணம் வந்தபோது மீண்டும் கபோனி சொல்வதைச் செவிமடுத்தான்.

'சத்தியப்பிரமாணத்தையும் மீறி அவன் ஜோசுவாவின் ஆள்தான் என்று என்னால் நிரூபிக்க முடியும்...'

அவர்கள் கூக்குரலிட்டார்கள்... 'நிரூபியுங்கள் நிரூபியுங்கள்' குழப்பமான குரல்கள் அடங்கும் வரை காத்திருந்து விட்டு கபோனி, 'அவன் ஜோசுவாவின் மகளை மணக்கப் போகிறான்' என்றார். மீண்டும் ஒரு திடுக்கிட்ட அமைதி கூட்டத்தை ஆக்கிரமித்தது. பின்பு மீண்டும்... 'இல்லை... ஆசிரியர் அப்படிப்பட்டவர் அல்ல' என்று கூக்குரலிட்டார்கள்... வாய்யாகி நடுங்கினான். ஏன் பயப்பட வேண்டும்.? எந்தச் சூழ்நிலையில் நியம்புராவைக் காப்பாற்றினோம் என்பதை விளக்க அவன் எழுந்து பேச முற்பட்டான். ஆனால் அவனது முழுதேகமும் ஒருநொடி பதற்றத்தில் சுருங்க... அங்கே கமாயுவும் மேலும் இரண்டு இளைஞர்களும் நியம்புராவை இழுத்து வருவதைக் கண்டான். அத்தனை பேர் முன்னிலையிலும் கூட்டத்தை எதிர்நோக்கி அழுத முகத்தோடு அதோ அவள் நிற்கிறாள்.

'அவன்... முடிந்தால் அவளை மறுக்கட்டும்' கபோனி வாய்யாகியை நோக்கி சவால் விட்டார். அந்த சவால் மக்குயுவிலிருந்து காமனோ வரை திரண்டிருந்த மக்களின் செவிகள் வழியே துள்ளிச் சென்றது. மரம் விட்டு மரம்... பறவைகள்... விலங்குகள் எல்லா இடங்களையும் அந்த வார்த்தைகள் சென்று மூச்சடைத்தது. யாருக்கும் புரியாத ஒரு மர்மப்பாடலை சலசலவென இசைத்த ஹோனியா நதி வாழ்க்கைப் பள்ளத்தாக்கை மேலும் மர்மம் நிறைந்ததாக்கியபடி ஓடியது.

'கடல் முழுவதையும் நீர் நிறைப்பதைப் போல நிலமனைத்தையும் தெய்வத்தை குறித்த அறிவால் நிறைத்துள்ளதால் இந்தப் புனித மலைகளைக் காக்கவோ அழிக்கவோ யாராலும் முடியாது...'

மக்கள் இப்போது ஆர்ப்பரிக்கத் தொடங்கினார்கள்... 'உறுதிமொழி... உறுதிமொழி' ஏதோ ஆசிரியரை எச்சரிப்பது போல வாய்யாகி எழுந்தான். அவனது விழிகள் நியம்புராவின் விழிகளைச் சந்தித்தன. இதே இடத்தில் அவள் முன்பு ஒருமுறை ஆண்டவராகிய இயேசுவிடம் மண்டியிட்டுத் தொழுததை நினைவு கூர்ந்தான். அன்றுதான் அவளை முதன் முதலில் அவன் தனது தோளில் சாய்த்துக் கொண்டான்.

இப்போதோ அவள் மிகவும் அழகாக இருந்தாள். பலியிடப்படுவதற்காக அலங்கரிக்கப்பட்ட ஒரு ஆட்டுக்குட்டியைப் போல அவள் இருந்தாள்... இப்போது அவளை மறுக்க தன்னால் முடியாது... அவள் மீதான தனது காதலிடமிருந்து பின்வாங்குவது சாத்தியமல்ல என்பதை வாய்யாகி இப்போது உணர்ந்தான்.

நீண்ட அமைதி அங்கே நிலவியது. மக்கள் தங்களது மூச்சு கூட வெளியே கேட்காதவாறு காதுகளைத் தீட்டினர்... உரை நிகழ்த்த வேண்டுமென்று வாய்யாகி விரும்பினான். ஆனால் அந்த விருப்பம் காற்றில் பறக்க... கபோனியின் சவாலே அவனது நினைவில் மீண்டும் மீண்டும் ஒலித்தது. எப்படி அவளை அவன் மறுப்பான்? எப்படி? அவளருகே சென்று அவளது கரங்களைப் பற்றி தன்னோடு அவன் அணைத்துக் கொண்டபோது அங்கிருந்த கூட்டம் கிசுகிசுப்பான அதிர்ச்சியில் மேலும் திடுக்கிட்டு அமைதியானது. தனது சந்தேகங்கள் அனைத்தும் களைந்து நியம்புரா முகமகிழ்ச்சியில் வாய்யாகியின் பிடியில் அடிவயிறு குலுங்க அழுதாள். அன்றைய நாள் முழுதும் அவள் அனுபவித்த அனைத்துவகை சித்திரவதைகளுக்கும் இப்போது சமாதானம் அடைந்தாள்... துயரங்கள் வீண் போய்விடவில்லை. ஆசிரியனைப் போய் எப்படி சந்தேகிப்பாள்... வாய்யாகியும் தனக்குள் ஒரு புதிய எழுச்சியை உணர்ந்தான். சத்தியப்பிரமாணம் எடுத்திருக்கவே கூடாது. ஆனால் யாரையும் நேசிப்பதற்கு அது ஒரு தடையாக இருக்க முடியாது. அன்பையும் காதலையும் பற்றி அதில் எதுவும் இல்லை. மக்களிடம் அதைக் கூறவே அவன் வாய் திறந்தான். அந்தச் சமயத்தில் ஒரு வயதான பெண் எழுந்து 'உறுதிமொழி...' என்று கூக்குரலிட்டாள்... அக்குரலை மக்கள் திரள் ஆமோதித்தது... அய்யோ அவர்களது ஆசிரியன் தங்களுக்கு துரோகம் செய்து விட்டதை எப்படி அவர்களால் ஏற்க முடியும்...? மலையகச் சாதியின் ஒற்றுமை... வளர்ச்சி என்று எப்படி அவனால் உழைக்க முடியும்...? அறுப்புச் சடங்கு செய்யப்படாத அசுத்தமான ஒருத்தியைத் திருமணம் செய்து கொண்டு அவர்களுக்கு... இப்படி ஒரு துரோகத்தை அவன் எப்படி செய்ய முடியும்... இனி யாரை முன் உதாரணமாகக் குழந்தைகளுக்குக் காட்டுவது?

அமைதிப்படுத்தி விட்டுப் பேச வாய்யாகி எவ்வளவோ முயன்றான். ஆனால் அதற்கு வாய்ப்பே இருக்கவில்லை... 'உறுதிமொழி... உறுதிமொழி' பல இடங்களிலிருந்தும் குரல்கள் வந்தன... வந்த வண்ணமே இருந்தன... அவர்களுக்குத் தான் துரோகம் செய்யவில்லை என்பதை அவன் எப்படி சொல்வான்... மலையகங்கள் ஒன்று சேர வேண்டுமென்று கூறியது இந்தப் பெண்ணுக்காக, ஜோசுவாவோடு இணைவதற்காக அல்ல... அவர்களுக்காக உழைக்க... ஒரு பெரிய அரசியல் எழுச்சிக்காக.. வெள்ளையர் தம் சாம்ராஜ்ஜியத்தை ஒழிப்பதற்காக... அய்யோ அவன் எப்படி இவற்றை அவர்களுக்கு விளக்குவான்...? முழுமையான நாடும்... எழுச்சியுற்று வெள்ளையனே

வெளியேறு எனக் கூக்குரலிடச் செய்ய இனி எப்படி முயலுவான்...? அங்கே அவனால் கல்விச்சாலைக்கு வந்த குழந்தைகளைக் கண்டான்... ஆசிரியர்களைக் கண்டான்... கினுத்தியா... 'கினுத்தியா எங்கே?' அவன் வியந்தான். ஒரு சந்தேகம் வந்தது... அதனில் மூழ்கி அமைதி... அச்சம் தரும் அமைதியில் தவித்தான்... கினுத்தியா அவனுக்கு துரோகம் செய்து விட்டானா...? கபோனியோடு அவன் கைகோர்த்துக் கொண்டானா?

ஒரு பெரியவர் எழுந்து நின்றார். அவர் என்ன பேசுகிறார் என்பதை வாய்யாகியால் கேட்க முடியவில்லை... அவன் மனது முழுவதும் பலவிதமான சந்தேகங்களும் எண்ணங்களும் ஒலித்துக் கொண்டேயிருந்தன. வாய்யாகியையும், நியம்புராவையும் என்ன செய்ய வேண்டும் என்பதை கியாமா முடிவு செய்யும். தீர்ப்பு கியாமாவிடம் விடப்படுகிறது. 'ஆமாம்' கூட்டம் திருப்தியோடு கூறியது. தனது ஆசிரியரைச் கணித்துத் தீர்ப்புச் சொல்லும் பெரிய பிரச்சனையிலிருந்து தாங்கள் மீண்டதாகக் கருதி மக்கள் உடனடியாகக் கலைந்து செல்லத் தொடங்கினார்கள். இருட்டும் உதவியாக இருந்தது. ஆசிரியருக்கு நேரப்போவதை நினைத்து ஏற்பட்ட குற்ற உணர்வு தங்கள் முகங்களில் இருப்பதை மற்றவர்களுக்குத் தெரியாமல் மறைக்க இருட்டில் அவர்கள் ஓடி மறைந்தார்கள்... யாரும் எதுவும் பேசவில்லை. அவர்களுக்கு நன்றாகத் தெரியும். வாய்யாகிக்குத் தங்கள் ஆசிரியருக்கு, மீட்பருக்குத் தாங்கள் கடைசியாகச் செய்திருப்பது என்ன என்பது அவர்களுக்கு நன்றாகத் தெரியும். அது குறித்து ஆனால் அவர்கள் விவாதிக்க விரும்பவில்லை.

நிலம் இப்போது அமைதியாகி விட்டது. இரண்டு மலைச் சரிவுகளும் இருபுறமும் இருட்டில் ஒளிந்தது போலிருந்தது. மக்குயு மற்றும் காமனோ மக்களின் இதயத்தை அடைந்து... வாழ்க்கைப் பள்ளத்தாக்கெங்கும் விரிந்து... சலசலத்து.. இருட்டு அமைதியை வருடியபடி ஹோனியா நதி மட்டும் இடையில் ஓடிக்கொண்டே தனது பயணத்தைத் தொடர்ந்தது.

■

www.ingramcontent.com/pod-product-compliance
Lightning Source LLC
LaVergne TN
LVHW100818051026
849519LV00006B/2126
* 9 7 8 9 3 8 0 3 2 5 6 6 8 *